राष्ट्रीय शिक्षण धोरण, २०२०

- चिकित्सा

प्रा. (डॉ.) भालबा विभुते

मेहता पब्लिशिंग हाऊस

Please contact us at **Mehta Publishing House Pvt. Ltd.**
© +91 020-24476924 / 24460313 / Mob. No. 9545000513
Email : production@mehtapublishinghouse.com
Website : www.mehtapublishinghouse.com

- *या पुस्तकातील लेखकाची मते, घटना, वर्णने ही त्या लेखकाची असून त्याच्याशी प्रकाशक सहमत असतीलच असे नाही.*

RASHTRIYA SHIKSHAN DHORAN 2020 CHIKITSA by
PROF. (Dr.) BHALBA VIBHUTE

राष्ट्रीय शिक्षण धोरण, २०२० - चिकित्सा / शैक्षणिक
author@mehtapublishinghouse.com

संस्थापक : अनिल मेहता आणि सुनील मेहता

प्रकाशक : मेहता पब्लिशिंग हाऊस प्रा. लि.
१९४१, सदाशिव पेठ, पुणे ३०.

मुद्रक : ट्रिनिटी अॅकॅडमी फॉर कॉर्पोरेट ट्रेनिंग लिमिटेड, सर्व्हे नं. २६/५, नऱ्हे इंडस्ट्रिअल एरिया, झील कॉलेज रोड, नऱ्हे, पुणे - ४१.

मुखपृष्ठ : मेहता पब्लिशिंग हाऊस प्रा. लि.

प्रथमावृत्ती : जून, २०२२

किंमत : ₹ २३०

P Book ISBN 9789394258983
E Book ISBN 9789394258990
E Books available on : amazonkindle Apple Books Google Play Books

---

माझे परमस्नेही,
ज्येष्ठ अर्थतज्ज्ञ / शिक्षणतज्ज्ञ प्रा. (डॉ.) जे. एफ. पाटील
यांना सादर अर्पण

प्रस्तावना

भारतीय शिक्षण संस्था (इंडियन इन्स्टिट्यूट ऑफ एज्युकेशन), पुणे यांच्यामार्फत डॉ. चित्रा नाईक स्मृती व्याख्यानाचे आयोजन केले जाते. या स्मृती व्याख्यानाचे एक पुष्प मी गुंफावे, यासाठी डॉ. अरुण अडसूळ यांचा फोन आला. त्यावेळी त्यांनी असेही सुचवले की, व्याख्यानाचा विषय मी निवडावा. त्यावेळी पद्मविभूषण डॉ. के. कस्तुरीरंगन आयोगाने तयार केलेला 'राष्ट्रीय शिक्षण धोरण, २०१९' हा अहवाल नुकताच प्रसिद्ध झाला होता. भारतीय शिक्षण संस्था म्हणजे सुरुवातीस डॉ. जे.पी.नाईक आणि तद्नंतर डॉ. चित्रा नाईक या दोन शिक्षण तज्ज्ञांच्या मार्गदर्शनाखाली औपचारिक आणि अनौपचारिक शिक्षणात नवनवीन प्रयोग करणारी देशातील एक आघाडीची शिक्षण संस्था. या संस्थेत व्याख्यान द्यावयाचे झाले तर विषयही शिक्षणाशी निगडित असावा असे वाटणे स्वाभाविकच. म्हणून मी विषय निवडला 'राष्ट्रीय शिक्षण धोरण, २०१९.' विषयाची तयारी करण्यासाठी अर्थातच, धोरण अहवालाचे वाचन करावे लागले.

या व्याख्यानानंतर 'राष्ट्रीय शिक्षण धोरण, २०१९ अहवाल' संदर्भात शिक्षण क्षेत्रात काम करणाऱ्यांशी बोलावे, चर्चा करावी या उद्देशाने कोल्हापूर परिसरात परिसंवादाचे आयोजन केले गेले. कालवश प्रा. एन.डी. पाटील यांच्या समवेत दोन ठिकाणी परिसंवादात सहभागी होता आले. त्याशिवाय प्रा. (डॉ.) जे. एफ. पाटील, प्राचार्य डी. यू. पवार, प्राचार्य (डॉ.) टी.एस. पाटील, श्री. प्रसाद कुलकर्णी, डॉ. बी. एम. हिर्डेकर आणि मी अनेक ठिकाणी परिसंवादात सहभागी झालो. मी या काळात कुठेही व्याख्यानाचे निमंत्रण आले तर 'राष्ट्रीय शिक्षण धोरण' हाच विषय व्याख्यानासाठी निवडू लागलो. मासिकांमध्ये, वृत्तपत्रांत याच विषयावर लिहू लागलो.

मेहता पब्लिशिंग हाऊसचे श्री. अनिल मेहता यांच्याशी गप्पागोष्टी चालल्या होत्या. महिना असावा ऑक्टोबर, २०२१. बोलण्याच्या ओघात 'राष्ट्रीय शिक्षण धोरण, २०२०' हा विषय निघाला. त्या ओघातच श्री. अनिल मेहतांनी या विषयावर मी लिहावे असे सुचवले. त्या गप्पांची फलनिष्पत्ती म्हणजे हे पुस्तक.

राष्ट्रीय शिक्षण धोरण, २०२० भारतीय शिक्षण व्यवस्थेत आमूलाग्र बदल करू इच्छिणारे धोरण आहे. त्यात जशा जमेच्या बाजू आहेत, तशाच उणिवाही आहेत. डॉ. के. कस्तुरीरंगन आयोगाचा अहवाल प्रचलित शिक्षण व्यवस्थेवर फारसे संशोधन न करता, आपणास हवी तशी भारतीय शिक्षणाची उद्दिष्टे ठरवतो आणि ती प्रत्यक्षात येण्यासाठी मार्ग सुचवतो. तर २०२०चे धोरणही आम्ही ठरवले ते योग्य आणि ते अमलात आणणार या दिशेने वाटचाल करते. म्हणून या धोरणावर भाष्य करणे धोरणाच्या दोषरहित अंमलबजावणीसाठी महत्त्वाचे ठरते. वाचकांनाही धोरणाची माहिती होणे गरजेचे ठरते. या दुहेरी भूमिकेतील २०२० च्या धोरणाची मांडणी या पुस्तकात केली आहे. खरे तर या धोरणावर खूप मोठ्या प्रमाणावर चर्चा व्हावयास हवी होती. हे धोरण कोरोना महामारीच्या काळात जाहीर झाल्याने त्यावर व्हावी तशी चर्चा झालीच नाही. धोरणाच्या जमेच्या बाजू शासनाच्या वतीने समाजासमोर आल्या; परंतु त्याची चिकित्सा मात्र फारच कमी झाली. म्हणून खालील मुद्दे लक्षात घेऊन या पुस्तकाची मांडणी करण्यात आली आहे. हे पुस्तक –

- राष्ट्रीय शिक्षण धोरण, २०२० मधील महत्त्वाच्या तरतुदींवर प्रकाश टाकते, तसेच धोरणाची वैशिष्ट्ये स्पष्ट करते.
- धोरण अंमलबजावणीत विविध संस्थांची संस्थात्मक जबाबदारी स्पष्ट करते.
- धोरणातील स्वागतार्ह बाबींची नोंद घेत असतानाच धोरणाची चिकित्सा करण्यावर लक्ष केंद्रित करते.
- या धोरणाच्या पुनर्मांडणीची आवश्यकता स्पष्ट करते.

जिज्ञासू वाचकांना ही मांडणी आवडेल अशी अपेक्षा आहे.

संदर्भ साहित्याच्या सूचीत उल्लेख केलेल्या सर्व मान्यवरांचे आभार मानणे माझे कर्तव्यच आहे; कारण या पुस्तकाच्या मांडणीचे ते प्रमुख आधार आहेत.

२०२० च्या राष्ट्रीय शिक्षण धोरणावर बेतलेल्या या पुस्तकाच्या जडणघडणीत प्रा. (डॉ.) जे. एफ. पाटील यांचे महत्त्वाचे योगदान आहे, त्याबद्दल त्यांचे मनापासून धन्यवाद.

पुस्तक प्रकाशनाचे खरे श्रेय मेहता पब्लिशिंग हाऊसचे श्री. अनिल मेहता यांचेच आहे, याची प्रांजळ नोंद घेणे माझे कर्तव्य आहे.

मला आशा आहे की, 'राष्ट्रीय शिक्षण धोरण, २०२०' समजावून घेण्यास हे छोटेसे पुस्तक उपयुक्त ठरेल.

३१ मार्च, २०२२ **– भालबा विभुते**

अनुक्रमणिका

१.

राष्ट्रीय शिक्षण धोरण, २०२०

डॉ. के. कस्तुरीरंगन आयोगाने मनुष्यबळ विकास मंत्रालयास सादर केलेल्या राष्ट्रीय शिक्षण धोरण, २०१९ या अहवालावर बेतलेले 'राष्ट्रीय शिक्षण धोरण, २०२०,' २९ जुलै, २०२०मध्ये लागू करण्यात आले. हे धोरण शालेय शिक्षण, उच्च शिक्षण, विचार करण्यासारखे इतर महत्त्वाचे केंद्रीय मुद्दे आणि अंमलबजावणी अशा चार भागांत विभागलेले आहे. हे धोरण देशाच्या शिक्षणव्यवस्थेत आमूलाग्र बदल करणारे असून, ते २०४०पर्यंत पूर्णपणे अमलात आणले जाणार आहे.

प्रचलित शिक्षण व्यवस्थेत खूप मोठ्या प्रमाणात बदल करण्याचे या धोरणात निश्चित केले आहे. शालेय शिक्षणाचे १०+२+३ हे प्रारूप बदलून त्याऐवजी ५+३+३+४ हे प्रारूप स्वीकारले आहे. अभ्यासक्रम, व्यवस्थापन, अध्ययन-अध्यापन, मूल्यांकन, शिक्षणाचे नियमन आणि संस्थात्मक मूल्यमापन आणि मूल्यांकन यात बदल सुचवले आहेत. उच्च शिक्षणाची प्रचलित संस्थात्मक रचनाच हे शिक्षण धोरण पूर्णार्थाने नाकारते. बहुशाखीय शिक्षण पद्धतीचा स्वीकार, संशोधनास प्राधान्य, उच्च शिक्षण नियामक संस्थांची पुनर्रचना ही या धोरणाची महत्त्वाची वैशिष्ट्ये. प्रेरित, उत्साही आणि सक्षम शिक्षक शिक्षणातील महत्त्वाचा घटक असतो याची दखलही या धोरणात घेतली आहे.

'राष्ट्रीय शिक्षण धोरण, २०१९' हा आराखडा, तसेच 'राष्ट्रीय शिक्षण धोरण, २०२०' सर्वांनीच पूर्णत: वाचले असेल असे नाही. ज्यांना काही कारणामुळे असे वाचन करता आले नसेल अशा वाचकांना राष्ट्रीय शिक्षण धोरण, २०२० मधील सर्व महत्त्वाच्या तरतुदी लक्षात याव्यात यासाठी या प्रकरणात 'राष्ट्रीय शिक्षण धोरण, २०२०' मधील महत्त्वाचा भाग उद्धृत केलेला आहे.

धोरणाचे मूलभूत गाभा घटक

शालेय शिक्षण

- प्रारंभिक बाल्यावस्था - संगोपन आणि शिक्षण : अध्ययनाचा पाया
- पायाभूत साक्षरता आणि संख्याज्ञान : अध्ययनासाठी एक तातडीची आणि आवश्यक पूर्वअट
- शाळा सोडणाऱ्या विद्यार्थ्यांचे प्रमाण कमी करणे आणि शिक्षण सर्वत्र आणि सगळ्या स्तरांवर पोहोचेल, हे सुनिश्चित करणे
- शाळांमधील अभ्यासक्रम आणि अध्यापनशास्त्र : शिकणे हे सर्वांगीण, एकात्मिक, आनंददायी आणि रंजक असले पाहिजे
- शिक्षक
- यथायोग्य आणि सर्वसमावेशक शिक्षण : सर्वांसाठी शिक्षण
- शाळा संकुल / क्लस्टरच्या माध्यमातून कार्यक्षम संसाधन आणि प्रभावी व्यवस्थापन
- शालेय शिक्षणासाठी मानक ठरवणे आणि अधिस्वीकृती

उच्च शिक्षण

- दर्जेदार विद्यापीठे आणि महाविद्यालये : भारतातील उच्च शिक्षण व्यवस्थेसाठी नवीन आणि भविष्योन्मुखी दृष्टिकोन
- संस्थांची पुनर्रचना आणि बळकटीकरण
- अधिक सर्वांगीण आणि बहुशाखीय शिक्षणाच्या दिशेने
- शिक्षणासाठी अनुकूल वातावरण आणि विद्यार्थ्यांना सहयोग
- प्रेरित, उत्साही आणि सक्षम शिक्षक
- उच्च शिक्षणातील समता आणि समावेशकता
- शिक्षकांचे शिक्षण
- व्यावसायिक शिक्षणाची पुनर्कल्पना
- नवीन राष्ट्रीय संशोधन फाउंडेशनच्या माध्यमातून दर्जेदार शैक्षणिक संशोधनाला चालना देणे
- उच्च शिक्षणाच्या नियामक प्रणालीचा कायापालट करणे
- उच्च शिक्षणाच्या संस्थांमध्ये प्रभावी व्यवस्थापन आणि नेतृत्व

विचार करण्याचे इतर महत्त्वाचे केंद्रीय मुद्दे

- व्यावसायिक शिक्षण

- प्रौढ शिक्षण आणि निरंतर अध्ययन
- भारतीय भाषा, कला आणि संस्कृतीला प्रोत्साहन
- तंत्रज्ञानाचा वापर आणि एकात्मीकरण
- ऑनलाईन आणि डिजिटल शिक्षण : तंत्रज्ञानाचा समान वापर सुनिश्चित करणे

अंमलबजावणी

- केंद्रीय शिक्षण सल्लागार मंडळाचे सक्षमीकरण
- अर्थपुरवठा : सर्वांसाठी परवडण्याजोगे आणि दर्जेदार शिक्षण
- अंमलबजावणी

धोरणातील महत्त्वाच्या तरतुदी

प्रस्तावना

भारताने २०१५मध्ये स्वीकारलेल्या शाश्वत विकासाच्या २०३०च्या कृती कार्यक्रमाच्या उद्दिष्ट ४ (SDG4) मध्ये 'जागतिक शिक्षण विकास कृती कार्यक्रम' समाविष्ट असून, हे उद्दिष्ट २०३०पर्यंत 'सर्वांसाठी समावेशक आणि समान गुणवत्तेचे शिक्षण सुनिश्चित करणे आणि सर्वांसाठी निरंतर अध्ययनाच्या, शिक्षणाच्या संधींना प्रोत्साहन देणे' यासाठी प्रयत्न करण्याविषयी आहे...

ज्ञानाच्या बाबतीत जगामध्ये वेगाने बदल होत आहेत. बिग डेटा, मशीन लर्निंग, कृत्रिम बुद्धिमत्ता यांसारख्या विज्ञानाच्या आणि तंत्रज्ञानाच्या क्षेत्रांमध्ये वेगाने होत असलेल्या विकासामुळे जगभरातील विशेष कौशल्याची गरज नसणारी कामे आता माणसांऐवजी यंत्रे करू शकतील. त्याच वेळी, विशेषत:, गणित, संगणक विज्ञान आणि डेटा विज्ञान या क्षेत्रातील कुशल कर्मचाऱ्यांना वाढती मागणी असेल. हवामान बदलाबरोबर वाढते प्रदूषण आणि कमी होणारे नैसर्गिक स्रोत या परिणामांमुळे जगाची ऊर्जेची मागणी भागवण्यासाठी आता वेगळा दृष्टिकोन अंगीकारावा लागेल. वाढत्या साथी आणि महामारी यांच्यामुळे संसर्गजन्य रोगांच्या व्यवस्थापनात सहयोगाने संशोधन आणि लसींचा विकास करण्याची गरज निर्माण होईल. या साथींचा परिणाम म्हणून निर्माण होणाऱ्या सामाजिक समस्या बहुशाखीय शिक्षणाची गरज अधोरेखित करतात. भारत विकसित देश होण्याकडे वाटचाल करत असताना, तसेच, जगातील सर्वांत मोठ्या तीन अर्थव्यवस्थांपैकी एक होत असताना मानव्यशास्त्रे आणि कलेची मागणी वाढत जाईल.

खरोखर, रोजगाराची परिस्थिती आणि वैश्विक परिसंस्था वेगाने बदलत असताना, मुलांनी केवळ शिकणेच महत्त्वाचे ठरणार नाही, तर कसे शिकायचे हे शिकणे

जास्त महत्त्वाचे ठरणार आहे. त्यामुळे मजकूर कमी करून शिक्षण, तार्किक विचार कसा करायचा आणि समस्या कशा सोडवायच्या, कल्पक आणि बहुशाखीय कसे व्हायचे, नावीन्यपूर्णता कशी आणायची, जुळवून कसे घ्यायचे आणि नवनवीन आणि बदलणाऱ्या क्षेत्रांतील नवीन सामग्री कशाप्रकारे आत्मसात करायची, या दिशेला वळले पाहिजे. शिक्षण अधिक अनुभवात्मक, सर्वसमावेशक, एकात्मिक, जिज्ञासू, संशोधनकेंद्रित, लवचिक आणि अर्थातच आनंददायक होण्यासाठी अध्यापनशास्त्र उत्क्रांत होण्याची गरज आहे. शिकणाऱ्यांचे सर्व पैलू आणि क्षमता विकसित होण्यासाठी; आणि शिक्षण, सर्व दिशांनी विकसित होण्यासाठी उपयुक्त आणि शिकणाऱ्यांसाठी अधिक समाधानकारक होण्यासाठी, अभ्यासक्रमात विज्ञान आणि गणिताच्या बरोबरीनेच मूलभूत कला, हस्तकला, मानव्यशास्त्रे, खेळ, क्रीडा आणि स्वास्थ्य, भाषा, साहित्य, संस्कृती आणि मूल्ये यांचा समावेश असणे अत्यावश्यक आहे. शिक्षणामुळे चारित्र्य घडले पाहिजे आणि ज्यायोगे शिकणारे नीतिवान, तर्कशुद्ध, सहानुभूतिशील आणि सहृदय बनतील आणि त्याच वेळी ते विद्यार्थी लाभदायी आणि समाधानकारक रोजगार मिळवण्यासाठीही तयार होतील.

२०४०पर्यंत कोणत्याही इतर शैक्षणिक व्यवस्थेपेक्षा दुय्यम नसलेली शिक्षणव्यवस्था असणे हे भारताचे ध्येय असले पाहिजे आणि या सर्वोच्च दर्जा असलेल्या शिक्षणासाठी विद्यार्थ्यांच्या सामाजिक किंवा आर्थिक पार्श्वभूमीचा विचार न करता सर्वांना प्रवेश असायला हवा.

प्राचीन आणि सनातन भारतीय ज्ञान आणि विचारांची समृद्ध परंपरा लक्षात घेऊन हे धोरण तयार करण्यात आले आहे. भारतीय विचार आणि तत्त्वज्ञानात; ज्ञान, प्रज्ञा आणि सत्याचा शोध ही नेहमीच मानवाची सर्वोच्च उद्दिष्टे मानली जातात. प्राचीन भारतात शिक्षणाचे लक्ष्य या सांसारिक जीवनाची तयारी किंवा शाळेनंतरच्या जीवनाची तयारी म्हणून ज्ञान मिळवणे एवढेच नव्हे तर पूर्ण आत्म-ज्ञान किंवा मोक्ष होते... भारतीय संस्कृती आणि तत्त्वज्ञान यांचा जगावर खूप मोठा प्रभाव आहे. पुढील पिढ्यांसाठी जागतिकदृष्ट्या महत्त्वाच्या असलेल्या या वारशाचे केवळ संवर्धन आणि जतनच नव्हे तर त्यावर संशोधन करणे, त्यात वाढ करणे आणि आपल्या नवीन शिक्षणव्यवस्थेत त्यांचा नव्याने उपयोग करणे महत्त्वाचे आहे.

...शिक्षकांना सक्षम करण्यासाठी आणि त्यांनी आपले काम शक्य तितक्या प्रभावीपणे करावे म्हणून या धोरणाने शक्य त्या सर्व गोष्टी केल्या पाहिजेत.

नवीन शिक्षण धोरणाने सर्व विद्यार्थ्यांना, ते कुठेही राहत असले तरीही, चांगल्या गुणवत्तेची शिक्षणव्यवस्था पुरवली पाहिजे आणि उपेक्षित, वंचित आणि अल्प प्रतिनिधित्व असलेल्या गटांवर विशेष लक्ष केंद्रित केले पाहिजे...

भारताच्या समृद्ध विविधतेचा आणि संस्कृतीचा मान ठेवत आणि त्याचवेळी

देशाच्या स्थानिक आणि वैश्विक संदर्भातील गरजा लक्षात घेऊन या सगळ्या गोष्टींचा धोरणात समावेश करायला हवा.

धोरणाची तत्त्वे

या शिक्षण व्यवस्थेचा हेतू तार्किक विचार आणि कृती करण्यासाठी सक्षम असलेल्या आणि (सहृदयता) करुणा, सहानुभूती, धैर्य आणि चिकाटी, विज्ञानाधिष्ठित कल व रचनात्मक कल्पनाशक्ती, नैतिक बांधीलकी आणि मूल्ये असलेल्या चांगल्या व्यक्ती विकसित करणे असा आहे. याचा उद्देश आपल्या घटनेद्वारे परिकल्पित न्याय्य, सर्वसमावेशक आणि बहुलतावादी समाजाच्या निर्मितीत सहभाग घेणारे, कार्यक्षम आणि चांगल्या प्रकारे योगदान देणारे नागरिक तयार करणे, असा आहे.

सर्वसाधारणपणे शिक्षणव्यवस्था आणि त्याबरोबरच स्वतंत्र संस्था, या दोन्हींना मार्गदर्शन करणारे मूलभूत सिद्धान्त असे आहेत :

- प्रत्येक विद्यार्थ्याच्या वैशिष्ट्यपूर्ण क्षमता शोधणे, ओळखणे आणि त्या विकसित करण्यासाठी प्रयत्न करणे - शिक्षक आणि पालकांनी प्रत्येक विद्यार्थ्याच्या सर्वांगीण विकासासाठी अभ्यास आणि अभ्यासेतर, दोन्ही क्षेत्रांमध्ये चालना देणे.
- प्रत्येक विद्यार्थ्यासाठी मूलभूत साक्षरता आणि संख्याज्ञान या गोष्टींना इयत्ता ३री पर्यंत सर्वोच्च प्राधान्य देणे.
- लवचिकता असावी; म्हणजे विद्यार्थ्यांना त्यांच्या अध्ययनाचा मार्ग आणि कार्यक्रम निवडण्याची मुभा असेल आणि ते आपली प्रतिभा आणि आवड यानुसार आयुष्यात आपला मार्ग निवडू शकतील.
- कला आणि विज्ञान, अभ्यास आणि अभ्यासेतर उपक्रम, व्यावसायिक आणि शैक्षणिक प्रवाह यांच्यामध्ये कोणतेही स्पष्ट विभाजन नसले पाहिजे; म्हणजे ज्ञानाच्या क्षेत्रांमधील हानिकारक उच्च-नीचता आणि त्यांच्यात पडलेले अंतर दूर होईल.
- सगळ्या ज्ञानाची एकता आणि अखंडता सुनिश्चित करून एका बहुआयामी जगासाठी विज्ञान, समाजशास्त्र, कला, मानव्यशास्त्रे आणि खेळ यांच्यामध्ये बहु-शाखीय (multi - disciplinary) आणि समग्र शिक्षणाचा विकास.
- घोकंपट्टीऐवजी किंवा परीक्षेसाठी शिकण्याऐवजी संकल्पना समजून घेण्यावर भर
- तर्कशुद्ध निर्णय घेण्यासाठी आणि नावीन्यपूर्णतेला प्रोत्साहन देण्यासाठी कल्पकता आणि तार्किक विचार
- नैतिकता आणि मानवी व घटनात्मक मूल्ये, उदा. सहृदयता, इतरांबद्दल

आदर, स्वच्छता, सौजन्य, लोकशाहीची जाणीव, सेवेची भावना, सार्वजनिक मालमत्तेबद्दल आदर, वैज्ञानिक दृष्टिकोन, स्वातंत्र्य, जबाबदारी, बहुलतावाद, समता आणि न्याय

- अध्यापनात आणि अध्ययनात बहु-भाषिकत्व आणि भाषा शक्ती यांना प्रोत्साहन
- संवाद, सहकार्य, सामूहिक कार्य आणि लवचिकता अशी जीवनमूल्ये
- वर्षाच्या शेवटी परीक्षेला केंद्रस्थानी ठेवून होणाऱ्या मूल्यांकनामुळे 'सध्याच्या कोचिंग संस्कृती'ला महत्त्व आले आहे, त्याऐवजी शिकण्यासाठी सातत्यपूर्ण मूल्यांकनावर भर
- अध्यापनात आणि अध्ययनात तंत्रज्ञानाचा पुरेपूर वापर, भाषेचे अडथळे काढून टाकणे, दिव्यांग विद्यार्थ्यांसाठी शिक्षण सुलभ बनवण्यासाठी शैक्षणिक नियोजन आणि व्यवस्थापन
- शिक्षण व्यवस्थेत सर्व विद्यार्थ्यांना प्रगती करता येईल हे सुनिश्चित करण्यासाठी सर्व शैक्षणिक निर्णयांमध्ये पूर्ण समानता आणि सर्वसमावेशकता ही पायाभूत गोष्ट
- प्रारंभिक बाल्यावस्थेतील संगोपन आणि शिक्षणापासून ते शालेय शिक्षण ते उच्च शिक्षणापर्यंत सर्व पातळ्यांवरील शिक्षणाच्या अभ्यासक्रमात सुसूत्रता
- शिक्षक आणि प्राध्यापक हे शिक्षण प्रक्रियेचे केंद्र मानणे – त्यांची भरती आणि तयारीची उत्कृष्ट व्यवस्था, सातत्यपूर्ण व्यावसायिक विकास आणि कामकाजाचे वातावरण व सेवेची स्थिती सकारात्मक असणे
- शिक्षण प्रणालीची अखंडता, पारदर्शकता आणि संसाधनांची कार्यक्षमता ऑडिट आणि सार्वजनिक प्रकटीकरणाच्या माध्यमातून सुनिश्चित करण्यासाठी एक 'सुलभ पण परिणामकारक' नियमांची चौकट देणे. त्याबरोबरच स्वायत्तता, सुशासन आणि सशक्तीकरणाच्या माध्यमातून नावीन्यपूर्णता आणि चौकटीबाहेरच्या विचारांना प्रोत्साहित करणे
- गुणवत्तापूर्ण शिक्षण आणि विकासासाठी आवश्यकता म्हणून उत्कृष्ट दर्जाचे संशोधन
- शिक्षण तज्ज्ञांद्वारे सातत्यपूर्ण संशोधन आणि नियमित मूल्यांकनाद्वारे प्रगतीचा सातत्यपूर्ण आढावा
- आपल्या भारतीय मुळांचा, भारताचा आणि भारताच्या समृद्ध, वैविध्यपूर्ण, प्राचीन आणि आधुनिक संस्कृती, ज्ञानव्यवस्था आणि परंपरा यांचा अभिमान असणे

- शिक्षण ही एक सार्वजनिक सेवा आहे. गुणवत्तापूर्ण शिक्षण उपलब्ध असणे हा प्रत्येक बालकाचा मूलभूत हक्क समजला पाहिजे.
- सशक्त, जिवंत सार्वजनिक शिक्षण व्यवस्थेत लक्षणीय गुंतवणूक, तसेच देणगीदार, खाजगी आणि सामुदायिक संस्थांच्या भागिदारीला प्रोत्साहन आणि सुविधा

धोरणाची दूरदृष्टी

भारतीय असल्याचा सखोल अभिमान विद्यार्थ्यांच्या केवळ विचारांमध्येच नव्हे तर त्यांच्या व्यवहारात, बुद्धीमध्ये आणि कृतीमध्येदेखील रुजवणे, तसेच मानवी हक्क, शाश्वत विकास आणि जीवनमान यांच्याशी जबाबदारीपूर्ण बांधिलकीचे समर्थन करणारे ज्ञान, कौशल्ये, मूल्ये आणि स्वभाव विकसित करणे, जेणेकरून ते खऱ्या अर्थाने एक वैश्विक नागरिक बनतील, अशी या धोरणाची दूरदृष्टी आहे.

भाग १ : शालेय शिक्षण

३-१८ वयोगटाला समाविष्ट करणारी ५+३+३+४ अशी नवीन अध्यापनशास्त्राची आणि अभ्यासक्रमाची पुनर्रचना करणे हा या धोरणाचा उद्देश आहे. नवीन ५+३+३+४ संरचनेत, वय वर्ष ३ पासून प्रारंभिक बाल्यावस्था संगोपन आणि शिक्षणाचा (ECCE) मजबूत पायादेखील समाविष्ट केला आहे, ज्याचा उद्देश अधिक चांगले सर्वांगीण शिक्षण, विकास आणि हित यांना चालना देणे हा आहे.

१. प्रारंभिक बाल्यावस्था संगोपन आणि शिक्षण : अध्ययनाचा पाया

- लहान मुलांच्या मेंदूच्या एकंदर विकासापैकी ८५टक्क्यांहून अधिक विकास वयाच्या सहाव्या वर्षापर्यंत होतो. सध्या कोट्यवधी लहान मुलांना, विशेषत:, सामाजिक-आर्थिकदृष्टया वंचित पार्श्वभूमी असलेल्या मुलांना दर्जेदार ECCE उपलब्ध नाही. गुणवत्तापूर्ण बाल्यावस्था पूर्व विकास, संगोपन आणि शिक्षणाची सार्वत्रिक तरतूद शक्य तितक्या लवकर आणि २०३०च्या आत होणे आवश्यक आहे. म्हणजे इयत्ता १ली मध्ये प्रवेश करणारे सर्व विद्यार्थी शालेय शिक्षणासाठी सज्ज झालेले असतील.
- ECCE चे एकंदर उद्दिष्ट पुढे उल्लेखलेल्या क्षेत्रांत चांगले परिणाम साध्य करणे असे आहे : शारीरिक विकास, कृतिकौशल्यांचा विकास, आकलन विकास, सामाजिक-भावनिक-नैतिक विकास, सांस्कृतिक/कलात्मक विकास आणि संवाद व प्रारंभिक भाषा, साक्षरता आणि संख्याज्ञान यांचा विकास करणे.

- भारतात हजारो वर्षांपासून विकसित झालेल्या अनेक समृद्ध स्थानिक परंपरांचादेखील यात योग्य प्रकारे समावेश केला जाईल, ज्यामध्ये कला, कथा, कविता, खेळ, गाणी आणि इतर बऱ्याच गोष्टींचा समावेश होतो. हा आराखडा पालक आणि बाल्यावस्था पूर्व संगोपन शिक्षण संस्था या दोहोंसाठी मार्गदर्शक म्हणून काम करेल.
- प्रारंभिक बाल्यावस्था शैक्षणिक संस्थांचा लक्षणीयरीत्या विस्तार आणि त्यांचे बळकटीकरण केलेल्या यंत्रणेद्वारे ECCE प्रदान केले जाईल, ज्यामध्ये (अ) स्वतंत्र अंगणवाड्या (ब) प्राथमिक शाळांसोबत असलेल्या अंगणवाड्या (क) विद्यमान प्राथमिक शाळांसोबत असलेल्या पूर्व प्राथमिक शाळा/विभाग ज्यामध्ये किमान ५-६ वर्षे हा वयोगट समाविष्ट असेल; आणि (ड) स्वतंत्र पूर्व प्राथमिक शाळा, यांचा समावेश असेल - या सर्वांमध्ये ECCEचा अभ्यासक्रम आणि अध्यापनशास्त्र यांचे विशेष प्रशिक्षण दिलेले कर्मचारी/शिक्षक भरती केले जातील.
- ECCEच्या सार्वत्रिक उपलब्धतेसाठी, अंगणवाडी केंद्रांचे उच्च दर्जाच्या पायाभूत सुविधा, खेळाचे साहित्य आणि प्रशिक्षित अंगणवाडी कर्मचारी/शिक्षक यांद्वारे सशक्तीकरण केले जाईल. शाळा संकुल/समूहांमध्ये अंगणवाडीचे पूर्णपणे एकात्मीकरण केले जाईल आणि अंगणवाडीतील मुले, पालक व शिक्षकांना शाळेच्या/शाळा संकुलाच्या कार्यक्रमांमध्ये उपस्थित राहण्यासाठी आणि सहभागी होण्यासाठी आमंत्रित केले जाईल. त्याचप्रमाणे शाळा संकुलेही अंगणवाडीकडे जातील.
- असे संकल्पित आहे की, वय वर्षे ५च्या अगोदर प्रत्येक मूल 'पूर्वाध्ययन वर्ग' (प्रिपरेटरी वर्ग) किंवा 'बालवाडी' (म्हणजे इयत्ता पहिलीच्या आधी) येथे जाईल.
- अंगणवाड्यांमध्ये उच्च दर्जाचा प्रारंभिक ECCE शिक्षकवर्ग तयार करण्यासाठी NCERने विकसित केलेल्या अभ्यासक्रम/शैक्षणिक आराखड्यानुसार पद्धतशीर प्रयत्नांतून सध्याच्या अंगणवाडी सेविका/शिक्षकांना प्रशिक्षण दिले जाईल. अंगणवाडी सेविकांच्या/शिक्षकांच्या ECCE प्रशिक्षणास शालेय शिक्षण विभागाच्या क्लस्टर रिसोर्स सेंटरद्वारे मार्गदर्शन केले जाईल.
- आदिवासीबहुल भागांतील आश्रमशाळांमध्ये आणि टप्प्याटप्प्याने पर्यायी शिक्षणाच्या सर्व स्वरूपांमध्येदेखील ECCEची सुरुवात केली जाईल.
- पूर्वप्राथमिक शाळेतून प्राथमिक शाळेत अभ्यासक्रमाचे सातत्य सुरक्षित करण्यासाठी आणि शिक्षणाच्या मूलभूत पैलूंकडे योग्य लक्ष दिले जाईल हे सुनिश्चित करण्यासाठी, ECCE अभ्यासक्रम आणि शैक्षणिक जबाबदारी

MHRDकडे असेल. ECCEचे नियोजन व अंमलबजावणी मानव संसाधन विकास, महिला व बाल विकास (WCD) आरोग्य व कुटुंब कल्याण (HFW) आणि आदिवासी व्यवहार या मंत्रालयांद्वारे संयुक्तपणे केली जाईल.

२. पायाभूत साक्षरता आणि संख्याज्ञान : अध्ययनासाठी एक तातडीची आणि आवश्यक पूर्वअट

- वाचण्याची, लिहिण्याची आणि संख्यांच्या मूलभूत क्रिया करण्याची क्षमता हा एक आवश्यक पाया आणि भविष्यातील सर्व शालेय शिक्षणासाठी, तसेच निरंतर अध्ययनासाठी एक अनिवार्य पूर्वअट आहे. सध्या प्राथमिक शाळेत असलेल्या बहुसंख्य विद्यार्थ्यांनी – अंदाजे संख्या पाच कोटींपेक्षा जास्त – मूलभूत साक्षरता आणि संख्याज्ञान, म्हणजे मूलभूत मजकुराचे वाचन, आकलन करण्याची क्षमता, भारतीय अंकांची मूलभूत बेरीज आणि वजाबाकी करण्याची क्षमता प्राप्त केलेली नाही.
- सर्व मुलांसाठी मूलभूत साक्षरता आणि संख्याज्ञान साध्य करणे हे त्यामुळे एक तातडीचे राष्ट्रीय अभियान बनेल. २०२५पर्यंत सर्व प्राथमिक शाळांमध्ये मूलभूत साक्षरता आणि संख्याज्ञान साध्य करणे ही शिक्षण व्यवस्थेची सर्वोच्च प्राथमिकता असेल. यादृष्टीने, मनुष्यबळ विकास मंत्रालय (MHRD) राष्ट्रीय मूलभूत साक्षरता आणि संख्याज्ञान मिशनची प्राधान्याने स्थापना करेल.
- प्रथम, शिक्षकांच्या रिक्त जागा लवकरात लवकर कालबद्ध पद्धतीने भरल्या जातील. प्रत्येक शाळा स्तरावर विद्यार्थी-शिक्षक प्रमाण (PTR) ३०:१ पेक्षा कमी असेल हे सुनिश्चित केले जाईल; मोठ्या संख्येने सामाजिक-आर्थिकदृष्ट्या वंचित विद्यार्थी असलेल्या भागांमध्ये PTR २५:१ पेक्षा कमी राखण्याचे उद्दिष्ट ठेवले जाईल.
- अभ्यासक्रमाच्या बाबतीत, मूलभूत साक्षरता आणि संख्याज्ञानावर, म्हणजे सामान्यपणे प्रिपरेटरी (पूर्वाध्ययन) आणि पूर्वमाध्यमिक शाळेच्या सुरुवातीपासून शेवटपर्यंतच्या अभ्यासक्रमात; वाचणे, लिहिणे, बोलणे, मोजणे, अंकगणित आणि गणितीय विचार यावर अधिक लक्ष केंद्रित केले जाईल. यात प्रत्येक विद्यार्थ्याच्या शिक्षणावर लक्ष ठेवण्यासाठी व त्यायोगे त्याचे शिक्षण व्यक्तिप्रधान आणि खात्रीशीरपणे होईल, हे सुनिश्चित करण्यासाठी सतत रचनात्मक/परिवर्तनशील मूल्यांकनाच्या एका मजबूत व्यवस्थेचा समावेश असेल.

- सध्या, ECCEची सार्वत्रिक उपलब्धता नसल्याने, इयत्ता १ली च्या पहिल्या काही आठवड्यांमध्ये मोठ्या प्रमाणावर मुले मागे पडतात. त्यामुळे, सर्व मुले शाळेसाठी तयार असतील हे सुनिश्चित करण्यासाठी, मधल्या काळात इयत्ता १ली च्या सर्व विद्यार्थ्यांसाठी अक्षरे, ध्वनी, शब्द, रंग, आकार आणि संख्या शिकण्याशी संबंधित उपक्रम आणि कार्यपुस्तिकांचा समावेश असलेले, सहाध्यायी व पालकांच्या सहकार्याचा सहभाग असलेले, खेळांवर आधारित तीन महिन्यांचे एक 'शाळा तयारी मोड्युल', NCERT आणि SCERT विकसित करतील.
- मूलभूत साक्षरता आणि संख्याज्ञानावरील उच्च गुणवत्तेच्या संसाधनाचे एक राष्ट्रीय भांडार डिजिटल इन्फ्रास्ट्रक्चर फॉर नॉलेज शेअरिंग (DIKSHA) वर उपलब्ध केले जाईल.
- प्रशिक्षित शिक्षकांच्या देखरेखीखाली आणि सुरक्षेच्या पैलूंची काळजी घेऊन, सहाध्यायींकडून समोरासमोर बसून शिकणे हे ऐच्छिक आणि मजेदार उपक्रमाच्या स्वरूपात केले जाऊ शकते.
- सर्व स्तरावरील विद्यार्थ्यांसाठी मनोरंजक आणि प्रेरणादायक पुस्तके विकसित केली जातील आणि त्यांचा सर्व स्थानिक व भारतीय भाषांमध्ये (आवश्यकतेनुसार तांत्रिक साहाय्य घेऊन) उच्च गुणवत्ता असणारा अनुवाद केला जाईल. ही पुस्तके शालेय आणि स्थानिक सार्वजनिक वाचनालयांमध्ये मोठ्या प्रमाणात उपलब्ध करून देण्यात येतील. देशभरात वाचनसंस्कृती निर्माण करण्यासाठी सार्वजनिक आणि शालेय वाचनालयांचा लक्षणीयरीत्या विस्तार केला जाईल. डिजिटल वाचनालयेदेखील स्थापन केली जातील, विशेषतः, गावांमध्ये, ज्यांचा उपयोग शाळेनंतरच्या वेळेनंतरच्या वेळेत आसपासचे लोकदेखील घेऊ शकतील. वाचन मोठ्या प्रमाणावर सुलभ करण्यासाठी आणि त्याला चालना देण्यासाठी सार्वजनिक वा शालेय वाचनालयांमध्ये 'बुक क्लब' बैठकी घेऊ शकतात.
- पौष्टिक जेवण आणि प्रशिक्षित सामाजिक कार्यकर्ते, समुपदेशक आणि समुदायाचा सहभाग यांचा शालेय व्यवस्थेमध्ये समावेश करून मुलांची पोषण आणि आरोग्यविषयक (मानसिक आरोग्यासह) समस्या सोडवली जाईल. शिवाय, संशोधनात असे आढळून आले आहे की, पौष्टिक नाष्ट्यानंतरचे सकाळचे काही तास अधिक आकलनक्षमतेची गरज असलेल्या अवघड विषयांच्या अभ्यासासाठी उत्तम असतात आणि म्हणूनच दुपारच्या जेवणाव्यतिरिक्त एक साधा पण पौष्टिक नाष्टा देऊन या तासांचा फायदा करून घेता येऊ शकतो. सर्व शालेय विद्यार्थ्यांची, विशेषतः, १००टक्के

लसीकरणासाठी, शाळेत नियमित आरोग्य तपासणी केली जाईल आणि त्यावर लक्ष ठेवण्यासाठी आरोग्य कार्डे दिली जातील.

३. शाळा सोडणाऱ्या विद्यार्थ्यांचे प्रमाण कमी करणे आणि शिक्षण सर्वत्र आणि सगळ्या स्तरांवर पोहोचेल, हे सुनिश्चित करणे

- २०३०पर्यंत शालापूर्व ते माध्यमिक स्तरापर्यंत १०० टक्के एकूण शाळानोंदणी गुणोत्तराचे (ग्रॉस एनरोलमेन्ट रेशो) उद्दिष्ट ठेवून आणखीन मुलांची शाळागळती थांबवणे यांना सर्वोच्च प्राधान्य असेल. देशातील सर्व मुलांना शालापूर्व ते इयत्ता १२वी पर्यंतच्या, व्यावसायिक शिक्षणासह गुणवत्तापूर्ण सर्वांगीण शिक्षणाची सार्वत्रिक उपलब्धता सुनिश्चित करण्यासाठी आणि तशी संधी देण्यासाठी सर्वसमावेशक देशव्यापी प्रयत्न केले जातील.
- शाळा सोडलेल्या विद्यार्थ्यांना पुन्हा शाळेत आणण्यासाठी व आणखी विद्यार्थ्यांना शाळा सोडण्यापासून रोखण्यासाठी, एकूण दोन उपक्रम हाती घेण्यात येतील. पहिला म्हणजे, प्रभावी आणि पुरेशा पायाभूत सुविधा पुरवणे.
- दुसरा उपक्रम म्हणजे, विद्यार्थ्यांवर तसेच त्यांच्या शिक्षण पातळीवर काळजीपूर्वक लक्ष ठेवून, शाळेत सार्वत्रिक सहभाग साध्य करणे, जेणेकरून (अ) त्यांनी शाळेत प्रवेश घेतला आहे व उपस्थित आहेत आणि (ब) ते मागे पडले असल्यास किंवा त्यांनी शाळा सोडली असल्यास पुन्हा अभ्यास भरून काढण्यासाठी आणि शाळेत पुन्हा प्रवेश घेण्यासाठी त्यांना योग्य संधी मिळतील हे सुनिश्चित केले जाईल. शाळा/शालेय संकुल आणि शिक्षकांशी जोडलेले समुपदेशक किंवा सुयोग्य प्रशिक्षित सामाजिक कार्यकर्ते, विद्यार्थी आणि त्यांच्या पालकांसोबत सतत कार्य करतील आणि सर्व शाळावयीन मुले शाळेत जात आहेत आणि शिकत आहेत हे सुनिश्चित करण्यासाठी समुदायांमध्ये फिरून त्यांच्याशी संवाद साधतील.
- स्थानिक भाषेचे ज्ञान असणाऱ्या शिक्षकांना शाळा सोडण्याचे उच्च प्रमाण असलेल्या भागात नियुक्त करण्यासाठी प्रोत्साहनपर यंत्रणेची, तसेच अभ्यासक्रम अधिक रंजक आणि उपयुक्त बनवण्यासाठी तो संपूर्णपणे सुधारण्याची आवश्यकता असेल.
- शाळेत प्रत्यक्ष उपस्थित राहू न शकणाऱ्या भारतीय मुलांच्या शिक्षणविषयक गरजा भागवण्यासाठी, नॅशनल इन्स्टिट्यूट ऑफ ओपन स्कूलिंग (NIOS) आणि स्टेट ओपन स्कूल यांनी देऊ केलेले मुक्त आणि दूरस्थ शिक्षण कार्यक्रम (ओपन ॲन्ड डिस्टन्स लर्निंग -ODL) विस्तारित आणि बळकट

केले जातील.

- अध्ययन अधिक सुधारण्यासाठी समुदायाच्या आणि माजी विद्यार्थ्यांच्या ऐच्छिक सहभागाचा प्रयत्न केला जाईल. यासाठी साक्षर स्वयंसेवक, सेवानिवृत्त शास्त्रज्ञ / शासकीय / निमशासकीय कर्मचारी, माजी विद्यार्थी आणि शिक्षक यांचे डेटाबेस तयार केले जातील.

४. शाळांमधील अभ्यासक्रम आणि अध्यापनशास्त्र : शिकणे हे सर्वांगीण, एकात्मिक, आनंददायक आणि रंजक असावे.

शालेय अभ्यासक्रम आणि अध्यापनाची ५+३+३+४ या नवीन मांडणीत पुनर्रचना करणे

- शिक्षणासाठीचा अभ्यासक्रम आराखडा हे ५+३+३+४ रचनेनुसार असतील, ज्यामध्ये पायाभूत स्तर (दोन भागांमध्ये, म्हणजे अंगणवाडी/पूर्वप्राथमिक शाळेची ३ वर्षे + प्राथमिक शाळेतील इयत्ता १ली -२रीची दोन वर्षे; (एकत्रितपणे दोन्हीमध्ये ३-८ वयोगट समाविष्ट), पूर्वाध्ययन (प्रिपरेटरी) स्तर (इयत्ता ३री-५वी, ८-११ वयोगट समाविष्ट), पूर्वमाध्यमिक स्तर (इयत्ता ६वी-८वी, ११-१४ वयोगट समाविष्ट) आणि माध्यमिक स्तर (इयत्ता ९वी-१२वी, दोन टप्प्यांत म्हणजे ९वी आणि १०वी पहिल्या आणि ११वी आणि १२वी दुसऱ्या, १४-१८ वयोगट समाविष्ट) यांचा समावेश असेल.
- पायाभूत स्तरामध्ये पाच वर्षांचे लवचिक, बहुस्तरीय, खेळ/उपक्रम आधारित शिक्षण आणि परिच्छेद १.२ मध्ये दिलेला ECCEचा अभ्यासक्रम व अध्यापन समाविष्ट असेल. पूर्वाध्ययन स्तरामध्ये पायाभूत स्तरातील खेळ, शोध आणि उपक्रमावर आधारित अध्ययन आणि अभ्यासक्रमाच्या शैलीवर विकसित तीन वर्षांचे शिक्षण असेल. काही सोपा मजकूर असलेल्या पुस्तकांचा, तसेच अधिक औपचारिक, परंतु संवादात्मक पद्धतीने वर्गात शिकण्याच्या बाबींचादेखील समावेश करण्यास सुरुवात केली जाईल, जेणेकरून वाचन, लेखन, बोलणे, शारीरिक शिक्षण, कला, भाषा, विज्ञान आणि गणित यांसारख्या विषयांचा पाया भक्कम होईल. पूर्वमाध्यमिक स्तरामध्ये, पूर्वाध्ययन स्तराच्या अध्ययन आणि अभ्यासक्रमाच्या शैलीवर पुढे विकसित केलेले तीन वर्षांचे शिक्षण असेल; मात्र प्रत्येक विषयातील अधिक अमूर्त संकल्पना शिकण्यासाठी आणि त्याविषयी चर्चेसाठी विषय शिक्षकांची सुरुवात झाल्यावर विद्यार्थी या टप्प्यावर विज्ञान, गणित, कला, सामाजिक शास्त्रे आणि मानव्यशास्त्रासाठी सज्ज असतील. अधिक विशिष्ट

विषयांची आणि विषय शिक्षकांची ओळख करून दिली असली तरीही प्रत्येक विषयामधील कार्यात्मक शिक्षणास आणि वेगवेगळ्या विषयांमधील संबंध शोधण्यास प्रोत्साहन आणि विशेष महत्त्व दिले जाईल. माध्यमिक स्तरामध्ये चार वर्षांचा बहुशाखीय अभ्यास समाविष्ट असेल, जो पूर्वमाध्यमिक स्तरातील विषयाभिमुख अध्ययन आणि अभ्यासक्रम शैलीवर पुढे विकसित केला असेल; परंतु त्यात अधिक सखोलता, अधिक चिकित्सक विचार, आयुष्यातील इच्छा-आकांक्षांकडे अधिक लक्ष देणे आणि अधिक लवचिकता व विद्यार्थ्यांना विषयांची निवड करता येणे, या बाबी समाविष्ट असतील. विशेषत:, विद्यार्थ्यांना इयत्ता १०वी नंतर शिक्षण सोडण्याचा आणि इयत्ता ११-१२वी मधील व्यावसायिक किंवा इतर कोणतेही अभ्यासक्रम करण्यासाठी पुढच्या स्तरामध्ये पुन्हा प्रवेश करण्याचा पर्याय उपलब्ध असेल. इच्छा असल्यास अधिक विशेषीकृत शाळेतदेखील प्रवेश घेता येईल.

विद्यार्थ्यांचा सर्वांगीण विकास

- सर्व स्तरांवरील अभ्यासक्रम आणि अध्यापनातील सुधारणांचा एकंदर मुख्य भर असेल तो म्हणजे खरोखर समज वाढवण्याच्या आणि कसे शिकायचे ते शिकण्याच्या दिशेने व सध्या मोठ्या प्रमाणात अस्तित्वात असलेल्या पाठांतर संस्कृतीच्या (घोकंपट्टीच्या) शिक्षणापासून शिक्षण व्यवस्थेला दूर नेणे यांवर असेल.

आवश्यक शिक्षण आणि तार्किक विचारशक्ती वाढविण्यासाठी अभ्यासक्रमाचा मजकूर कमी करणे

- अभ्यासक्रमातील मजकूर कमी करून प्रत्येक विषयातील अत्यावश्यक घटक राखले जातील, जेणेकरून चिकित्सक विचार आणि अधिक समग्र, प्रश्नाधारित, संवाद आधारित आणि विश्लेषण आधारित शिक्षणाला अधिक महत्त्व दिले जाईल. अनिवार्य मजकूर हा प्रमुख संकल्पना, कल्पनाशक्ती, उपयोजन आणि समस्या सोडवणे यावर लक्ष केंद्रित करेल.

अनुभवात्मक शिक्षण

- सर्व स्तरांवर, अनुभवात्मक शिक्षणाचा अवलंब केला जाईल.
- कला-एकात्मीकरण हा एक बहु-अभ्यासक्रमीय अध्यापन दृष्टिकोन आहे ज्यामध्ये विविध विषयांच्या संकल्पना शिकण्यासाठी आधार म्हणून कला

आणि संस्कृतीच्या विविध पैलूंचा आणि प्रकारांचा उपयोग केला जातो. प्रत्येक स्तरावर अध्यापन व शिक्षण प्रक्रियेत भारतीय कला आणि संस्कृती एकत्रित करून भारतीय संस्कार बिंबवण्यासाठी, कलासक्त (कला अंतर्भूत केलेले) शिक्षण वर्गातील व्यवहारांमध्ये समाविष्ट केले जाईल.

- क्रीडा-एकात्मीकरण हा आणखी एक बहु-अभ्यासक्रमीय अध्यापन दृष्टिकोन आहे. विद्यार्थ्यांनी तंदुरुस्ती / फिटनेस हा आयुष्यभराचा दृष्टिकोन म्हणून अंगीकारण्यासाठी आणि 'फिट इंडिया' चळवळीत अभिप्रेत असलेल्या फिटनेसच्या पातळीसह, फिटनेसशी संबंधित जीवनकौशल्ये साध्य करण्यासाठी क्रीडा-एकात्मिक शिक्षण वर्गातील व्यवहारांमध्ये समाविष्ट केले जाईल.

अभ्यासक्रम निवडीमध्ये लवचिकता ठेवून विद्यार्थ्यांना सक्षम करा

- विद्यार्थ्यांना अभ्यास करण्यासाठीचे विषय निवडण्यासाठी जास्त लवचिकता आणि निवडीला वाव दिला जाईल, विशेषतः, माध्यमिक शाळेत - यामध्ये शारीरिक शिक्षण, कला आणि हस्तकला आणि व्यावसायिक कौशल्यांचासुद्धा अंतर्भाव असेल. 'अभ्यासक्रम', 'अभ्यासक्रमेतर' किंवा 'सह-अभ्यासक्रम' यामध्ये, 'कला', 'मानव्यशास्त्रे' आणि 'विज्ञान' यामध्ये, किंवा 'व्यावसायिक' किंवा 'शैक्षणिक' शाखांमध्ये कोणतेही स्पष्ट विभाजन नसेल.
- जास्त विषयांची ओळख करून देण्याकरता आणि जास्त लवचिकता प्रदान करण्याकरता, एक आड एक दिवस शिकवली जाणारी अधिक लहान मोड्युल किंवा अभ्यासक्रम समाविष्ट करणे शक्य असलेली, सेमिस्टर किंवा इतर कोणतीही पद्धत वापरण्याचा विचार केला जाऊ शकतो.

बहुभाषावाद आणि भाषेची शक्ती

- जिथे शक्य आहे तिथे, किमान ५व्या इयत्तेपर्यंत आणि शक्यतोवर ८व्या इयत्तेपर्यंत शिक्षणाचे माध्यम घरातील भाषा / मातृभाषा / स्थानिक भाषा / प्रादेशिक भाषा असले पाहिजे. त्यानंतर जिथे शक्य आहे तिथे घरातील / स्थानिक भाषा एक भाषा म्हणून शिकवली जाणे सुरू राहील. या गोष्टींचे पालन सरकारी आणि खाजगी दोन्ही प्रकारच्या शाळा करतील. सर्व विद्यार्थ्यांना सर्व भाषा उत्तम प्रतीने शिकवल्या जातील; एखादी भाषा शिकवण्यासाठी आणि शिकण्यासाठी ती शिक्षणाचे माध्यम असणे आवश्यक नाही.

- बहुभाषिकत्वाचा लहान मुलांना आकलनासाठी खूपच फायदा होतो. पायाभूत पायरीपासूनच मुलांना सुरुवातीलाच विविध भाषांची ओळख करून दिली जाईल (पण मातृभाषेवर विशिष्ट भर असेल). इयत्ता ३ री पासून पुढे इतर भाषांचे लेखन आणि वाचन शिकवले जाईल.
- घटनेतील तरतुदी, लोकांच्या, प्रदेशांच्या आणि केंद्र सरकारच्या आकांक्षा आणि बहुभाषावाद, तसेच राष्ट्रीय एकात्मतेला प्रोत्साहन देण्याची गरज या गोष्टी लक्षात घेऊन त्रिभाषा सूत्राची अंमलबजावणी करणे सुरूच राहील. मात्र, त्रिभाषा सूत्रात जास्त लवचिकता असेल आणि कोणत्याही राज्यावर कोणतीही भाषा लादली जाणार नाही.
- विज्ञान आणि गणितासाठी उच्च दर्जाची द्विभाषिक क्रमिक पुस्तके आणि अध्यापन-अध्ययन सामग्री तयार करण्याचे सर्व प्रयत्न केले जातील. म्हणजे विद्यार्थी त्यांच्या घरातील भाषा / मातृभाषा आणि इंग्रजी या दोन्ही भाषांमध्ये या दोन्ही विषयांवर विचार करण्यासाठी आणि बोलण्यासाठी सक्षम बनतील.
- सांस्कृतिक समृद्धीच्या हेतूने आणि राष्ट्रीय एकात्मतेसाठी सर्व युवा भारतीय आपल्या देशाच्या समृद्ध आणि संख्येनेही भरपूर असलेल्या भाषांबद्दल आणि त्यांच्यामध्ये, तसेच त्यांच्यातील साहित्यामध्ये असलेल्या खजिन्याबद्दल जागरूक असले पाहिजेत.
- विद्यार्थी महत्त्वाच्या भारतीय भाषांपैकी बहुतेक सर्व भाषांमध्ये असलेल्या एकतेबद्दल समजून घेतील. प्रत्येक भाषेतील समृद्ध आणि समकालीन साहित्यसुद्धा समजून घेतील. अशा उपक्रमामुळे त्यांच्यात एकतेची भावना वाढीला लागेल.
- संस्कृत भाषा शालेय शिक्षणाच्या सर्व स्तरांमध्ये, तसेच उच्च शिक्षणात एक महत्त्वाचा, समृद्ध पर्याय तसेच त्रिभाषा सूत्रातील एक पर्याय म्हणून उपलब्ध असेल. ती रंजक, अनुभवात्मक तसेच काळानुसार सुसंगत पद्धतीने, संस्कृत ज्ञान प्रणालीच्या वापराद्वारे, विशेषत: उच्चारशास्त्र आणि उच्चारण यांच्याद्वारे ध्वनी आणि उच्चाराद्वारे शिकवली जाईल.
- भारतात इतर अभिजात भाषांमध्ये म्हणजे अभिजात तमिळ, तेलुगु, कन्नड, मल्याळम आणि ओडिया या भाषांसह इतर अभिजात भाषांमध्ये अतिशय समृद्ध साहित्य आहे. याशिवाय, भावी पिढ्यांच्या सुख आणि समृद्धीसाठी पाली, पर्शियन आणि प्राकृत भाषा; आणि त्याच्यातील साहित्याचेही संवर्धन करणे आवश्यक आहे. भारत संपूर्ण विकसित देश बनेल, तेव्हा पुढील पिढीला भारताच्या व्यापक आणि सुंदर अभिजात

साहित्याच्या अभ्यासात सहभागी आणि समृद्ध व्हायचे असेल.

- इयत्ता ६वी-१२वी मधील सर्व विद्यार्थ्यांकडे, किमान दोन वर्षांकरता भारतातील एखादी पारंपरिक भाषा आणि तिच्याशी संबंधित साहित्य यांचा अनुभवात्मक आणि नावीन्यपूर्ण पद्धतीने अभ्यास करण्याचा पर्याय उपलब्ध असेल.
- भारतीय भाषा आणि इंग्रजी भाषेतील उच्च गुणवत्तेच्या शैक्षणिक संधी उपलब्ध करून देण्याव्यतिरिक्त, माध्यमिक स्तरावर परदेशी भाषा, उदा. कोरियन, जपानी, थाई, फ्रेंच, स्पॅनिश, पोर्तुगीज आणि रशियन यांच्यादेखील संधी उपलब्ध करून दिल्या जातील.
- नावीन्यपूर्ण आणि अनुभवात्मक पद्धती वापरून भाषा शिकवण्यासाठी प्रक्रिया समृद्ध केली जाईल.
- भारतीय सांकेतिक भाषा (इंडियन साइन लँग्वेज (ISL)) देशभर प्रमाणित केली जाईल.

आवश्यक विषय, कौशल्ये आणि क्षमतेचे अभ्यासक्रमिक एकात्मीकरण

- विद्यार्थ्यांना आपल्या वैयक्तिक अभ्यासक्रमाची निवड करताना त्यात वेगवेगळे पर्याय निवडण्याची मुभा असणे गरजेचे असले तरी, आजकालच्या वेगाने बदलणाऱ्या जगात एक चांगली, यशस्वी, नावीन्यपूर्ण, बदलांशी जुळवून घेणारी आणि निर्माणक्षम व्यक्ती होण्यासाठी, सर्व विद्यार्थ्यांनी काही विशिष्ट विषय, कौशल्ये आणि क्षमता शिकणे आवश्यक आहे. भाषेवरील प्रभुत्वाखेरीज यामध्ये पुढील गोष्टींचा समावेश आहे; वैज्ञानिक वृत्ती आणि पुरावाधिष्ठित विचारसरणी; कल्पकता आणि नावीन्यपूर्णता; सौंदर्यशास्त्र आणि कलेची समज; मौखिक आणि लेखी संवाद साधण्याची कला, स्वास्थ्य आणि पोषण; शारीरिक शिक्षण, तंदुरुस्ती, आरोग्य आणि क्रीडा; सहयोग आणि सांघिक भावना; समस्या सोडवणे आणि तार्किक विचार करणे; व्यावसायिक अनुभव आणि कौशल्ये; डिजिटल ज्ञान, कोडिंग आणि संगणकीय विचार; नैतिकता आणि नैतिक विचार, मनुष्य आणि घटनात्मक मूल्यांचे ज्ञान आणि अभ्यास; लैंगिक संवेदनशीलता; मूलभूत कर्तव्ये; नागरिकत्वविषयक कौशल्ये आणि मूल्ये; भारताविषयीचे ज्ञान; पाणी आणि साधनसंपत्तीच्या संरक्षणासह पर्यावरणाविषयी जागरूकता; स्वच्छता आणि साफसफाई; आणि चालू घडामोडी व स्थानिक समुदाय, राज्य, देश आणि जगाला भेडसावणाऱ्या गंभीर समस्यांचे ज्ञान.
- विद्यार्थ्यांमध्ये सर्व स्तरांवर विविध महत्त्वपूर्ण कौशल्ये विकसित व्हावी

यासाठी कृत्रिम बुद्धिमत्ता (आर्टिफिशिअल इंटेलिजन्स), डिझाइन थिंकिंग, सर्वांगीण आरोग्य (होलिस्टिक हेल्थ), ऑरगॅनिक लिव्हिंग, पर्यावरण शिक्षण, जागतिक नागरिकत्व शिक्षण (GCED) यांसारख्या समकालीन विषयांची प्रसंगोचित टप्प्यांवर ओळख करून दिली जाईल.

- शाळेच्या संपूर्ण कालावधीमध्ये गणित आणि संगणकीय विचार यांच्यावर जोर दिला जाईल.
- इयत्ता ६वी ते ८वी दरम्यान प्रत्येक विद्यार्थ्याने, राज्य आणि स्थानिक समुदायाने ठरवलेला आणि स्थानिक कौशल्य गरजांवर आधारित, एक मजेदार अभ्यासक्रम निवडायचा आहे. ज्यामुळे त्यांना सुतारकाम, इलेक्ट्रिकचे काम, धातूकाम, बागकाम, कुंभारकाम यांसारख्या महत्त्वपूर्ण व्यावसायिक कलांचा प्रत्यक्ष अनुभव मिळेल आणि कामाची पाहणी करता येईल. इयत्ता ६ वी ते ८ वी दरम्यान कधीतरी सर्व विद्यार्थी दप्तरविरहित दहा दिवसांच्या एका उपक्रमामध्ये सहभागी होतील.
- 'भारतविषयक ज्ञान' या विषयामध्ये प्राचीन भारताची माहिती आणि आधुनिक भारत उभारण्यात प्राचीन भारताचे योगदान, त्याचे यश आणि त्याच्यासमोरील आव्हाने याबरोबरच शिक्षण, आरोग्य, पर्यावरण इत्यादींशी संबंधित भारताच्या भविष्यातील अपेक्षांची स्पष्ट जाण हे समाविष्ट असेल.
- 'जे योग्य आहे ते करण्याचे' महत्त्व विद्यार्थ्यांना लहानपणीच शिकवले जाईल आणि नैतिक निर्णय घेण्यासाठी त्यांना एक तार्किक चौकट/साचा उपलब्ध करून दिला जाईल. आपले आयुष्य जगताना नैतिक मूल्यांचा स्वीकार करणे, तसेच एखाद्या नैतिक मुद्द्यावर वेगवेगळ्या दृष्टिकोनांतून विचार करून आपली भूमिका/युक्तिवाद तयार करणे आणि सर्व कामांमध्ये नैतिक पद्धतींचा अवलंब करणे, या सर्वांसाठी मुलांना सक्षम बनवणे हा यामागचा उद्देश आहे. अशा प्रकारच्या मूलभूत नैतिक युक्तिवादाचा परिणाम म्हणजे सर्व विद्यार्थ्यांमध्ये भारतीय पारंपरिक मूल्ये आणि सर्व मूलभूत मानवीय व घटनात्मक मूल्ये विकसित केली जातील.
- भारतीय व स्थानिक संदर्भ आणि प्रकृतिधर्म यांच्याशी घट्ट संबंध जोडला जाईल अशाप्रकारे पायाभूत स्तरापासून सुरुवात करून सर्व अभ्यासक्रम व अध्यापनशास्त्राची पुनर्निर्मिती केली जाईल. यामध्ये संस्कृती, परंपरा, वारसा, प्रथा, भाषा, तत्त्वज्ञान, भूगोल, प्राचीन आणि समकालीन ज्ञान, सामाजिक आणि वैज्ञानिक गरजा, शिकण्याच्या स्थानिक आणि पारंपरिक पद्धती इत्यादींचा समावेश असेल.
- NCERTद्वारे शालेय शिक्षणासाठी एक नवीन आणि व्यापक राष्ट्रीय

अभ्यासक्रम आराखडा, NCFSE 2020-21 तयार करण्याचे काम हाती घेण्यात येईल.

स्थानिक आशय आणि वैशिष्ट्यपूर्णता असलेली राष्ट्रीय पाठ्यपुस्तके

- आशय कमी करून शालेय अभ्यासक्रमात अधिक लवचिकता आणणे, तसेच घोकंपट्टी करून शिकण्यापेक्षा रचनात्मक पद्धतीने शिकण्यावर भर देणे, याच्या जोडीने शालेय पाठ्यापुस्तकातदेखील बदल झाले पाहिजेत. जिथे शक्य असेल तिथे, शिकवण्याकरता कोणती पुस्तके पाठ्यपुस्तके वापरायची हे निवडण्याचा पर्यायदेखील शाळा आणि शिक्षकांकडे असेल. अपेक्षित राष्ट्रीय आणि स्थानिक साहित्याचा समावेश असलेल्या पाठ्यपुस्तकांच्या संचामधून त्यांना पाठ्यपुस्तके निवडता येतील.
- विद्यार्थी आणि शैक्षणिक व्यवस्थेवर असलेले पाठ्यपुस्तकांच्या किमतीचे ओझे कमी करण्यासाठी अशा प्रकारची दर्जेदार पाठ्यपुस्तके शक्य तेवढ्या कमी किमतीत उपलब्ध करून देण्याचे उद्दिष्ट असेल. राज्य आपले स्वत:चे अभ्यासक्रम (जे शक्य तेवढे NCERT ने तयार केलेल्या NCFSE वर आधारित असतील) तयार करतील, ज्यामध्ये आवश्यकतेनुसार राज्याची वैशिष्ट्यपूर्णता आणि साहित्याचा समावेश केला जाईल. असे करताना NCERT ला राष्ट्रीय स्तरावरील स्वीकारार्ह निकष मानले जाईल, ही बाब ध्यानात ठेवावी लागेल.

विद्यार्थ्यांच्या विकासासाठी मूल्यमापनात परिवर्तन

- आपल्या शालेय व्यवस्थेच्या संस्कृतीमधील मूल्यमापनाच्या उद्दिष्टात बदल करून ते अधिक नियमित आणि रचनात्मक (फॉर्मेटिव्ह) केले जाईल. विश्लेषण, तार्किक विचार आणि संकल्पनात्मक सुस्पष्टता यांची पारख करणारे असेल.
- शाळेकडून पालकांना कळवल्या जाणाऱ्या सर्व विद्यार्थ्यांच्या शाळा-आधारित मूल्यमापनाचे प्रगतिपुस्तक म्हणजे एक सर्वांगीण, व्यापक (३६० अंश), बहुआयामी अहवाल असेल व या अहवालामध्ये, शिकणाऱ्या प्रत्येक व्यक्तीची आकलनीय (कॉग्निटिव्ह), भावात्मक (ॲफेक्टिव्ह) आणि सायकोमोटर क्षेत्रातील प्रगती, तसेच, विशेषत: अतिशय तपशीलवारपणे दर्शविली जाईल. यामध्ये शिक्षकाच्या मूल्यमापनासह स्व-मूल्यमापन, सहाध्यायी-मूल्यमापन, तसेच प्रकल्प आणि अन्वेषणावर आधारित अध्ययन, प्रश्नमंजूषा, नाट्यीकरण, सांघिक कार्य, पोर्टफोलिओज इ. मध्ये विद्यार्थ्याने केलेली

प्रगती या सर्वांचा समावेश असेल. प्रत्येक विद्यार्थ्याला वर्गात आणि वर्गाच्या बाहेर कशा प्रकारे मदत करावी, याविषयी महत्त्वपूर्ण माहिती पालक आणि शिक्षकांना देण्याचे काम प्रगतिपुस्तकाच्या माध्यमातून साध्य होईल. AI तंत्रज्ञानावर आधारित सॉफ्टवेअर विकसित करता येईल.

- बोर्ड परीक्षांची पुनर्रचना केली जाईल, जेणेकरून सर्वांगीण विकासाला प्रोत्साहन मिळेल; आपल्या वैयक्तिक आवडीनुसार विद्यार्थ्यांना ज्या विषयांसाठी बोर्डाची परीक्षा द्यायची आहे त्यातील बरेचसे विषय त्यांना निवडता येतील. बोर्ड परीक्षा 'अधिक सोप्या'देखील केल्या जातील, म्हणजे महिनोन्‌महिने केलेले कोचिंग आणि घोकंपट्टीऐवजी प्रामुख्याने मुख्य क्षमता/योग्यतेची पारख केली जाईल. बोर्ड परीक्षेशी संबंधित 'उच्च-जोखीम' पैलू दूर करण्यासाठी सर्व विद्यार्थ्यांना, त्यांची इच्छा असल्यास, कोणत्याही एका शालेय वर्षामध्ये दोनदा बोर्ड परीक्षेला बसता येईल, एक मुख्य परीक्षा आणि एक सुधारणा करण्यासाठी परीक्षा.
- अधिक लवचिकता, विद्यार्थ्यांना निवड करण्याचा पर्याय, आणि दोन-प्रयत्नांमधील- सर्वोत्तम या बदलांव्यतिरिक्त, प्रामुख्याने मुख्य क्षमतेची पारख करणारे मूल्यमापन, या बोर्ड परीक्षेतील महत्त्वाच्या प्रमुख सुधारणा असतील. कालांतराने बोर्डातर्फे बोर्ड परीक्षांचे व्यवहार्य नमुने/मॉडेल्स विकसित केले जातील. काही विषयांच्या बोर्ड परीक्षांची पुनर्रचना करून त्यांचे दोन भाग करता येतील – एक भाग असेल वस्तुनिष्ठ ज्यामध्ये बहुपर्यायी प्रश्न असतील आणि दुसऱ्या भागात वर्णनात्मक प्रश्न असतील.
- वरील सर्व बाबींच्या संदर्भात, NCERT सर्व हितसंबंधी घटक, उदा. SCERT मूल्यमापनाचे संचालक मंडळ (BoAs) प्रस्तावित नवीन राष्ट्रीय मूल्यमापन केंद्र इ. आणि शिक्षक, यांच्याशी सल्लामसलत करून मार्गदर्शक तत्त्वे तयार करेल.
- फक्त इयत्ता १०वी आणि १२वीच्या शेवटीच नाही तर संपूर्ण शालेय शिक्षणादरम्यान प्रगतीचा मागोवा घेण्यासाठी इयत्ता ३ री, ५ वी आणि ८वीतील सर्व विद्यार्थ्यांना, योग्य प्राधिकरणातर्फे घेतली जाणारी शाळेची परीक्षा द्यावी लागेल. यामुळे, शाळा आणि अध्यापन- अध्ययन प्रक्रियेमध्ये सुधारणा करण्याकरता विद्यार्थी, पालक, शिक्षक, मुख्याध्यापक आणि संपूर्ण शालेय यंत्रणेला फायदा होईल. या परीक्षा, घोकंपट्टीवर भर न देता, मूलभूत अध्ययन निष्पत्ती झाली की नाही याची पारख करतील. प्रमुख संकल्पनांचे मूल्यमापन आणि राष्ट्रीय व स्थानिक अभ्यासक्रमाचे ज्ञान, तसेच प्रसंगोचित उच्चस्तरीय कौशल्ये आणि प्रत्यक्ष जीवनात ज्ञानाचा

केलेला वापर, यावरून ही पारख केली जाईल.

- MHRD अंतर्गत एक मानक-निश्चिती संस्था म्हणून राष्ट्रीय मूल्यांकन केंद्र, PARAKH (परफॉर्मन्स असेसमेन्ट, रिव्ह्यू अ‍ॅन्ड अ‍ॅनालिसिस ऑफ नॉलेज फॉर होलिस्टिक डेव्हलपमेन्ट म्हणजेच सर्वांगीण विकासासाठी कामगिरीचे मूल्यांकन, समीक्षा आणि ज्ञानाचे विश्लेषण) स्थापन करणे प्रस्तावित आहे. भारतातील सर्व मान्यताप्राप्त शाळा मंडळांसाठी, विद्यार्थ्यांचे मूल्यांकन व मूल्यमापन करण्यासाठीचे निकष, मानके आणि मार्गदर्शक तत्त्वे निश्चित करणे, राज्य निष्पत्ती सर्वेक्षण (स्टेट अ‍ॅचिव्हमेन्ट सर्व्हे - SAS) करण्यास मार्गदर्शन करणे आणि राष्ट्रीय निष्पत्ती सर्वेक्षण (नॅशनल अ‍ॅचिव्हमेंट सर्व्हे - NAS) करणे, देशातील अध्ययन निष्पत्तीच्या कामगिरीवर देखरेख करणे आणि या धोरणात नमूद उद्दिष्टांच्या अनुरूप २१व्या शतकात आवश्यक असलेल्या कौशल्यांची पूर्तता करण्याच्या हेतूने शाळा मंडळांना त्यांचे मूल्यांकन नमुने स्वीकारण्यासाठी प्रोत्साहित व मदत करणे, ही मूलभूत उद्दिष्टे हे केंद्र पूर्ण करेल.
- विद्यापीठ प्रवेश परीक्षांची तत्त्वे एकसारखी असतील. राष्ट्रीय चाचणी संस्था/नॅशनल टेस्टिंग एजन्सी (NTA), उच्च गुणवत्तेची सामान्य योग्यता चाचणी, तसेच विज्ञान, मानव्यशास्त्रे, भाषा, कला आणि व्यावसायिक विषयांमधील विशेषीकृत सामान्य विषय परीक्षा घेण्याचे काम करेल. या परीक्षांमध्ये संकल्पनांची समज आणि ज्ञानाचा वापर करण्याची क्षमता तपासली जाईल. NTA चाचणी सेवांची उच्च गुणवत्ता, श्रेणी आणि लवचिकता बऱ्याच विद्यापीठांना या सामान्य प्रवेश परीक्षा वापरण्यास सक्षम करेल. शेकडो विद्यापीठांनी स्वत:च्या वेगवेगळ्या प्रवेश परीक्षा घेण्याऐवजी, या एका परीक्षेमुळे विद्यार्थी, विद्यापीठे आणि महाविद्यालयांवरचा, तसेच संपूर्ण शिक्षण व्यवस्थेवरचा भार मोठ्या प्रमाणात कमी होईल. त्यांच्या प्रवेशासाठी NTA मूल्यांकन वापरण्याबाबतचा निर्णय विद्यापीठे आणि महाविद्यालयांवर सोडला जाईल.

कुशाग्र बुद्धीच्या/विशेष प्रतिभासंपन्न विद्यार्थ्यांसाठी साहाय्य

- प्रत्येक विद्यार्थ्यामध्ये काही अंगभूत प्रतिभा असतात, त्या शोधल्या पाहिजेत, त्यांचे संगोपन केले पाहिजे, त्यांना उत्तेजन दिले पाहिजे आणि त्या विकसित केल्या पाहिजेत. जे विद्यार्थी एखाद्या क्षेत्रात विशेष रुची आणि क्षमता दर्शवतात, त्यांना सामान्य शालेय अभ्यासक्रमाच्या पलीकडेदेखील त्या क्षेत्राचा अभ्यास करण्यासाठी प्रोत्साहित केले पाहिजे. शिक्षकांच्या

शिक्षणामध्ये अशा विद्यार्थ्यांच्या प्रतिभा व आवडी ओळखण्याच्या आणि त्यांना उत्तेजन देण्याच्या पद्धतींचा समावेश असेल.

- विषयकेंद्रित आणि प्रकल्प आधारित क्लब आणि मंडळांना शाळा, शाळा संकुल, जिल्हा पातळीवर आणि त्याही पलीकडे प्रोत्साहन आणि साहाय्य केले जाईल. उदाहरणार्थ, विज्ञान मंडळे, गणित मंडळे, संगीत आणि नृत्य कलामंडळे, बुद्धिबळ मंडळे, कविता मंडळे, भाषा मंडळे, नाटक मंडळे, वादविवाद मंडळे, क्रीडा मंडळे, इको-क्लब, आरोग्य व स्वास्थ्य क्लब/योगा क्लब इत्यादी.
- देशभरात विविध विषयांच्या ऑलिम्पियाड आणि स्पर्धा घेण्यात येतील, त्यामुळे व्यवस्थित समन्वयाने शाळा ते स्थानिक ते राज्य ते देशपातळी अशी प्रगती होईल.
- एकदा का सर्व घरे आणि / किंवा शाळांमध्ये इंटरनेट-कनेक्शनयुक्त स्मार्टफोन किंवा टॅब्लेट उपलब्ध झाले की, पालक आणि शिक्षकांच्या योग्य देखरेखीखाली विद्यार्थ्यांसाठी गटांचे उपक्रम म्हणून प्रश्नमंजूषा, स्पर्धा, मूल्यांकन, समृद्ध साहित्य असलेली ऑनलाइन ॲप्स आणि समान आवडी असलेल्यांसाठी ऑनलाइन कम्युनिटीज विकसित केल्या जातील.

५. शिक्षक

भरती व नेमणूक

- उत्कृष्ट विद्यार्थी, विशेषतः, ग्रामीण भागातील, शिक्षकी व्यवसायात प्रवेश घेतील हे सुनिश्चित करण्यासाठी, चार वर्षांच्या दर्जेदार एकात्मिक बी.एड. अभ्यासक्रमांचा अभ्यास करण्यासाठी देशभरात मोठ्या प्रमाणात गुणवत्ता आधारित शिष्यवृत्त्या सुरू केल्या जातील. ग्रामीण भागांमध्ये, विशेषतः, गुणवत्तापूर्ण शिक्षकांची तीव्र कमतरता असलेल्या भागांमध्ये शिक्षकाची नोकरी स्वीकारण्यासाठी शिक्षकांना प्रोत्साहन (इन्सेंटिव्ह) दिले जाईल. ग्रामीण शाळांमध्ये शिक्षक म्हणून काम करण्यासाठीचे प्रमुख प्रोत्साहन म्हणजे शाळेच्या जवळपास किंवा शाळेच्या आवारात स्थानिक निवासाची सोय करणे किंवा वाढीव घरभत्ता देणे.
- शिक्षकांच्या वारंवार बदल्या करण्याची हानिकारक प्रथा थांबवली जाईल. शिवाय, ऑनलाईन संगणकीय प्रणालीने बदल्या करण्यात येतील, ज्यामुळे पारदर्शकता सुनिश्चित होईल.
- मजकूर आणि अध्यापनाच्या दृष्टीने अधिक चांगले चाचणी साहित्य बिंबवण्यासाठी शिक्षक पात्रता चाचण्या (टीचर्स एलिजीबिलिटी टेस्ट -

TET) सशक्त केल्या जातील. शालेय शिक्षणाच्या सर्व स्तरांवरील शिक्षकांनाही TETमध्ये समाविष्ट करण्यात येईल. अध्यापनाची आवड आणि प्रेरणेचे मोजमाप करण्यासाठी, वर्गात एखादे प्रात्यक्षिक किंवा मुलाखत हा शाळा आणि शाळा संकुलामध्ये शिक्षकभरती करण्याचा एक अविभाज्य भाग बनेल.

- सर्व विषयांसाठी, विशेषत:, कला, शारीरिक शिक्षण, व्यावसायिक शिक्षण आणि भाषा या विषयांसाठी पुरेसे शिक्षक असतील हे सुनिश्चित करण्यासाठी शाळा किंवा संकुलात शिक्षकांची भरती केली जाऊ शकेल आणि राज्य/केंद्रशासित प्रदेश सरकारांनी स्वीकारलेल्या शाळा-गटांच्या अनुसार शाळांदरम्यान शिक्षकांचे शेअरिंग करण्याचा विचार केला जाऊ शकतो.
- पारंपरिक स्थानिक कला, व्यावसायिक हस्तकला, उद्योजकता, शेती किंवा असा इतर कोणताही विषय ज्यात स्थानिक नैपुण्य उपलब्ध आहे, अशा विविध विषयांचे 'मास्टर प्रशिक्षक' म्हणून स्थानिक प्रतिष्ठित व्यक्ती किंवा तज्ज्ञांची भरती करण्यास शाळा / शाळा संकुलांना प्रोत्साहन दिले जाईल.

सेवेतील वातावरण आणि कार्यसंस्कृती

- या दिशेने पहिली आवश्यकता म्हणजे शाळांमध्ये काम करण्यासाठी चांगली आणि सुखकर स्थिती निर्माण करणे. हे सुनिश्चित करण्यासाठी सर्व शाळांमध्ये पुरेशा व सुरक्षित पायाभूत सुविधा उपलब्ध करून देण्यात येतील, ज्यामध्ये वापरात असलेली शौचालये, पिण्याचे शुद्ध पाणी, स्वच्छ व आकर्षक जागा, वीज, संगणकीय उपकरणे, इंटरनेट, ग्रंथालये आणि खेळांची व करमणुकीची साधने यांचा समावेश असेल.
- शाळा संकुलाच्या निर्मितीमुळे उत्साही शिक्षक समुदाय तयार करण्यात यश येऊ शकते. शिक्षकांची शाळा संकुलात भरती केल्याने आपोआपच शाळा संकुलातील शाळांमध्ये संबंध निर्माण होऊ शकतील; शिक्षकांचे विषयनिहाय अत्युत्तम वाटप सुनिश्चित करण्यास मदत होईल, ज्यामुळे शिक्षकी ज्ञानाचे भांडार तयार होईल. शिक्षकांना अधिक साहाय्य करण्यासाठी आणि शिक्षणाचे प्रभावी वातवरण तयार करण्यास मदत करण्यासाठी शाळा संकुले समुपदेशक, प्रशिक्षित समाजसेवक, तांत्रिक आणि देखभाल कर्मचारी इत्यादीदेखील शेअर करू शकतात.
- शिक्षकदेखील, शाळा व्यवस्थापन समित्यांचे/शाळा संकुल व्यवस्थापन समित्यांचे सदस्य म्हणून शाळांच्या/शाळा संकुलाच्या प्रशासनामध्ये अधिक

सहभाग घेतील.

- शिक्षकांना यापुढे शिक्षणाशी संबंधित नसलेली कामे करायला सांगितले जाणार नाही; विशेषत:, शिक्षकांना खडतर प्रशासकीय कामांमध्ये आणि तर्कसंगत किमान वेळेपेक्षा अधिक वेळ माध्यान्ह भोजनाशी संबंधित कामात गुंतवले जाणार नाही.
- प्रभावीपणे शिकण्यासाठी आणि सर्व हितसंबंधींच्या फायद्यासाठी, प्राचार्यांनी आणि शिक्षकांनी त्यांच्या शाळांमध्ये काळजी घेणारी आणि सर्वसमावेशक संस्कृती विकसित करणे, हे त्यांच्या भूमिकेत स्पष्टपणे समाविष्ट असेल.
- शिक्षकांना अध्यापनशास्त्राचे पैलू निवडण्यात अधिक स्वायत्तता देण्यात येईल.

अखंड व्यवसायिक विकास (CPD)

- स्वत:मध्ये सुधारणा करण्यासाठी आणि आपल्या व्यवसायाशी निगडित नवीनतम उपक्रम आणि प्रगती याविषयी जाणून घेण्यासाठी, शिक्षकांना सतत संधी दिल्या जातील. प्रत्येक शिक्षकाने आपल्या व्यावसायिक विकासासाठी दरवर्षी किमान ५० तासांसाठी CPDच्या संधींमध्ये स्वेच्छेने सहभागी होणे अपेक्षित आहे. CPDच्या संधींमध्ये विशेषत: पायाभूत साक्षरता आणि संख्याज्ञान, अध्ययनाच्या निष्पत्तीचे रचनात्मक आणि अनुकूल (ॲडॅप्टिव्ह) मूल्यांकन, क्षमतेवर आधारित अध्ययन यांच्याशी निगडित नवीनतम अध्यापनशास्त्र, तसेच, इतर संबंधित अध्यापनशास्त्र, उदा. अनुभवात्मक अध्ययन, कला-एकात्मीकरण, क्रीडा-एकात्मीकरण आणि कथाकथनावर आधारित दृष्टिकोन इ. यांचा पद्धतशीरपणे समावेश केला जाईल.
- शाळेचे मुख्याध्यापक आणि शाळेच्या संकुलाचे प्रमुख यांनादेखील आपल्या चांगल्या प्रथा/ पद्धतींविषयी एकमेकांना सांगता येईल. अशा प्रमुखांनी दर वर्षी CPDमोड्युल्समध्ये ५० किंवा त्याहून अधिक तास सहभाग होणे अपेक्षित आहे. यामध्ये, नेतृत्वगुण आणि व्यवस्थापनाबरोबरच आशय आणि अध्यापनशास्त्राशी संबंधित कार्यक्रमांचादेखील समावेश असेल. तसेच क्षमतेवर आधारित शिक्षण या विचाराचा आधार घेऊन अध्यापनशास्त्रीय योजना तयार करणे आणि त्याची अंमलबजावणी करणे यावर भर दिला जाईल.

करिअर व्यवस्थापन आणि प्रगती (CMP)

- उत्कृष्ट कामगिरी करणाऱ्या शिक्षकांचे कौतुक केले पाहिजे आणि त्यांना पदोन्नती दिली पाहिजे. तसेच, उत्तम कामगिरी करण्याकरता प्रोत्साहन देण्यासाठी त्यांना पगारवाढ दिली पाहिजे. म्हणूनच, कार्यकाळ, पदोन्नती आणि वेतनमान यांचा समावेश असलेली, शिक्षकांच्या प्रत्येक टप्प्यावर एकाहून अधिक स्तर असलेली, उत्कृष्ट शिक्षकांना प्रोत्साहित आणि सन्मानित करणारी, गुणवत्तेवर आधारित सशक्त व्यवस्था विकसित केली पाहिजे.
- शिक्षकांना करिअर विकासाची संधी (कार्यकाळ, पदोन्नती, वेतनवाढ इ. च्या दृष्टीने) शाळेच्या एकाच स्तरावर असताना (म्हणजेच पायाभूत, पूर्वाध्ययन, पूर्वमाध्यमिक किंवा माध्यमिक) उपलब्ध असेल याची सुनिश्चिती केली जाईल.
- शिक्षकांची गुणवत्तेवर आधारित वरच्या स्तरावर बढती होणे (व्हर्टिकल मोबिलिटी) अतिशय महत्त्वाचे आहे.

शिक्षकांसाठी व्यावसायिक मानके

- NCERT, SCERT विविध स्तर आणि प्रदेशातील शिक्षक, शिक्षक तयारी आणि विकासात गुंतलेल्या तज्ज्ञ संस्था, व्यावसायिक शिक्षणातील तज्ज्ञ संस्था आणि उच्च शैक्षणिक संस्था यांच्याशी सल्लामसलत करून, २०२२ पर्यंत शिक्षकांसाठी राष्ट्रीय व्यावसायिक मानकांचा सर्वसामान्य मार्गदर्शक संच तयार करण्यात येईल. कार्यकाळ किंवा वरिष्ठता याच्या आधारावर पदोन्नती किंवा पगारवाढ होणार नाही, तर ती फक्त अशा प्रकारच्या मूल्यांकनाच्या आधारावर केली जाईल.

विशिष्ट कौशल्ये असलेले शिक्षक

- शालेय शिक्षणातील काही क्षेत्रांमध्ये विशिष्ट कौशल्ये असलेल्या अतिरिक्त शिक्षकांची नितांत गरज आहे. अशा प्रकारच्या खास आवश्यकतांची उदाहरणे म्हणजे, पूर्वमाध्यमिक आणि माध्यमिक शाळेच्या स्तरावर दिव्यांग मुलांना विषय शिकवणे, तसेच विशिष्ट अध्ययन विकलांगता असलेल्यांना शिकवणे. अशा शिक्षकांना फक्त विषय शिकवण्याचे ज्ञान आणि शिक्षणातील विषयाशी संबंधित उद्दिष्टांची समज असून चालत नाही, तर त्यांच्याकडे मुलांच्या विशेष गरजा समजून घेण्यासाठी योग्य कौशल्ये असण्याची देखील गरज आहे.

शिक्षक शिक्षणाचा दृष्टिकोन

- उच्च गुणवत्ता असलेले आशय तसेच अध्यापनशास्त्र यामध्ये शिक्षकांना प्रशिक्षण देण्याची गरज असल्याचे लक्षात घेऊन, २०३०पर्यंत शिक्षकांचे शिक्षण हळूहळू बहुशाखीय महाविद्यालये आणि विद्यापीठांमध्ये हलवण्यात येईल. सर्व महाविद्यालये आणि विद्यापीठे बहुशाखीय होण्याच्या दिशेने वाटचाल करणार असल्याने, शिक्षण क्षेत्रातील बी.एड., एम.एड. आणि पीएच.डी. पदवी देणारे चांगल्या दर्जाचे शिक्षण विभाग सुरू करण्याचा उद्देशदेखील त्यांच्यापुढे असेल.
- २०३० पर्यंत, अध्यापनासाठी लागणारी किमान पात्रता असेल चार वर्षांची एकात्मीकृत बी.एड. ची पदवी, ज्यामध्ये ज्ञानसामग्री आणि अध्यापनशास्त्राविषयी विस्ताराने शिकवले जाईल आणि स्थानिक शाळेत विद्यार्थी-अध्यापनाच्या रूपात ठोस असे व्यावहारिक प्रशिक्षण दिले जाईल. चार वर्षांची एकात्मीकृत बी.एड.ची पदवी उपलब्ध करून देणाऱ्या बहुशाखीय संस्थांतर्फेच दोन वर्षांचा बी.एड.चा कार्यक्रम उपलब्ध करून दिला जाईल आणि तो फक्त अशा व्यक्तींसाठी असेल ज्यांनी आधीच विशेष विषयांमध्ये बॅचलरची पदवी मिळवली आहे. चार वर्षांचे वर्गात घेतले जाणारे एकात्मिक बी.एड. कार्यक्रम उपलब्ध करून देणाऱ्या आणि ODLसाठी अधिस्वीकृती मिळवलेल्या बहुशाखीय उच्च शिक्षण संस्थांना, उच्च दर्जाचे बी.एड. कार्यक्रम मिश्र किंवा ODL स्वरूपात देखील उपलब्ध करून देता येतील.
- बी.एड.च्या सर्व कार्यक्रमांमध्ये, अध्यापनशास्त्रातील काळाच्या कसोटीवर सिद्ध झालेली तंत्रे, तसेच नवीन तंत्रे यांच्या प्रशिक्षणाचा समावेश असेल. याबरोबरच पायाभूत साक्षरता आणि संख्याज्ञान, बहुस्तरीय अध्यापन आणि मूल्यांकन, दिव्यांग मुलांना शिकवणे, विशेष आवड आणि प्रतिभा असलेल्या मुलांना शिकवणे, शैक्षणिक तंत्रज्ञानाचा वापर, विद्यार्थी केंद्रित व सहयोगी शिक्षण याच्याशी संबंधित अध्यापनशास्त्राचादेखील समावेश असेल. बी.एड.च्या सर्व कार्यक्रमांमध्ये प्रभावी व्यावहारिक प्रशिक्षणाचा समावेश असेल, जो स्थानिक शाळांमध्ये वर्गातील अध्यापनाच्या रूपात उपलब्ध करून दिला जाईल. कोणताही विषय शिकवताना किंवा कोणतीही कामगिरी करताना, भारतीय घटनेतील मूलभूत कर्तव्ये (कलम ५१ ए), तसेच इतर घटनात्मक तरतुदींचे पालन करण्यावर बी.एड.च्या सर्व कार्यक्रमांमध्ये भर दिला जाईल. पर्यावरणाविषयी जागरूकता, त्याचे संरक्षण करण्याची संवेदनशीलता

आणि शाश्वत विकास या सर्वांची सांगड या सर्व कार्यक्रमांमधून योग्यप्रकारे घातली जाईल. त्यामुळे पर्यावरणाचे शिक्षण हे शाळेच्या अभ्यासक्रमाचा अविभाज्य भाग बनेल.

- स्थानिक कला, संगीत, शेती, व्यवसाय, खेळ, सुतारकाम आणि इतर व्यावसायिक हस्तकला यांसारख्या स्थानिक व्यवसाय, ज्ञान आणि कौशल्यांचा प्रसार करण्याच्या उद्देशाने ज्या प्रतिष्ठित स्थानिक व्यक्तींना शाळा किंवा शाळा संकुलांमध्ये 'मास्टर प्रशिक्षक' म्हणून शिकविण्यासाठी नियुक्त केले जाऊ शकते, त्यांच्यासाठी कमी कालावधीचे विशेष स्थानिक शिक्षक शिक्षण कार्यक्रम BITE, DIET किंवा त्याच शाळा संकुलांमध्येदेखील उपलब्ध असतील.
- बहुशाखीय महाविद्यालये आणि विद्यापीठांमध्ये, बी.एड. नंतरचे कमी कालावधीचे प्रमाणपत्र अभ्यासक्रम अशा शिक्षकांसाठी व्यापकपणे उपलब्ध करून दिले जातील.
- सन २०२१पर्यंत, या राष्ट्रीय शैक्षणिक धोरण २०२० मधील तत्त्वांच्या आधारे NCERTशी सल्लामसलत करून NCTE, शिक्षक शिक्षणासाठी एक नवीन आणि सर्वसमावेशक असा राष्ट्रीय अभ्यासक्रम आराखडा म्हणजे NCFTE 2021 तयार करेल.

६. यथायोग्य आणि सर्वसमावेशक शिक्षण : सर्वांसाठी शिक्षण

- शालेय शिक्षणामध्ये प्रवेश, सहभाग आणि अध्ययन निष्पत्तीमधील सामाजिक श्रेणीची दरी कमी करणे हे शिक्षण क्षेत्रातील सर्व विकास कार्यक्रमांचे एक प्रमुख लक्ष्य असेल.
- दर्जेदार शाळांची उपलब्धता, गरिबी, सामाजिक नियम आणि चालीरीती, भाषा यांच्यासह अनेक घटक अनुसूचित जातीच्या विद्यार्थ्यांमधील नोंदणीचे आणि ते शाळेत टिकण्याचे प्रमाण यावर परिणाम करतात. अनुसूचित जातीच्या विद्यार्थ्यांना प्रवेश, सहभाग आणि अध्ययनातील निष्पत्ती यातील दरी दूर करणे हे महत्त्वाच्या उद्दिष्टांपैकी एक असेल. तसेच इतर मागास वर्ग (OBC) जे ऐतिहासिकदृष्ट्या सामाजिक आणि आर्थिकदृष्ट्या मागास असल्याचे लक्षात आले आहे, त्यांच्याकडेसुद्धा खास लक्ष देणे आवश्यक आहे.
- आदिवासी समुदायातील मुलांच्या प्रगतीसाठी अनेक कार्यक्रमांमार्फत प्रयत्न केले जातात आणि ते करणे पुढेही सुरूच राहील, तरीही अशा प्रयत्नांचा लाभ आदिवासी समुदायातील मुलांना मिळेल, हे सुनिश्चित करण्यासाठी

खास यंत्रणा तयार करणे आवश्यक आहे.

- खास गरजा असलेल्या (CWSN) किंवा दिव्यांग मुलांच्या सक्षमीकरणासाठी त्यांना इतर कोणत्याही मुलांप्रमाणे दर्जेदार शिक्षण मिळवण्यासाठी समान संधी पुरवणारी यंत्रणा तयार करण्याचे महत्त्वसुद्धा हे धोरण मान्य करते.
- खालील उप-विभागांमध्ये नमूद केल्याप्रमाणे शालेय शिक्षणातील सामाजिक श्रेणीची दरी कमी करण्यासाठी लक्ष केंद्रित करण्याकरता स्वतंत्र रणनीती तयार करण्यात येईल.

१. शैक्षणिकदृष्ट्या वंचित मोठी SEDG लोकसंख्या असलेल्या देशातील भागांना खास शैक्षणिक विभाग (स्पेशल एज्युकेशन झोन्स- SEZ) जाहीर करण्याची शिफारस केलेली आहे.

२. केवळ सध्याच नव्हे तर भविष्यातील पिढ्यांसाठी, मुलींना गुणवत्तापूर्ण शिक्षण देणे हा या SEDG मधील शैक्षणिक गुणवत्ता पातळी वाढवण्याचा सर्वोत्तम मार्ग आहे. हे धोरण SEDGs मधील विद्यार्थ्यांच्या समावेशासाठी आखलेल्या धोरणांमध्ये आणि योजनांमध्ये, विशेषत:, या SEDGs मधील मुलींना लक्ष्य करण्याची शिफारस करत आहे.

३. सर्व मुलींना आणि ट्रान्स-जेंडर विद्यार्थ्यांना न्याय्य, गुणवत्तापूर्ण शिक्षण पुरवण्याची देशाची क्षमता तयार करण्यासाठी भारत सरकार 'लिंग-समावेश निधी' तयार करेल. याच प्रकारच्या 'समावेश निधी' योजना इतर SEDGs मधील प्रवेशाच्या समस्यांवर उपाययोजना म्हणून विकसित करण्यात येतील. थोडक्यात, कोणत्याही लिंगाच्या किंवा इतर सामाजिक-आर्थिकदृष्ट्या वंचित गटातील मुलांना शिक्षण (व्यावसायिक शिक्षणासह) उपलब्ध होण्यामध्ये शिल्लक असलेली असमानता दूर करण्याचे या धोरणाचे ध्येय आहे.

४. ज्या शाळांच्या ठिकाणी मुलांना फार दुरून यावे लागते त्यांच्यासाठी, विशेषत:, सामाजिक-आर्थिकदृष्ट्या वंचित पार्श्वभूमीमधून आलेल्या मुलांसाठी जवाहर नवोदय विद्यालयांच्या दर्जाच्या - सर्व विद्यार्थ्यांच्या, विशेषत:, मुलींच्या सुरक्षिततेची योग्य व्यवस्था असलेल्या मोफत वसतिगृह सुविधा बांधल्या जातील. कस्तुरबा गांधी बालिका विद्यालये मजबूत केली जातील आणि चांगल्या दर्जाच्या शाळांमधील (इयत्ता १२ वी पर्यंत) सामाजिक-आर्थिकदृष्ट्या वंचित पार्श्वभूमीमधून आलेल्या मुलींचा सहभाग वाढवण्यासाठी या विद्यालयांचा विस्तार केला जाईल. उच्च दर्जाच्या शैक्षणिक संधी वाढवण्यासाठी देशभर- विशेषत:, महत्त्वाकांक्षी जिल्ह्यांमध्ये, खास शैक्षणिक विभागांमध्ये आणि इतर वंचित भागांमध्ये अतिरिक्त जवाहर नवोदय विद्यालये आणि केंद्रीय विद्यालये बांधली जातील. प्रारंभिक बाल्यावस्था संगोपन आणि शिक्षणाचे किमान एक वर्ष पूर्ण करणारा शाळा-पूर्व विभाग देशभरातील,

विशेषत:, वंचित भागातील केंद्रीय विद्यालयांना आणि इतर प्राथमिक शाळांना जोडला जाईल.

५. ECCE आणि शालेय प्रणालीत दिव्यांग मुलांचा समावेश आणि समान सहभाग सुनिश्चित करण्यालासुद्धा सर्वोच्च प्राधान्य दिले जाईल.

६. शाळा/शालेय संकुलामध्ये अपंग विद्यार्थ्यांचे एकात्मीकरण करण्यासाठी संसाधने पुरवली जातील, आवश्यकता असेल तिथे, विशेषत: गंभीर किंवा अनेक प्रकारचे अपंगत्व (बहुविकलांग) असलेल्या मुलांसाठी विविध-अपंगत्वाशी संबंधित प्रशिक्षण घेतलेल्या खास शिक्षकांची भरती केली जाईल. RPWD कायद्यानुसार अपंगत्व असलेल्या सर्व मुलांना कोणत्याही अडथळ्याविना शाळेत प्रवेश करता येईल, अशी व्यवस्था केली जाईल.

७. RPWD कायदा २०१६ नुसार, मापदंड असलेले अपंगत्व असलेल्या मुलांना नियमित किंवा खास शाळेचा पर्याय उपलब्ध असेल. अशा विद्यार्थ्यांसाठी उच्च दर्जाचे होम स्कूलिंग साध्य करण्यासाठी आई-वडिलांना/पालकांना साह्य केले जाईल. शाळेत जाऊ न शकणाऱ्या गंभीर आणि अनेक प्रकारची अ-क्षमता असलेल्या मुलांसाठी घरबसल्या शिक्षणाचा पर्याय उपलब्ध असणे सुरूच राहील.

८. बहुतेक सर्व वर्गांमध्ये विशिष्ट शैक्षणिक अ-क्षमता असलेली मुले असतात आणि त्यांना सातत्याने मदतीची गरज असते. प्रस्तावित नवीन राष्ट्रीय मूल्यांकन केंद्र, 'परख'सह इतर मूल्यांकन आणि प्रमाणन संस्था शैक्षणिक अ-क्षमता असलेल्या सर्व मुलांना न्याय्य प्रवेश आणि संधी मिळेल, हे सुनिश्चित करण्यासाठी पायाभूत स्तरापासून ते उच्च शिक्षणापर्यंत (प्रवेश परीक्षांसह) असे मूल्यांकन करण्यासाठी मार्गदर्शक तत्त्वे घालून देतील आणि योग्य साधनांची (टूल्सची) शिफारस करतील.

९. विशिष्ट अ-क्षमता (शैक्षणिक अ-क्षमतेसह) असलेल्या मुलांना कसे शिकवायचे याबद्दलची जागृती आणि ज्ञान सर्व शिक्षक-शिक्षण कार्यक्रमांचा अविभाज्य भाग असेल. त्याबरोबरच लैंगिक संवेदनशीलता आणि अल्प प्रतिनिधित्व असलेल्या गटांबद्दलची संवेदनशीलता वाढवली जाईल, त्यामुळे त्यांचे अल्प प्रतिनिधित्व असण्याची स्थिती सुधारता येईल.

१०. पर्यायी शाळांना त्यांच्या परंपरागत किंवा पर्यायी अध्यापनशास्त्र पद्धती जतन करण्यासाठी प्रोत्साहित केले जाईल. त्याचवेळी, NCFSEने निश्चित केलेले विषय आणि शिक्षणाचे भाग त्यांच्या अभ्यासक्रमात समाविष्ट करून घेण्यासाठी त्यांना मदत केली जाईल.

११. SEDGमध्ये आणि धोरणातील वरील सर्व मुद्द्यांच्या अनुषंगाने अनुसूचित जाती आणि अनुसूचित जमातींच्या शैक्षणिक विकासातील तफावत कमी करण्यासाठी

खास लक्ष दिले जाईल.

१२. राज्य सरकारने संरक्षण मंत्रालयाच्या देखरेखीखाली माध्यमिक आणि उच्च माध्यमिक शाळांमध्ये NCCची शाखा सुरू करायला प्रोत्साहन द्यावे.

१३. शिक्षक, प्रशिक्षित समाजसेवक आणि समुपदेशक, तसेच सर्वसमावेशक शालेय अभ्यासक्रमासाठी केलेले संबंधित बदल या सर्वांच्या माध्यमातून निर्माण झालेल्या या नवीन शिक्षण संस्कृतीद्वारे विद्यार्थ्यांमध्ये संवेदनशीलता निर्माण केली जाईल. शाळेच्या अभ्यासक्रमामध्ये सुरुवातीपासूनच मानवी मूल्यांवरील साहित्याचा समावेश करण्यात येईल.

७. शाळा संकुल/क्लस्टरच्या माध्यमातून कार्यक्षम संसाधन आणि प्रभावी व्यवस्थापन

- समग्र शिक्षा योजनेमध्ये विलीन झालेल्या सर्व शिक्षण अभियानामुळे (SSA) आणि राज्यभरातून झालेल्या महत्त्वपूर्ण प्रयत्नांमुळे, देशभरातील प्रत्येक वस्तीमध्ये प्राथमिक शाळांची स्थापना होऊन, जवळजवळ सर्वांना प्राथमिक शाळेची सुविधा उपलब्ध झाली असली तरी, यामुळे अनेक अतिशय छोट्याा शाळांची निर्मिती झाली आहे.
- या शाळांच्या छोट्याा आकारामुळे त्या आर्थिकदृष्ट्या कमी दर्जाच्या ठरत आहेत, तसेच शिक्षकांची नियुक्ती आणि महत्त्वपूर्ण भौतिक साधनांच्या तरतुदींच्या दृष्टीने एक चांगली शाळा चालवणे गुंतागुंतीचे झाले आहे.
- छोट्या शाळांच्या विलगीकरणामुळे शिक्षण आणि अध्यापन-अध्ययन प्रक्रियेवरदेखील नकारात्मक परिणाम होतो. शिक्षक आणि विद्यार्थी दोघेही समुदायांमध्ये आणि विविध गटांबरोबर उत्कृष्ट काम करू शकतात. छोट्या शाळा या शासन आणि व्यवस्थापनासाठी व्यवस्थात्मक आव्हानदेखील आहेत.
- शाळांचे गट तयार करण्यासाठी किंवा त्यांना तर्कसंगत स्वरूप देण्यासाठी, राज्य/केंद्रशासित प्रदेशांकडून नावीन्यपूर्ण यंत्रणेचा अवलंब करून, सन २०२५ पर्यंत या आव्हानांचे निराकरण केले जाईल. प्रत्येक शाळेला पुढील गोष्टी उपलब्ध असतील याची सुनिश्चिती करणे हा या हस्तक्षेपामागचा उद्देश असेल; (अ) पुरेशा प्रमाणात समुपदेशक, प्रशिक्षित समाजसेवक, तसेच कला, संगीत, शास्त्र, क्रीडा, भाषा, व्यावसायिक विषय इत्यादींसह सर्व विषय शिकवण्यासाठी शिक्षक (सामायिक किंवा अन्यथा) (ब) पुरेशा प्रमाणात साधने (सामायिक किंवा अन्यथा), उदा. ग्रंथालय, शास्त्र प्रयोगशाळा, संगणक प्रयोगशाळा, कौशल्यांसाठी प्रयोगशाळा, खेळाचे मैदान, क्रीडा

साहित्य आणि सुविधा इ. (क) शिक्षक, विद्यार्थी आणि शाळा यांच्यात असलेल्या विभक्तपणाच्या समस्येवर मात करण्यासाठी, एकत्रित व्यावसायिक विकास कार्यक्रम, अध्यापन-अध्ययन आशयाची देवाण-घेवाण, एकत्रितपणे आशयनिर्मिती, कला आणि शास्त्र प्रदर्शने, क्रीडा स्पर्धा, प्रश्नमंजूषा, वादविवाद आणि मेळावे यांसारखे एकत्रितपणे उपक्रम भरवून, समुदायाचा भाग असल्याची भावना निर्माण करणे (ड) दिव्यांग मुलांच्या शिक्षणासाठी सर्व शाळांमधून सहयोग आणि साहाय्य (इ) सर्व बारीकसारीक निर्णय प्रत्येक शाळेच्या गटामधील मुख्याध्यापक, शिक्षक आणि इतर हितसंबंधित व्यक्तींकडे सुपूर्द करून आणि पायाभूत स्तर ते माध्यमिक स्तर यामधील अशा सर्व गटांना एकात्मिक गटांना एकात्मिक अर्ध-स्वायत्त संस्था/युनिटचा दर्जा देऊन, शालेय प्रणालीच्या शासनामध्ये सुधारणा करणे.

- वरील गोष्ट साध्य करण्यासाठी एक संभाव्य यंत्रणा म्हणजे शाळा संकुल नावाच्या गट तयार करणाऱ्या रचनेची स्थापना करणे, त्यात एक माध्यमिक शाळा असेल, आणि त्याबरोबर पाच ते दहा किलोमीटर परिघातील अंगणवाड्यांसहित आजूबाजूच्या परिसरातील खालच्या इयत्तांना शिकवणाऱ्या इतर सर्व शाळा असतील.
- शाळा संकुल/क्लस्टर्सची स्थापना आणि संकुलामधून साधनांची देवाण-घेवाण यामुळे इतर अनेक फायदे मिळणार आहेत. उदा. दिव्यांग मुलांना मिळणाऱ्या साहाय्यामध्ये सुधारणा, शाळा संकुलामधून अधिक विषयकेंद्रित मंडळे/क्लब्ज आणि शैक्षणिक/क्रीडा/कला/हस्तकलेचे उपक्रम, सामायिक शिक्षकांच्या माध्यमातून वर्गामध्ये कला, संगीत, भाषा, व्यावसायिक विषय, शारीरिक शिक्षण आणि इतर विषयांचा अधिक चांगला समावेश, तसेच व्हर्च्युअल वर्ग घेण्यासाठी ICT साधनांचा वापर, समाजसेवक आणि समुपदेशकांच्या देवाण-घेवाणीमार्फत विद्यार्थ्यांना अधिक चांगले साहाय्य, अधिक चांगली नावनोंदणी, उपस्थिती, कामगिरी, अधिक मजबूत आणि सुधारित शासनाकरता (फक्त शाळा व्यवस्थापन समित्यांच्याऐवजी) शाळा संकुल व्यवस्थापन समित्या, स्थानिक हितसंबंधींकडून देखरेख, पर्यवेक्षण, नावीन्यपूर्ण उपक्रम आणि पुढाकार, शाळा, शाळांचे प्रमुख, शिक्षक, मदत करणारे कर्मचारी, पालक आणि स्थानिक नागरिकांचा अशा प्रकारचा मोठा समुदाय तयार केल्याने साधने कार्यक्षमतेने वापरून शालेय व्यवस्थेला ऊर्जा मिळेल आणि सामर्थ्य प्राप्त होईल.
- शाळा संकुल / क्लस्टर्समुळे शाळांच्या शासनातदेखील सुधारणा होईल आणि त्या अधिक कार्यक्षम बनतील.

- अशा संकुल / क्लस्टर्सच्या माध्यमातून, योजनेनुसार काम करायची संस्कृती विकसित केली जाईल; यामध्ये अल्पकालीन आणि दीर्घकालीन अशा दोन्ही प्रकारच्या योजनांचा समावेश असेल.
- सार्वजनिक आणि खाजगी शाळांसहित इतर सर्व शाळांमधील सहयोग आणि सकारात्मक ताळमेळ वाढवण्यासाठी, देशभरातील एक सार्वजनिक शाळा आणि एक खाजगी शाळा यांची जोडी तयार केली जाईल. जेणेकरून अशा जोडशाळा एकमेकींना भेटू किंवा एकमेकींशी संवाद साधू शकतील, एकमेकींकडून शिकू शकतील आणि शक्य असेल तर साधनांची देवाण-घेवाण करू शकतील. जिथे शक्य असेल तिथे, दोन्ही प्रकारच्या शाळांच्या सर्वोत्कृष्ट प्रथा/पद्धती लिहून काढल्या जातील, त्यांच्याविषयी माहिती दिली जाईल आणि इतर शाळांमध्ये त्यांचा अवलंब केला जाईल.

८. शालेय शिक्षणासाठी मानक ठरवणे आणि अधिस्वीकृती

- शैक्षणिक निष्पत्तीमध्ये सातत्याने सुधारणा करणे हे शालेय शिक्षण नियामक व्यवस्थेचे उद्दिष्ट असायला हवे; शाळा आणि शिक्षकांना उत्कृष्टतेसाठी प्रयत्न करता यावा आणि आपले सर्वोत्कृष्ट काम करता यावे, यासाठी त्यांना विश्वासपूर्ण पद्धतीने सशक्त बनवणे, याबरोबरच पूर्ण पारदर्शकतेची अंमलबजावणी करणे आणि सर्व आर्थिक व्यवहार, प्रक्रिया आणि शैक्षणिक निष्पत्तीचे सार्वजनिक प्रकटीकरण करून व्यवस्थेची एकात्मता अबाधित राखणे हे नियमनासमोरील उद्दिष्ट असावे.
- सार्वजनिक आणि खाजगी दोन्ही प्रकारच्या शाळांची उद्दिष्टे एकच असायला हवीत : दर्जेदार शिक्षण उपलब्ध करून देणे; तरीसुद्धा या दोन्ही प्रकारच्या शाळांसाठी असणाऱ्या नियमनाच्या दृष्टिकोनात खूपच असमानता आहे.
- राज्य शालेय शिक्षण व्यवस्थेसंदर्भात या धोरणाची मुख्य तत्त्वे आणि शिफारशी, या व्यवस्थेतील स्वतंत्र जबाबदाऱ्या आणि त्याच्या नियमनाबाबतचा दृष्टिकोन खालीलप्रमाणे आहे.

(अ) शालेय शिक्षण विभाग, ही शालेय शिक्षणातील सर्वोच्च राज्यस्तरीय संस्था, सार्वजनिक शिक्षण व्यवस्थेच्या सतत सुधारणेसाठी, सर्वांगीण देखरेखीसाठी आणि धोरणनिर्मितीसाठी जबाबदार असेल; सार्वजनिक शाळांच्या सुधारणेवर लक्ष केंद्रित करण्यासाठी आणि हितसंबंधांचा संघर्ष दूर करण्यासाठी, हा विभाग शाळांच्या पुरवठा आणि कारभारामध्ये किंवा शाळांच्या नियमनात सहभागी होणार नाही.

(ब) शालेय शिक्षण संचालनालय (DEO आणि BEO कार्यालये इत्यादींसह) संपूर्ण राज्यातील सार्वजनिक शालेय प्रणालींसाठी शैक्षणिक कामकाज आणि सेवा

पुरवठा हाताळेल; शैक्षणिक कामकाज व पुरवठ्यासंबंधित धोरणांची अंमलबजावणी करण्यासाठी ते स्वतंत्रपणे काम करेल.

(क) आवश्यक गुणवत्तेच्या मानकांचे अनुपालन सुनिश्चित करण्यासाठी, पूर्वप्राथमिक शाळांसह शिक्षणाच्या सर्व स्तरांसाठी व खाजगी, सरकारी आणि देणगी आधारित शाळांसाठी एक प्रभावी गुणवत्ता स्वयं-नियमन किंवा अधिस्वीकृती प्रणाली स्थापन केली जाईल. सर्व शाळा काही किमान व्यावसायिक आणि गुणवत्तेच्या मानकांचे पालन करतील, हे सुनिश्चित करण्यासाठी, राज्ये/केंद्रशासित प्रदेश राज्य शाळा मानक प्राधिकरण (SSSA) ही एक स्वतंत्र, राज्यव्यापी संस्था स्थापन करतील. (SSSA) ने ठरवलेल्या सर्व मूलभूत नियामक माहितीच्या पारदर्शक, जाहीर सार्वजनिक स्वयं-प्रकटीकरणाचा सार्वजनिक देखरेखीसाठी आणि उत्तरदायित्वासाठी मोठ्या प्रमाणात वापर केला जाईल.

(ड) राज्यातील शैक्षणिक मानके आणि अभ्यासक्रमांसह शैक्षणिक बाबींचे संचालन SCERT (NCERT)च्या सल्ल्याने आणि सहकार्यानेच करेल. SCERT सर्व हितसंबंधींशी विस्तृत सल्लामसलत करून शालेय गुणवत्ता मूल्यांकन आणि अधिस्वीकृती फ्रेमवर्क (SQAAF) विकसित करेल. CRC, BRC आणि DIET यांच्या पुनरुज्जीवनासाठी 'परिवर्तन व्यवस्थापन प्रक्रिया' देखील SCERT राबवेल.

- शाळा, संस्था, शिक्षक, अधिकारी, समुदाय आणि इतर हितसंबंधींना सक्षम करणाऱ्या आणि पुरेशी संसाधने पुरवणाऱ्या संस्कृती, व्यवस्था आणि यंत्रणादेखील आनुषंगिक उत्तरदायित्व विकसित करतील. शिक्षण व्यवस्थेतील प्रत्येक हितसंबंधी आणि सहभागी घटक त्याची भूमिका सर्वोच्च सचोटीने, संपूर्ण बांधीलकीने आणि आदर्श कार्यपद्धतीने पार पाडण्यासाठी जबाबदार असेल. त्यांच्या कामगिरीचे कठोर मूल्यांकन केले जाईल. मूल्यांकन प्रणाली उत्तरदायित्व सुनिश्चित करणारी, तसेच वस्तुनिष्ठ आणि विकासाभिमुख असेल.
- गुणवत्तापूर्ण शिक्षणासाठी खाजगी धर्मदाय प्रयत्नांना प्रोत्साहन दिले जाईल. शिक्षणाच्या लोकहितकारी स्वरूपाची पुष्टी होईल आणि पालकांचे व समुदायांचे शैक्षणिक शुल्कात मनमानीपणे वाढ होण्यापासून संरक्षण होईल, असा त्याद्वारे प्रयत्न केला जाईल. शाळेच्या आणि SSSAच्या वेबसाइटवर सार्वजनिक आणि खाजगी दोन्ही शाळांनी जाहीर केलेल्या प्रकटीकरणामध्ये, (किमान) पुढील गोष्टींचा समावेश असेल, वर्गखोल्यांची संख्या, विद्यार्थ्यांची व शिक्षकांची संख्या, शिकवले जाणारे विषय, कोणतीही फी असल्यास आणि NAS आणि SAS सारख्या प्रमाणित मूल्यांकनांवर आधारित एकंदर विद्यार्थी निकाल.

- सर्व विद्यार्थ्यांना, विशेषत:, उपेक्षित आणि वंचित घटकांमधील विद्यार्थ्यांना, बाल्यावस्था पूर्वसंगोपन व शिक्षणापासून (वय तीन पासून पुढे) ते उच्च शिक्षणापर्यंत (म्हणजे इयत्ता १२वी पर्यंत) उच्च गुणवत्तेचे आणि न्याय्य शालेय शिक्षण सार्वत्रिकपणे, विनामूल्य आणि सक्तीने उपलब्ध असेल. सर्व मुलांसाठी विनामूल्य, न्याय्य आणि गुणवत्तापूर्ण प्राथमिक व माध्यमिक शिक्षण सुनिश्चित करण्याचे शाश्वत विकास लक्ष्य ४ (SDG4) साध्य करण्याच्या दिशेने भारत आणखी प्रगती करेल.
- उच्च गुणवत्तेचे शिक्षण देणे, हे सार्वजनिक शाळा शिक्षण व्यवस्थेचे उद्दिष्ट असेल, स्वत:च्या मुलांना शिकवणे हा सर्व स्तरातील पालकांसाठी सर्वांत आकर्षित करणारा पर्याय बनेल, असा प्रयत्न राहील.
- नियमित कालावधीने संपूर्ण व्यवस्थेची 'स्वास्थ्य तपासणी' करण्यासाठी, प्रस्तावित नवीन राष्ट्रीय मूल्यांकन केंद्र, PARAKH मार्फत, विद्यार्थ्यांच्या अध्ययन पातळीचे एक नमुना-आधारित राष्ट्रीय निष्पत्ती सर्वेक्षण (NAS) केले जाईल. या मूल्यांकनात सरकारी तसेच खासगी शाळांमधील विद्यार्थ्यांचा समावेश असेल.
- या सर्व प्रक्रियेमध्ये शाळांमध्ये प्रवेश घेतलेल्या मुलांना आणि किशोरांना त्यांच्या अधिकारांचे किंवा सुरक्षेचे उल्लंघन झाल्यास योग्य प्रक्रियेसाठी, एक सुस्पष्ट, सुरक्षित आणि कार्यक्षम यंत्रणा उपलब्ध असायला हवी. अशा प्रकारची प्रभावी, समयोचित आणि सर्व मुलांना परिचित अशी यंत्रणा निर्माण करण्यासाठी उच्च प्राधान्य दिले जाईल.

भाग २ : उच्च शिक्षण

९. दर्जेदार विद्यापीठे आणि महाविद्यालये : भारतातील उच्च शिक्षण व्यवस्थेसाठी नवीन आणि भविष्योन्मुखी दृष्टिकोन

- मनुष्य आणि समाजाच्या कल्याणाच्या दृष्टीने, तसेच, भारताच्या घटनेमध्ये कल्पिलेला भारत - एक लोकतांत्रिक, न्याय्य, सामाजिकरीत्या जागृत, सुसंस्कृत आणि माणुसकी असलेले राष्ट्र जिथे स्वातंत्र्य, समानता, बंधुभाव आणि सर्वांना न्यायाचा अधिकार असेल - विकसित करण्यामध्ये उच्च शिक्षणाची खूप महत्त्वाची भूमिका आहे. शाश्वत उपजीविका आणि राष्ट्राच्या आर्थिक विकासामध्ये उच्च शिक्षणाचे लक्षणीय योगदान असते. भारत एक ज्ञानावर आधारित अर्थव्यवस्था आणि समाज बनायच्या दिशेने जसजसा पुढे जाईल, तसतसे अधिकाधिक भारतीय तरुण उच्च शिक्षण

घेण्याच्या दिशेने पुढे येतील.

१. एकविसाव्या शतकाच्या गरजा लक्षात घेता, चांगल्या, विचारवंत, अष्टपैलू आणि कल्पक व्यक्ती विकसित करणे, हे दर्जेदार उच्च शिक्षणाचे उद्दिष्ट असले पाहिजे. यात एखाद्या व्यक्तीला एक किंवा अनेक विशिष्ट आवडीच्या क्षेत्रांमध्ये सखोल अभ्यास करणे शक्य झाले पाहिजे. तसेच, चारित्र्यविषयक, नैतिक आणि घटनात्मक मूल्ये, बौद्धिक कुतूहल, वैज्ञानिक स्वभावधर्म, कल्पकता आणि सेवाभाव याशिवाय शास्त्र, सामाजिक शास्त्र, कला, मानव्यशास्त्रे, भाषा याबरोबरच व्यावसायिक, तांत्रिक आणि व्यवसायाशी संबंधित विषय यांसह एकविसाव्या शतकातील क्षमता विकसित करणे शक्य झाले पाहिजे. उच्च शिक्षणामुळे वैयक्तिक यश आणि आत्मज्ञान, निर्माणकारी सार्वजनिक सहभाग आणि समाजासाठी उत्पादनशील योगदान साध्य करता यायला हवे. अधिक अर्थपूर्ण आणि समाधानकारक जीवन व कामाचे स्वरूप यासाठी विद्यार्थ्यांना तयार केले पाहिजे आणि आर्थिक स्वातंत्र्य प्राप्त करण्यासाठी सक्षम केले पाहिजे.

२. वैयक्तिक रोजगाराच्या अधिक चांगल्या संधी तयार करणे एवढ्यापुरते दर्जेदार उच्च शिक्षणाचे उद्दिष्ट फक्त मर्यादित नाही. चैतन्यपूर्ण, सामाजिकदृष्ट्या सहभागी, सहयोगी समुदाय आणि अधिक आनंदी, सामंजस्यपूर्ण, सुसंस्कृत, उत्पादनशील, नावीन्यपूर्ण, पुरोगामी आणि समृद्ध राष्ट्र तयार करण्याची उच्च शिक्षण ही गुरुकिल्ली आहे.

३. धोरणाच्या दूरदृष्टीमध्ये सध्याच्या व्यवस्थेमध्ये खालील मुख्य बदलांचा समावेश आहे.

a) अशा उच्च शैक्षणिक व्यवस्थेच्या दिशेने वाटचाल करणे, ज्यात प्रत्येक जिल्ह्यात किंवा जवळपास किमान एक मोठे बहुशाखीय विद्यापीठ आणि महाविद्यालयाचा समावेश असेल आणि संपूर्ण भारतभरात अशा अनेक HEI असतील, ज्यांचे शिकवण्याचे किंवा कार्यक्रमांचे माध्यम स्थानिक / भारतीय भाषा असेल.
b) अधिक बहुशाखीय पदवीपूर्व शिक्षणाच्या दिशेने वाटचाल करणे.
c) अध्यापकीय आणि संस्थात्मक स्वायत्ततेच्या दिशेने वाटचाल करणे.
d) विद्यार्थ्यांना अधिक चांगला अनुभव मिळण्यासाठी अभ्यासक्रम, अध्यापनशास्त्र, मूल्यांकन आणि विद्यार्थी साहाय्य यांमध्ये सुधारणा करणे.
e) अध्यापन, संशोधन आणि सेवा यांवर आधारित नेमणूक आणि करिअर प्रगतीद्वारे शिक्षकांच्या आणि संस्थात्मक नेतृत्वाच्या सचोटीची पुष्टी करणे.
f) सहाध्यायींनी पुनरवलोकन केलेल्या संशोधनाला अर्थसाहाय्य करण्यासाठी आणि विद्यापीठे व महाविद्यालयांमध्ये सक्रियपणे संशोधन रुजवण्यासाठी

राष्ट्रीय संशोधन संस्थेची (नॅशनल रिसर्च फाउंडेशन) स्थापना करणे;

g) शैक्षणिक व प्रशासकीय स्वायत्तता असलेल्या उच्च पात्रताधारक स्वतंत्र मंडळांमार्फत HEI चे शासन

h) उच्च शिक्षणासाठी एकाच नियामकाद्वारे 'सुलभ पण परिणामकारक' नियमन

i) उत्कृष्ट सार्वजनिक शिक्षणाच्या मोठ्या संधीसारख्या अनेक उपायांद्वारे अधिक उपलब्धता, समानता आणि सर्वसमावेशकता; उपेक्षित व वंचितांसाठी खासगी/धर्मादाय विद्यापीठांद्वारे शिष्यवृत्त्या; ऑनलाइन शिक्षण व मुक्त दूरस्थ शिक्षण (ODL) आणि सर्व पायाभूत सुविधा व शिक्षण साहित्य दिव्यांग विद्यार्थ्यांसाठी सहज वापरता येण्याजोगे आणि सहज उपलब्ध.

१०. संस्थांची पुनर्रचना आणि बळकटीकरण

- उच्च शिक्षणासंदर्भात या धोरणाचा मुख्य भर उच्च शिक्षणाचे तुकडे होणे समाप्त करून उच्च शिक्षण संस्थांचे प्रत्येकामध्ये तीन हजार किंवा त्यापेक्षा जास्त विद्यार्थी असलेल्या बहुशाखीय विद्यापीठांमध्ये, महाविद्यालयांमध्ये आणि HEI क्लस्टर्स / नॉलेज हबमध्ये रूपांतर करणे, हे एक लक्ष्य असेल.
- मोठी बहुशाखीय विद्यापीठे आणि HEI क्लस्टर्स स्थापन केली जावीत, ही उच्च शिक्षणाच्या संरचनेसंबंधी या धोरणाची सर्वोच्च शिफारस आहे.
- विद्यापीठाचा अर्थ असेल, उच्च शिक्षणाची अशी एक बहुशाखीय संस्था, जी उच्च दर्जेदार शिक्षण, संशोधन आणि सामुदायिक सहभाग असलेले पदवीपूर्व आणि पदवी शिक्षण प्रदान करेल. याप्रमाणे, विद्यापीठाच्या व्याख्येमध्ये अशा अनेक संस्थांची व्याप्ती समाविष्ट असेल, त्या म्हणजे अध्यापन आणि संशोधनाला समान महत्त्व देणाऱ्या संस्था, म्हणजेच संशोधनकेंद्रित विद्यापीठे, तर अशा संस्था ज्या अध्यापनावर अधिक भर देतात; मात्र तरीही महत्त्वपूर्ण संशोधन करतात म्हणजेच अध्यापन-केंद्रित विद्यापीठे. दरम्यान, एका स्वायत्त पदवी महाविद्यालयाचा (AC) अर्थ असेल, उच्च शिक्षणाची मोठी बहुशाखीय संस्था जी पदवी प्रदान करते आणि प्रामुख्याने पदवीपूर्व शिक्षणावर लक्ष केंद्रित करते.
- श्रेणीबद्ध अधिस्वीकृती देण्याच्या पारदर्शक प्रणालीद्वारे महाविद्यालयांना श्रेणीबद्ध स्वायत्तता देण्याची एक टप्पावार यंत्रणा स्थापन केली जाईल. प्रत्येक टप्प्यावरील मान्यतेसाठी आवश्यक असलेले किमान निकष हळूहळू संपादन करण्यासाठी महाविद्यालयांना उत्तेजन दिले जाईल. प्रत्येक महाविद्यालय एकतर स्वायत्त पदवी महाविद्यालय किंवा एखाद्या विद्यापीठाचे घटक

महाविद्यालय म्हणून विकसति होईल, दुसऱ्या बाबतीत ते विद्यापीठाचा संपूर्ण भाग असेल. योग्य मान्यता मिळाल्यानंतर स्वायत्त पदवी महाविद्यालये, तशी इच्छा असल्यास, संशोधन-केंद्रित किंवा शिक्षण-केंद्रित विद्यापीठांमध्ये विकसित होऊ शकतात.

- HEI ना त्यांच्या योजना, कामगिरी आणि प्रभावीपणाच्या आधारे टप्प्याटप्प्याने एका श्रेणीतून दुसऱ्या श्रेणीमध्ये जाण्याची स्वायत्तता आणि स्वातंत्र्य असेल.
- २०४०पर्यंत बहुशाखीय संस्था बनण्याचे सर्व उच्च शिक्षण संस्थांचे (HEI) उद्दिष्ट असेल आणि पायाभूत सुविधा व संसाधनांचा इष्टतम उपयोग होण्यासाठी आणि उत्साही बहुशाखीय समुदाय निर्मितीसाठी मोठ्या संख्येने, शक्यतो हजारोंच्या संख्येने विद्यार्थ्यांची नावनोंदणी करण्याचे उद्दिष्ट असेल. ही प्रक्रिया घडण्यास वेळ लागणार असल्याने सर्व HEIs प्रथम २०३० पर्यंत बहुशाखीय बनण्याचे नियोजन करतील आणि नंतर हळूहळू विद्यार्थ्यांची संख्या इच्छित पातळीपर्यंत वाढवतील.
- उच्च शिक्षणामधील निव्वळ नोंदणी गुणोत्तर २०३५ पर्यंत, २६.३ टक्क्यां (२०१८) वरून ५० टक्क्यांपर्यंत वाढवण्याचे उद्दिष्ट असेल. ही उद्दिष्टे गाठण्यासाठी अनेक नवीन संस्था विकसित केल्या जातीलच; पण विद्यमान संस्थांचे एकत्रीकरण, त्यांचा लक्षणीय विस्तार, तसेच सुधारणा करूनदेखील क्षमतानिर्मितीचा एक मोठा भाग साध्य केला जाईल.
- सरकारी आणि खाजगी अशा दोन्ही संस्थांमध्ये वाढ होईल, सोबतच मोठ्या संख्येने उत्कृष्ट सरकारी संस्था विकसित करण्यावर भर दिला जाईल.
- संस्थांना, त्यांच्याकडे मान्यता असल्यास, त्यांच्या योगदानात वाढ करण्यासाठी, उपलब्धता सुधारण्यासाठी, GERमध्ये वाढ करण्यासाठी आणि निरंतर अध्ययनाच्या संधी उपलब्ध करून देण्यासाठी (SDG 4) मुक्त दूरस्थ शिक्षण (ODL) आणि ऑनलाईन कार्यक्रम चालवण्याचा पर्याय असेल.
- विविध क्षेत्रांमध्ये उच्च गुणवत्तेच्या बहुशाखीय आणि आंतरशाखीय अध्यापन आणि संशोधनाला सक्षम करण्यासाठी आणि प्रोत्साहन देण्यासाठी, कालांतराने एकशाखीय HEI हळूहळू बंद केल्या जातील आणि त्या सर्व, सक्रिय बहुशाखीय संस्था किंवा सक्रिय बहुशाखीय HEI क्लस्टर्सचा भाग बनतील.
- पंधरा वर्षांच्या कालावधीत श्रेणीबद्ध स्वायत्ततेच्या प्रणालीद्वारे हळूहळू 'संलग्न महाविद्यालये' हा प्रकार बंद करण्याचा समावेश असेल. एखाद्या विद्यापीठाशी संलग्न असलेली सर्व महाविद्यालये विहित अधिस्वीकृती

साध्य करण्यासाठी आवश्यक असलेले निकष कालांतराने साध्य करतील आणि अखेरीस ती पदवी देणारी स्वायत्त महाविद्यालये बनतील.

- व्यवसाय आणि व्यावसायिक शिक्षणासह एकात्मिक उच्च शिक्षण प्रणाली हे एकूणच उच्च शिक्षण क्षेत्राचे लक्ष्य असेल.
- जगभरात, विद्यापीठ म्हणजे पदवीपूर्व, पदवी आणि पीएच.डी. कार्यक्रम प्रदान करणारी आणि जिथे उच्च गुणवत्तेचे अध्यापन आणि संशोधन केले जाते अशी उच्च शिक्षणाची बहुशाखीय संस्था. 'अभिमत विद्यापीठ', 'संलग्न विद्यापीठ', 'संलग्न तंत्रज्ञान विद्यापीठ', 'एकात्मिक विद्यापीठ' यांसारख्या देशातील HEI च्या सध्याच्या क्लिष्ट नावांच्याऐवजी, केवळ 'विद्यापीठ' हा शब्दच मानकांनुसार निकष पूर्ण केल्यावर वापरण्यात येईल.

११. अधिक सर्वांगीण आणि बहुशाखीय शिक्षणाच्या दिशेने

- 'अनेक कलांचे ज्ञान' किंवा आधुनिक काळात ज्याला सामान्यपणे 'लिबरल आर्ट्स' असे म्हटले जाते (म्हणजेच कलांची उदारमतवादी कल्पना) ही कल्पना भारतीय शिक्षणामध्ये परत आणलीच पाहिजे; कारण २१व्या शतकामध्ये याच प्रकारचे शिक्षण आवश्यक आहे.
- बौद्धिक, सौंदर्यविषयक, सामाजिक, शारीरिक, भावनिक आणि नैतिक या सर्व मानवी क्षमता एकात्मिकपणे विकसित करणे हे सर्वांगीण आणि बहुशाखीय शिक्षणाचे उद्दिष्ट असेल.
- भारताला २१व्या शतकात आणि चौथ्या औद्योगिक क्रांतीकडे नेण्यासाठी भारताच्या इतिहासात सुंदररीत्या वर्णन केल्याप्रमाणे, एक सर्वांगीण आणि बहुशाखीय शिक्षण, भारतातील शिक्षणासाठी खरोखरच आवश्यक आहे. अगदी IIT सारख्या अभियांत्रिकी संस्थासुद्धा कला, मानव्यशास्त्रे यांचा अधिक समावेश करून अधिक सर्वांगीण आणि बहुशाखीय शिक्षणाकडे वळतील. कला, मानव्यशास्त्राचे विद्यार्थी जास्त प्रमाणात विज्ञान शिकायचे ध्येय ठेवतील आणि सर्वजण अधिक व्यावसायिक विषय आणि व्यावहारिक कौशल्ये समाविष्ट करण्यासाठी प्रयत्न करतील.
- कल्पक आणि लवचिक अभ्यासक्रम रचनांमुळे अभ्यासासाठी विविध शाखांचे कल्पक संयोग (कॉम्बिनेशन्स) करणे शक्य होईल. तसेच, प्रवेशाचे आणि बाहेर पडण्याचे अनेक मार्ग उपलब्ध करून दिले जातील.
- मोठी बहुशाखीय विद्यापीठे आणि महाविद्यालये उच्च दर्जाच्या सर्वांगीण आणि बहुशाखीय शिक्षणाकडे जाण्याची सुविधा उपलब्ध करतील. एका

विषयातील किंवा अनेक विषयांतील संशोधनावर आधारित स्पेशलायझेशनच्या बरोबरीनेच अभ्यासक्रमातील लवचिकता आणि नावीन्यपूर्ण आणि आकर्षक अभ्यासक्रमाचे पर्याय विद्यार्थ्यांना उपलब्ध करून दिले जातील.

- बहुशाखीय, चालना देणाऱ्या भारतीय शिक्षणासाठी आणि वातावरणासाठी आवश्यक असलेले भाषा, वाङ्मय, संगीत, तत्त्वज्ञान, भारतविद्या, कला, नृत्य, नाट्य, शिक्षण, गणित, संख्याशास्त्र, शुद्ध आणि उपयोजित विज्ञान, समाजशास्त्र, अर्थशास्त्र, क्रीडा, भाषांतर आणि दुभाषी काम आणि अशा इतर विषयांचे विभाग सर्व HEI मध्ये स्थापन केले जातील आणि मजबूत केले जातील. जर हे विषय अशा विभागात किंवा HEIमध्ये वर्गात शिकण्यासाठी उपलब्ध नसतील तर ODL पद्धतीने अभ्यासल्यास सर्व पदवी अभ्यासक्रमांमध्ये या विषयांसाठी क्रेडिट्स दिली जातील.
- सर्वांगीण आणि बहुशाखीय शिक्षण साध्य करण्यासाठी सर्व HEI मध्ये लवचिक आणि नावीन्यपूर्ण अभ्यासक्रमांमध्ये क्रेडिटवर आधारित कोर्सेस, समुदायाचा सहभाग आणि सेवा, पर्यावरण शिक्षण आणि मूल्याधारित शिक्षण या क्षेत्रांतील प्रकल्प समाविष्ट असतील.
- पदवी अभ्यासक्रमाचे शिक्षण तीन किंवा चार वर्षं कालावधीचे असेल. या काळात अनेकवेळा योग्य प्रमाणपत्रांसह बाहेर पडण्याचा पर्याय उपलब्ध असेल. ॲकॅडमिक क्रेडिट बँक (ABC) स्थापन केली जाईल. यामध्ये विविध मान्यताप्राप्त HEIमधून मिळालेली शैक्षणिक क्रेडिट्स डिजिटल पद्धतीने साठवली जातील. HEIने निश्चित केल्यानुसार एखाद्या विद्यार्थ्याने त्याच्या अभ्यासाच्या प्रमुख क्षेत्रात (क्षेत्रांमध्ये) सखोल संशोधन प्रकल्प केल्यास या चार वर्षांच्या अभ्यासक्रमात 'संशोधनासह' पदवीसुद्धा मिळू शकेल.
- मास्टर्स कार्यक्रमाच्या विविध रचना उपलब्ध करून देण्याची लवचिकता HEIकडे असेल; (अ) तीन वर्षांचा पदवी कार्यक्रम पूर्ण करणाऱ्या विद्यार्थ्यांसाठी दोन वर्षांचा मास्टर्सचा कार्यक्रम असेल आणि या कार्यक्रमातील दुसरे वर्ष पूर्णपणे संशोधनाकरता समर्पित असेल. (ब) चार वर्षांचा संशोधनासहित पदवी कार्यक्रम पूर्ण करणाऱ्या विद्यार्थ्यांसाठी, एक वर्षाचा मास्टर कार्यक्रम असेल. (क) पाच वर्षांचा एकात्मिक पदवी/मास्टर्स कार्यक्रमदेखील उपलब्ध असेल. पीएच.डी. करण्याकरता मास्टर्स पदवी किंवा संशोधनासहित चार वर्षांच्या पदवीची गरज असेल. एम.फिल. कार्यक्रम थांबवण्यात येईल.
- सर्वांगीण आणि बहुशाखीय शिक्षणासाठी IIT, IIM इ. संस्थांच्या दर्जाची,

आदर्श सरकारी विद्यापीठे MERU (मल्टिडिसिप्लिनरी एज्युकेशन ॲन्ड रिसर्च युनिव्हर्सिटीज/बहुशाखीय शैक्षणिक आणि संशोधन विद्यापीठे) या नावाने स्थापित केली जातील आणि दर्जेदार शिक्षणामध्ये उच्चतम जागतिक पातळी साध्य करण्याचे उद्दिष्ट या विद्यापीठांसमोर असेल. भारतभरातील बहुशाखीय शिक्षणासाठी उच्च मानके प्रस्थापित करण्यातदेखील ही विद्यापीठे मदत करतील.

- स्टार्टअप इन्क्युबेशन (अंत:पोषण) केंद्रे, तंत्रज्ञान विकास केंद्रे, संशोधनातील प्रमुख क्षेत्रांची केंद्रे यांची स्थापना, उद्योग आणि शिक्षणामध्ये अधिक संबंध, तसेच मानव्यशास्त्र व सामाजिक शास्त्रांसहित आंतरशाखीय संशोधन यांसारख्या उपक्रमांमधून HEIकडून संशोधन आणि नावीन्यपूर्ण शोधांवर भर दिला जाईल.

१२. शिक्षणासाठी अनुकूल वातावरण आणि विद्यार्थ्यांना सहयोग

- अभ्यासक्रम, अध्यापनशास्त्र, सातत्यपूर्ण मूल्यांकन आणि विद्यार्थ्यांना साहाय्य हे गुणवत्तापूर्ण अध्ययनाचे आधारस्तंभ आहेत. सुयोग्य साधने आणि दर्जेदार ग्रंथालये, वर्ग, प्रयोगशाळा, तंत्रज्ञान, वेळ/मनोरंजनाच्या जागा, विद्यार्थ्यांकरता चर्चा करायला जागा आणि भोजनालये यांसारख्या पायाभूत सुविधा उपलब्ध करून देण्याबरोबरच, गुंतवून ठेवणारे आणि पाठिंबा देणारे अध्ययनाचे वातावरण उपलब्ध करून देण्यासाठी, तसेच सर्व विद्यार्थ्यांना यश मिळवता येण्यासाठी अनेक नवीन उपक्रमांची गरज भासणार आहे.
- **पहिला उपक्रम -** कल्पकतेला प्रोत्साहन देण्याच्या दृष्टीने, उच्च शैक्षणिक पात्रतेच्या विस्तृत चौकटीत राहून अभ्यासक्रम, अध्यापनशास्त्र आणि मूल्यांकनामध्ये नावीन्यपूर्ण शोध लावण्याकरता, संस्था आणि शिक्षकांकडे स्वायत्तता असेल. नावीन्यपूर्ण शोध आणि लवचिकता विद्यार्थ्यांच्या मनावर बिंबवण्यासाठी चॉइस बेस्ड क्रेडिट सिस्टिममध्ये (CBCS) सुधारणा केली जाईल. प्रत्येक कार्यक्रमाच्या उद्दिष्टांच्या आधारावर विद्यार्थ्यांच्या कामगिरीचे मूल्यांकन करणाऱ्या निकष-आधारित श्रेणीकरण पद्धतीचा, HEI कडून अवलंब केला जाईल.
- **दुसरा उपक्रम -** प्रत्येक संस्थेने, अभ्यासक्रम सुधारणांपासून वर्गातील व्यवहाराच्या दर्जापर्यंतच्या, आपल्या सर्व शैक्षणिक योजनांचे एका मोठ्या इन्स्टिट्यूशनल डेव्हलपमेन्ट प्लॅनमध्ये (IDP) किंवा संस्थात्मक विकास योजनेमध्ये एकात्मीकरण करावे. प्रत्येक संस्था विद्यार्थ्यांच्या सर्वांगीण

विकासासाठी वचनबद्ध असेल.

- **तिसरा उपक्रम** - सामाजिक-आर्थिकदृष्ट्या वंचित असलेल्या विद्यार्थ्यांना यशस्वीपणे उच्च शिक्षणापर्यंत पोचण्यासाठी प्रोत्साहन आणि पाठिंबा लागतो. यासाठी विद्यापीठे आणि महाविद्यालयांनी उच्च दर्जाची मदत केंद्रे स्थापित करणे गरजेचे होईल आणि हे प्रभावीपणे करण्यासाठी त्यांना पुरेसा निधी आणि शैक्षणिक साधने उपलब्ध करून दिली जातील.
- **चौथा उपक्रम** - दर्जेदार उच्च शिक्षण सहजपणे उपलब्ध होण्यासाठी, ODL आणि ऑनलाईन शिक्षणाने एक नैसर्गिक मार्ग उपलब्ध करून दिला आहे. वर्गात घेतल्या जाणाऱ्या सर्वांत उच्च दर्जाच्या कार्यक्रमांची बरोबरी करणे हे ODL कार्यक्रमांचे उद्दिष्ट असेल.
- **शेवटचा उपक्रम** - प्रत्यक्ष वर्ग, ऑनलाईन आणि ODL माध्यम यांसहित इतर सर्व कार्यक्रम, कोर्सेस, अभ्यासक्रम, विविध विषयांतील अध्यापनशास्त्र आणि विद्यार्थी पाठिंबा या सर्वांचे उद्दिष्ट असेल, गुणवत्तेची जागतिक पातळी साध्य करणे.

आंतरराष्ट्रीयीकरण

- वर नमूद केलेल्या विविध उपक्रमांमुळे, भारतात शिक्षण घेणाऱ्या आंतरराष्ट्रीय विद्यार्थ्यांचे प्रमाण वाढण्यास मदत होईल आणि परदेशी संस्थांना भेट देण्याची, तिथे शिकण्याची, आपले क्रेडिट्स त्या संस्थांमध्ये हस्तांतरित करण्याची किंवा तिथे संशोधन करण्याची इच्छा बाळगणाऱ्या भारतीय विद्यार्थ्यांना अधिक संधी प्राप्त होतील. तसेच, या संधी आंतरराष्ट्रीय विद्यार्थ्यांनादेखील भारतामध्ये उपलब्ध असतील. गुणवत्तेची जागतिक पातळी आणि 'घरात आंतरराष्ट्रीयकरण' ही उद्दिष्टे साध्य करण्यासाठी, तसेच मोठ्याा प्रमाणात आंतरराष्ट्रीय विद्यार्थ्यांना आकर्षित करण्यासाठी, भारतीय विद्या (इंडॉलॉजी), भारतीय भाषा, वैद्यकशास्त्रातील आयुष प्रणाली, योग, कला, संगीत, इतिहास, संस्कृती आणि आधुनिक भारत यांसारख्या विषयांमध्ये अभ्यासक्रम आणि कार्यक्रम, शास्त्र, सामाजिकशास्त्र आणि त्याही पलीकडच्या विषयांमधील आंतरराष्ट्रीय पातळीवरील प्रसंगोचित अभ्यासक्रम, सामाजिक सहभागासाठी अर्थपूर्ण संधी, राहायची चांगली सुविधा आणि कॅम्पसमध्येच उपलब्ध असलेल्या मदतीच्या सोयी यांसारख्या सुविधांचा विकास केला जाईल.
- भारताला 'विश्व गुरू' या भूमिकेत पुनर्स्थापित करण्यासाठी, परवडणाऱ्या शुल्कात उच्च दर्जाचे शिक्षण उपलब्ध करून देणारे जागतिक अध्ययनाचे

ठिकाण या दृष्टीने भारताचा विकास करण्यात येईल. बाहेरच्या देशांतून येणाऱ्या विद्यार्थ्यांचे स्वागत करणे आणि त्यांना साहाय्य करणे, याच्याशी संबंधित सर्व बाबींमध्ये समन्वय साधण्यासाठी, परदेशी विद्यार्थी असलेल्या प्रत्येक HEI मध्ये एक आंतरराष्ट्रीय विद्यार्थी कार्यालय स्थापित करण्यात येईल. उच्च दर्जाच्या परदेशी संस्थांबरोबर संशोधन/अध्यापन, सहयोग आणि अध्यापक/विद्यार्थी देवाण-घेवाण याला प्रोत्साहन दिले जाईल आणि इतर देशांबरोबर एकमेकांना फायदेशीर ठरतील अशा योग्य सामंजस्य करारावर MOUs स्वाक्षरी करण्यात येईल. अतिशय चांगली कामगिरी करीत असलेल्या भारतीय विद्यापीठांना इतर देशांमध्ये कॅम्पस स्थापन करण्यासाठी प्रोत्साहन दिले जाईल, त्याचप्रमाणे, काही निवडक विद्यापीठांना उदा. जगातील सर्वांत चांगल्या १०० विद्यापीठांपैकी काही विद्यापीठांना भारतात कार्यरत होण्यासाठी मदत केली जाईल.

विद्यार्थी उपक्रम आणि सहभाग

- उच्च गुणवत्तेच्या अध्यापन-अध्ययन प्रक्रियेसाठी कॅम्पसवर उत्साही वातावरण असणे आवश्यक आहे. याबाबतीत, विद्यार्थ्यांना क्रीडा, सांस्कृतिक/कला क्लब, पर्यावरण क्लब, ॲक्टिव्हिटी क्लब, समाज सेवा प्रकल्प इ.मध्ये सहभागी होण्याच्या भरपूर संधी दिल्या जातील. ग्रामीण भागातील विद्यार्थ्यांना वसतिगृहांसारख्या आवश्यक त्या सुविधा आणि दर्जेदार वैद्यकीय सुविधा सुनिश्चित दिल्या जातील.

विद्यार्थ्यांना आर्थिक साहाय्य

- विविध उपाययोजनांद्वारे विद्यार्थ्यांना अर्थसाहाय्य उपलब्ध करून देण्यात येईल. SC, ST, OBC आणि इतर SEDG मधील विद्यार्थ्यांना गुणवत्तेस आर्थिक प्रोत्साहन देण्यासाठी प्रयत्न केले जातील. खासगी उच्च शिक्षण संस्थांनी त्यांच्या विद्यार्थ्यांना मोठ्या संख्येने शुल्कमाफी आणि शिष्यवृत्ती द्यावी यासाठी प्रोत्साहित केले जाईल.

१३. प्रेरित, उत्साही आणि सक्षम शिक्षक

१. HEIमध्ये सर्वोत्कृष्ट, प्रेरित आणि सक्षम अध्यापक असावेत हे लक्ष्य साध्य करण्यासाठी या धोरणात पुढील उपक्रमांची शिफारस केली आहे.

२. सर्वांत मूलभूत उपाय म्हणजे, सर्व HEI पायाभूत सोयीसुविधांसह सुसज्ज ठेवल्या जातील.

३. अध्यापन कर्तव्यांच्या बाबतीत अतिरेक केला जाणार नाही आणि विद्यार्थी-शिक्षकांचे गुणोत्तर खूप जास्त असणार नाही, याची दक्षता घेतली जाईल.

४. शिक्षकांना, पाठ्यपुस्तक व वाचनसामग्री निवडण्याचे, असाइनमेन्ट व मूल्यांकन यांसह, मंजूर चौकटीत राहून त्यांच्या स्वत:च्या अभ्यासक्रमाच्या आणि अध्यापनशास्त्रीय दृष्टिकोनांची रचना करण्याचे स्वातंत्र्य देण्यात येईल.

५. योग्य पुरस्कार, पदोन्नती, सन्मान आणि संस्थेच्या नेतृत्वात सहभाग याद्वारे उत्कृष्टतेस प्रोत्साहित केले जाईल. दरम्यान, मूलभूत निकषांनुसार कामगिरी न करणाऱ्या शिक्षकांना जबाबदार धरले जाईल.

६. HEIमध्ये शिक्षकांच्या भरतीसाठी स्पष्टपणे परिभाषित, स्वतंत्र आणि पारदर्शक निकष असतील. जास्त परिणामकारक संशोधन आणि योगदानाची दखल घेण्यासाठी जलद गतीने काम करणारी पदोन्नतीची एक प्रणाली असेल.

७. उच्च शैक्षणिक आणि सेवाकाल पात्रता यांच्याबरोबरच सिद्ध झालेले नेतृत्व, तसेच व्यवस्थापन कौशल्ये असलेल्या शिक्षकांचा लवकरच शोध घेतला जाईल आणि त्यांना नेतृत्व पदक्रमांसाठी प्रशिक्षित केले जाईल. संस्थात्मक पातळीवर हे सर्वजण उत्कृष्टतेची संस्कृती तयार करण्याचे ध्येय ठेवतील.

१४. उच्च शिक्षणातील समता आणि समावेशकता

- चांगल्या दर्जाच्या उच्च शिक्षणाच्या संधी सर्व व्यक्तींना उपलब्ध करून देणे, हे सर्वोच्च प्राधान्यांपैकी एक असले पाहिजे. हे धोरण SEDG वर विशेष भर देतानाच, सर्व विद्यार्थ्यांना चांगल्या दर्जाच्या उच्च शिक्षणाला समान प्रवेश मिळेल, हे सुनिश्चित करते.
- उच्च शिक्षणात समानता आणि समावेशकतेची उद्दिष्टे साध्य करण्यासाठी आवश्यक असलेली धोरणे शालेय शिक्षणासाठीसुद्धा वापरली पाहिजेत.
- या हेतूसाठी उच्च शिक्षणाशी संबंधित विशिष्ट कृती सर्व सरकारे आणि HEI करतील.

सरकारांनी उचलायची पावले :–

a) SEDG च्या शिक्षणासाठी योग्य सरकारी निधी बाजूला काढणे.

b) SEDG च्या जास्त GER साठी स्पष्ट उद्दिष्टे निश्चित करणे.

c) HEI च्या प्रवेशांमध्ये लिंगअधिष्ठित संतुलन (Gender Balance) आणणे

d) महत्त्वाकांक्षी जिल्ह्यांमध्ये आणि जास्त संख्येने SEDG असलेल्या खास शैक्षणिक विभागांमध्ये उच्च दर्जाच्या अधिक HEI स्थापन करून प्रवेश

संख्या सुधारणे.

e) स्थानिक/भारतीय भाषांमध्ये किंवा दोन भाषांमध्ये शिकवणाऱ्या HEI ना अधिक आर्थिक मदत आणि शिष्यवृत्त्या देणे.

f) सरकारी आणि खाजगी दोन्ही HEIs मधील SEDG ना अधिक आर्थिक मदत आणि शिष्यवृत्त्या देणे.

g) उच्च शिक्षणातील संधीविषयी आणि SEDG साठीच्या शिष्यवृत्त्यांविषयी प्रसार कार्यक्रम तयार करणे.

h) अधिक सहभागासाठी आणि अध्ययन निष्पत्तींसाठी तंत्रज्ञान साधने विकसित करणे आणि त्यांना साहाय्य करणे.

सर्व HEIsनी उचलायची पावले

a) उच्च शिक्षण घेण्यासाठी असणाऱ्या संधीचा खर्च आणि शुल्क यांसाठी होणारी आर्थिक हानी कमी करणे.

b) सामाजिक-आर्थिकदृष्ट्या वंचित विद्यार्थ्यांसाठी अधिक आर्थिक मदत पुरवणे.

c) उच्च शिक्षणाच्या संधी आणि शिष्यवृत्त्यांचा प्रसार करण्यासाठी कार्यक्रम करणे.

d) प्रवेशप्रक्रिया अधिक सर्वसमावेशक करणे.

e) अभ्यासक्रम अधिक सर्वसमावेशक करणे.

f) उच्च शिक्षण कार्यक्रमांची रोजगारक्षमता वाढवणे.

g) भारतीय भाषांमध्ये आणि दोन भाषांमध्ये शिकवले जाणारे अधिक पदवी अभ्यासक्रम विकसित करणे.

h) व्हील-चेअरवरून प्रवेश करण्यासाठी आणि दिव्यांग लोकांसाठी सर्व इमारती आणि सुविधा सुलभ असतील, हे सुनिश्चित करणे.

i) वंचित शैक्षणिक पार्श्वभूमीतून येणाऱ्या विद्यार्थ्यांसाठी सांधणारे (ब्रिज) अभ्यासक्रम विकसित करणे.

j) सुयोग्य समुपदेशन आणि मार्गदर्शन कार्यक्रमांद्वारे अशा सर्व विद्यार्थ्यांना सामजिक- भावनिक आणि शैक्षणिक आधार देणे, तसेच मार्गदर्शन करणे.

k) लिंग-ओळख समस्या आणि अभ्यासक्रमासह HEIच्या सर्व पैलूंमध्ये तिच्या समावेशाबद्दल सर्व शिक्षक, समुपदेशक आणि विद्यार्थ्यांमध्ये संवेदनशीलता निर्माण करणे

l) भेदभावविरोधी आणि छळवणूकविरोधी सर्व नियम काटेकोरपणे लागू करणे.

m) SEDGचा सहभाग वाढवण्यासाठी कृती करण्याकरता विशिष्ट नियोजन

असलेल्या संस्थात्मक विकास योजना बनवणे, यामध्ये वरील सर्व मुद्दे समाविष्ट असतील; पण योजना या मुद्द्यांपुरतीच मर्यादित नसेल.

१५. शिक्षकांचे शिक्षण

- शिक्षक तयार करण्याच्या कामासाठी बहुशाखीय दृष्टिकोन आणि ज्ञान, प्रवृत्ती आणि मूल्ये तयार होणे आणि सर्वोत्तम मार्गदर्शकांच्या मार्गदर्शनाखाली सराव करणे आवश्यक असते.
- अध्यापनाच्या व्यवसायाबद्दलचा आदर पुनर्स्थापित करण्यासाठी आवश्यक असलेली सचोटीची आणि विश्वासार्हतेची पातळी सुधारण्यासाठी, २०३० पर्यंत, फक्त शैक्षणिकदृष्ट्या मजबूत, बहुशाखीय आणि एकात्मिक शिक्षक शिक्षण कार्यक्रमच सुरू राहतील.
- शिक्षक शिक्षणासाठी, बहुशाखीय इनपुट्स आवश्यक असल्यामुळे आणि उच्च दर्जा असलेली अध्यापनाची सामग्री, तसेच अध्यापनशास्त्राचे शिक्षण देणे आवश्यक असल्यामुळे, सर्व शिक्षक शिक्षण कार्यक्रम संयुक्त बहुशाखीय संस्थांमध्येच राबवले जावेत. त्यासाठी सर्व बहुशाखीय विद्यापीठे आणि महाविद्यालये - शिक्षण विभाग स्थापन करण्याचे उद्दिष्ट ठेवतील. हे विभाग शिक्षणाच्या विविध पैलूंबद्दल आधुनिक संशोधन करण्याबरोबरच, मानसशास्त्र, तत्त्वज्ञान, समाजशास्त्र, न्यूरोसायन्स, भारतीय भाषा अशा इतर विभागांच्या सहयोगाने बी.एड. कार्यक्रमसुद्धा राबवतील, त्याशिवाय, स्वतंत्र TEIs ना २०३० पर्यंत बहुशाखीय संस्थांमध्ये रूपांतरित व्हावे लागेल; कारण त्यांनासुद्धा चार वर्षांचा एकात्मिक शिक्षक प्रशिक्षण कार्यक्रम राबवावा लागेल.
- अशा बहुशाखी HEIकडून चालवण्यात येणारा चार वर्षांचा एकात्मिक बी.एड. अभ्यासक्रम ही २०३०पर्यंत शालेय शिक्षकांसाठी किमान पदवी पात्रता असेल. तसेच एखाद्या विशिष्ट विषयात बॅचलरची पदवी मिळवलेल्या विद्यार्थ्यांकरता, दोन वर्षांचा अभ्यासक्रमदेखील उपलब्ध करून दिला जाईल. विशिष्ट विषयात चार वर्षांचे पदवीपूर्व शिक्षण पूर्ण करणाऱ्या उमेदवारांकरीता एक वर्षाचा बी.एड. अभ्यासक्रम उपलब्ध करून देता येईल. असामान्य विद्यार्थ्यांना चार वर्षे, दोन वर्षे आणि एक वर्षाच्या बी.एड. कार्यक्रमांमध्ये आकर्षित करण्याच्या दृष्टीने, गुणवान विद्यार्थ्यांसाठी शिष्यवृत्त्या जाहीर करण्यात येतील.
- शिक्षकांच्या शिक्षणाची मानके एकसमान राखण्यासाठी, पूर्व-सेवा शिक्षक तयारी कार्यक्रमासाठी दिला जाणारा प्रवेश, राष्ट्रीय चाचणी एजन्सी/

नॅशनल टेस्टिंग एजन्सीद्वारे घेतल्या जाणाऱ्या योग्य विषयांच्या आणि योग्यता चाचण्यांच्या माध्यमातून दिला जाईल. देशाची भाषिक आणि सांस्कृतिक विविधता लक्षात घेता ही प्रवेशप्रक्रिया प्रमाणीकृत केली जाईल.

- शिक्षण विभागातील अध्यापकांच्या प्रोफाइलमध्ये वैविध्य असणे आवश्यक असेल आणि अध्यापन / क्षेत्र / संशोधनातील अनुभवाला अतिशय महत्त्व दिले जाईल. शिक्षकांच्या बहुशाखीय शिक्षणाला आणि संकल्पनात्मक विकासाला बळकटी मिळेल.
- पीएच.डी.च्या सर्व शाखांमधील सर्व नवीन प्रवेशार्थींना, त्यांनी निवडलेल्या पीएच.डी. विषयाशी संबंधित अध्यापन/शिक्षण/अध्यापनशास्त्र/लेखन यांतील क्रेडिट-आधारित अभ्यासक्रमासाठी, डॉक्टरेट प्रशिक्षण कालावधीदरम्यान, प्रवेश घेणे आवश्यक आहे. संशोधन करणाऱ्या अनेक विद्वानांना पुढे जाऊन त्यांनी निवडलेल्या शाखेमध्ये अध्यापक किंवा सार्वजनिक प्रतिनिधी/ संवादकाची भूमिका करायची असल्याने, त्यांना अध्यापनशास्त्रातील प्रथा/ पद्धती, अभ्यासक्रमाची रचना करणे, विश्वासार्ह मूल्यांकन प्रणाली, संवाद साधणे आणि अशाच प्रकारच्या इतर गोष्टींचा अनुभव मिळेल याची सुनिश्चिती केली जाईल. पीएच.डी.च्या विद्यार्थ्यांना, अध्यापन सहायकाच्या भूमिकेतून किंवा इतर साधनांच्या माध्यमातून, प्रत्यक्ष अध्यापनाचा अनुभव घेऊन त्याचे किमान तास पूर्ण करावे लागतील. यासाठी देशभरातील विद्यापीठांमधील पीएच.डी. कार्यक्रमाची पुनर्रचना केली जाईल.
- विद्यमान संस्थात्मक व्यवस्था आणि चालू उपक्रमांच्या माध्यमातून, महाविद्यालय आणि विद्यापीठातील शिक्षकांसाठी सेवांतर्गत सातत्यपूर्ण व्यावसायिक विकासाचे प्रशिक्षण तसेच सुरू राहील.
- राष्ट्रीय मार्गदर्शक आयोग / नॅशनल मिशन फॉर मेन्टॉरिंगची स्थापना केली जाईल. यामध्ये विद्यापीठ/महाविद्यालयाच्या शिक्षकांना अल्प किंवा दीर्घ काळासाठी सल्ला / व्यावसायिक मदत द्यायला उत्सुक असलेल्या, तसेच भारतीय भाषांमध्ये शिकवायची क्षमता असलेल्या वरिष्ठ / निवृत्त अध्यापकांचा मोठ्या प्रमाणात सहभाग असेल.

१६. व्यावसायिक शिक्षणाची पुनर्कल्पना

- व्यावसायिक शिक्षण हे मुख्य प्रवाहातील शिक्षणापेक्षा हलक्या दर्जाचे आणि मुख्यत्वेकरून ते मुख्य प्रवाहातील शिक्षण न झेपणाऱ्या विद्यार्थ्यांसाठी आहे असे मानले जाते. या समजुतीचा विद्यार्थ्यांच्या निवडीवर परिणाम

होतो. ही एक गंभीर समस्या असून, भविष्यात विद्यार्थ्यांना व्यावसायिक शिक्षण कशा प्रकारे दिले जाईल, याचा संपूर्णपणे कायापालट करूनच तिचे निराकरण केले जाऊ शकते.

- व्यावसायिक शिक्षणाशी संबंध जोडल्या गेलेल्या सामाजिक दर्जाच्या उतरंडीवर मात करणे हे या धोरणाचे उद्दिष्ट आहे आणि यासाठी टप्प्याटप्प्याने सर्व शैक्षणिक संस्थांमध्ये व्यावसायिक शिक्षण कार्यक्रमांचे मुख्य प्रवाहातील शिक्षणामध्ये एकात्मीकरण करणे आवश्यक आहे. प्रत्येक मूल किमान एक व्यवसाय शिकेल आणि इतर अनेक व्यवसायांची त्याला ओळख करून दिली जाईल, हे यात सुनिश्चित केले जाईल. यामुळे श्रमप्रतिष्ठा आणि भारतीय कला व कारागिरी यांचा समावेश असलेल्या विविध व्यवसायांचे महत्त्व यांवर भर दिला जाईल.
- २०२५ पर्यंत, किमान ५०टक्के विद्यार्थ्यांना शालेय आणि उच्च शिक्षण व्यवस्थेद्वारे व्यावसायिक शिक्षणाची ओळख झालेली असेल. पुढील दशकात टप्प्याटप्प्याने सर्व माध्यमिक शाळांच्या शैक्षणिक कार्यक्रमात व्यावसायिक शिक्षण समाविष्ट केले जाईल. यादृष्टीने, माध्यमिक शाळा, आयटीआय, पॉलिटेक्निक, स्थानिक उद्योग इत्यादीसोबतदेखील सहयोग करतील. उच्च शिक्षण संस्था स्वत:हून किंवा उद्योग आणि स्वयंसेवी संस्थांच्या भागीदारीने व्यावसायिक शिक्षण देतील. चार वर्षांच्या बहुशाखीय पदवी कार्यक्रमांसह इतर सर्व पदवी कार्यक्रमांमध्ये प्रवेश घेतलेल्या विद्यार्थ्यांनाही व्यावसायिक अभ्यासक्रम उपलब्ध करण्यात येतील. 'लोकविद्या' म्हणजेच भारतात विकसित केलेले महत्त्वपूर्ण व्यावसायिक ज्ञान, विद्यार्थ्यांना व्यावसायिक शिक्षण अभ्यासक्रमांमध्ये एकात्मिक करून उपलब्ध करून दिले जाईल. ODL पद्धतीने व्यावसायिक अभ्यासक्रम शिकवण्याची शक्यताही आजमावून पाहिली जाईल.
- पुढील दशकात टप्प्याटप्प्याने सर्व शाळा आणि उच्च शिक्षण संस्थांमध्ये व्यावसायिक शिक्षण एकात्मिक केले जाईल.
- राष्ट्रीय कौशल्य पात्रता आराखडा प्रत्येक व्यवसाय शाखेसाठी आणि व्यवसायासाठी अधिक तपशीलवार असेल. पुढे, आंतरराष्ट्रीय कामगार संघटनेने बनवलेल्या व्यवसायांच्या आंतरराष्ट्रीय मानक वर्गीकरणाशी भारतीय मानके सुसंगत केली जातील.

१७. नवीन राष्ट्रीय संशोधन फाउंडेशनच्या माध्यमातून दर्जेदार शैक्षणिक संशोधनाला चालना देणे

- ज्ञाननिर्मिती आणि संशोधन या गोष्टी मोठ्या आणि जिवंत अर्थव्यवस्थेच्या वाढीसाठी आणि ती टिकवून ठेवण्यासाठी, समाजाच्या उत्थानासाठी, आणि अधिक मोठे यश मिळवण्याकरता देशाला सातत्याने प्रेरित करण्यासाठी महत्त्वाच्या आहेत.
- सध्या जगात घडणाऱ्या जलद बदलांकडे पाहता संशोधनाची एक मजबूत परिसंस्था कदाचित पूर्वी कधीही नव्हती तितकी आता महत्त्वाची झालेली आहे. उदा.हवामान बदल, लोकसंख्येची गतिशीलता आणि व्यवस्थापन, जैवतंत्रज्ञान आणि विस्तारणारी जागतिक बाजारपेठ, मशीन लर्निंगचा उदय आणि कृत्रिम बुद्धिमत्ता. जर भारताला या विभिन्न क्षेत्रांमध्ये नेतृत्व करायचे असेल आणि पुढील काही वर्षांत आणि दशकांत आपल्याकडील मोठ्या प्रमाणावरील प्रतिभेचा खरोखर पूर्ण वापर करून पुन्हा एक आघाडीचा ज्ञानाधारित समाज बनायचे असेल, तर आपल्या देशाला आपल्या संशोधन क्षमतांचा लक्षणीय विस्तार करावा लागेल आणि विविध क्षेत्रांमध्ये उत्पादन करावे लागेल. आज कोणत्याही देशाच्या आर्थिक, बौद्धिक, सामाजिक, पर्यावरणीय आणि तांत्रिक आरोग्यासाठी आणि प्रगतीसाठी संशोधनाचे महत्त्व पूर्वी कधीही नव्हते इतके वाढले आहे.
- भारताला आज ज्या सामाजिक आव्हानांचा सामना करायचा आहे, उदा. आपल्या सर्व नागरिकांसाठी पिण्याच्या स्वच्छ पाण्याची उपलब्धता आणि स्वच्छता, दर्जेदार शिक्षण आणि आरोग्यनिगा, वाहतूक सुधारणा, हवेची गुणवत्ता, ऊर्जा आणि पायाभूत सुविधा, त्यासाठी केवळ प्रगत विज्ञान आणि तंत्रज्ञानावर आधारित दृष्टिकोनाची आणि उपायांची गरज नाही, तर सामाजिक शास्त्रे आणि मानव्यशास्त्रे आणि देशातील विविध सामाजिक, सांस्कृतिक आणि पर्यावरणीय आयामांच्या सखोल आकलनावरसुद्धा आधारित अशा दृष्टिकोनांची आणि उपायांची गरज आहे.
- विज्ञान आणि समाजशास्त्रातील शोधांबरोबरच कला आणि मानव्यशास्त्रातील संशोधनसुद्धा देशाच्या प्रगतीसाठी आणि आत्मज्ञानासाठी अतिशय महत्त्वाचे आहे.
- संशोधन आणि ज्ञाननिर्मितीची मजबूत संस्कृती असलेल्या वातावरणातच अध्यापन आणि अध्ययनाची प्रक्रिया उत्तम प्रकारे घडते; आणि त्याचाच व्यत्यास म्हणजे जगातील सर्वोत्तम संशोधनातील बरेचसे संशोधन बहुशाखीय विद्यापीठांमध्ये घडते.
- २१व्या शतकात भारताने संशोधन आणि नावीन्यपूर्णतेचे नेतृत्व करण्यासाठी, एक सामर्थ्यशाली आणि प्रबुद्ध समाज तयार करण्यासाठी, तसेच जगातील

सर्वांत मोठ्या तीन अर्थव्यवस्थांपैकी एक बनण्यासाठी हे अधिक बळकट करणे गरजेचे आहे.

- हे धोरण भारतातील संशोधनाच्या गुणवत्तेत आणि प्रमाणात परिवर्तन घडवण्यासाठी एका सर्वसमावेशक दृष्टिकोनाची परिकल्पना करते. यामध्ये वैज्ञानिक पद्धतीवर आणि तार्किक विचारांवर भर देऊन शालेय शिक्षणात अधिक खेळ व शोधावर आधारित अध्ययनशैलीच्या दिशेने निश्चित बदल करण्याचा समावेश आहे. यामध्ये विद्यार्थ्यांची आवड आणि प्रतिभा ओळखण्यासाठी शाळांमध्ये करिअर समुपदेशन, विद्यापीठांमधील संशोधनास चालना देणे, सर्व HEIs बहुशाखीय स्वरूपाच्या असणे आणि सर्वांगीण शिक्षणावर भर, पदवीपूर्व अभ्यासक्रमात संशोधन आणि इंटर्नशिपचा समावेश, संशोधनास योग्य महत्त्व देणारी अध्यापक करिअर व्यवस्थापन प्रणाली आणि संशोधन व नावीन्यपूर्णता यांसाठीच्या वातावरणास प्रोत्साहन देणारे प्रशासन आणि नियामक बदल यांचा समावेश असेल. हे सर्व पैलू देशात संशोधनाची मानसिकता विकसित करण्यासाठी अत्यंत महत्त्वाचे आहेत.
- देशात खरोखरच गुणवत्तापूर्ण संशोधनात वेगाने वाढ करण्यासाठी राष्ट्रीय संशोधन संस्था/ नॅशनल रिसर्च फाउंडेशन (एनआरएफ) स्थापन करणे या धोरणात संकल्पित आहे. NRF गुणवत्ता आधारित, परंतु सहाध्यायी-पुनरावलोकित न्याय्य संशोधन अर्थसाहाय्याचा एक विश्वासार्ह पाया प्रदान करेल, उत्कृष्ट संशोधनास उचित प्रोत्साहन आणि सन्मान देऊन देशात संशोधनाची संस्कृती विकसित करण्यास मदत करेल. सर्व शाखांमधील संशोधनास NRF स्पर्धात्मकपणे अर्थसाहाय्य करेल.

NRFची प्राथमिक कार्ये खालीलप्रमाणे असतील :

a) स्पर्धात्मक, सर्व प्रकारच्या आणि सर्व शाखांच्या सहाध्यायी-पुनरावलोकित अनुदान प्रस्तावांसाठी निधी देणे

b) शैक्षणिक संस्थांना, विशेषत:, जिथे संशोधन सध्या नवजात अवस्थेत आहे, अशा विद्यापीठांना आणि महाविद्यालयांना मार्गदर्शन करून संशोधन प्रारंभ विकसित आणि सुलभ करणे.

c) संशोधक आणि सरकारच्या, तसेच उद्योगांच्या संबंधित शाखांमध्ये दुवा म्हणून काम करणे, जेणेकरून राष्ट्रीय संशोधनाच्या तातडीच्या मुद्द्यांविषयी संशोधकांना सातत्याने अवगत केले जाईल आणि धोरणकर्त्यांना संशोधनातील ताज्या यशाविषयी सातत्याने अवगत केले जाईल. असे केल्याने हे यश

धोरणे आणि/किंवा अंमलबजावणीमध्ये सुयोग्य प्रकारे वापरता येईल.

d) उत्कृष्ट संशोधन आणि प्रगतीचा सन्मान करणे.

१८. उच्च शिक्षणाच्या नियामक प्रणालीचा कायापालट करणे

- उच्च शिक्षण क्षेत्राला पुन्हा नवचैतन्य देण्यासाठी आणि त्याच्या भरभराटीसाठी नियामक यंत्रणेत संपूर्ण सुधारणा होणे आवश्यक आहे.
- उच्च शिक्षणाच्या नियामक व्यवस्थेकडून हे सुनिश्चित केले जाईल की नियमन, अधिस्वीकृती, निधी आणि शैक्षणिक मानके प्रस्थापित करणे यासारखी विभिन्न कामे, विशिष्ट, स्वतंत्र आणि अधिकारप्राप्त संस्थांकडून केली जातील. व्यवस्थेमध्ये तपास आणि समतोल स्थापित करणे, हितसंबंधातील संघर्ष कमी करणे आणि अधिकाराचे केंद्रीकरण दूर करण्यासाठी हे महत्त्वाचे आहे. ही चार महत्त्वपूर्ण कार्ये पार पाडणाऱ्या या चार संस्थात्मक व्यवस्था, स्वतंत्रपणे काम करत असतानादेखील, समान उद्दिष्टे साध्य करण्यासाठी एकमेकांसमोर ताळमेळ राखत काम करत आहेत, हे सुनिश्चित करण्यासाठी भारतीय उच्च शिक्षण आयोग / हायर एज्युकेशन कमिशन ऑफ इंडिया (HECI) या एका संस्थेअंतर्गत या चार व्यवस्थांच्या चार स्वतंत्र विभागांची (व्हर्टिकल) स्थापना करण्यात येईल.
- HECI चा पहिला विभाग असेल राष्ट्रीय उच्च शिक्षण नियामक परिषद/ नॅशनल हायर एज्युकेशन रेग्युलेटरी कौन्सिल (NHERC) उच्च शिक्षण क्षेत्रासाठी एका सामायिक आणि एकमेव नियामकाचे काम करणे हे या विभागाचे काम असेल. यामध्ये शिक्षकांच्या शिक्षणाचा समावेश असेल; पण वैद्यकीय आणि कायद्याच्या शिक्षणाचा समावेश नसेल. 'सुलभ पण परिणामकारक' व सुविधात्मक पद्धतीचे नियमन करण्याच्या दृष्टीने NHERC स्थापित केले जाईल.
- असे नियमन सक्रिय करण्याची प्रमुख यंत्रणा म्हणजे अधिस्वीकृती. म्हणूनच, HECI चा दुसरा विभाग, राष्ट्रीय अधिस्वीकृती परिषद/नॅशनल ॲक्रेडिटेशन कौन्सिल (NAC) नावाची 'अधिस्वीकृती संस्था (मेटा-ॲक्रेडिटिंग बॉडी)' असेल. संस्थांची अधिस्वीकृती प्रामुख्याने मूलभूत नियम, सार्वजनिक स्व-प्रकटीकरण, चांगले शासन आणि निष्पत्ती या आधारांवर केली जाईल, आणि हे काम अधिस्वीकृती करणाऱ्या संस्था / मंडळांच्या स्वतंत्र परिसंस्थेद्वारे केले जाईल आणि NAC कडून त्याच्यावर देखरेख केली जाईल. मान्यताप्राप्त अधिस्वीकृती संस्था म्हणून कार्य करणाऱ्या संस्था आणि त्यांची योग्य संख्या NACकडून निश्चित केली जाईल.

- HECIचा तिसरा विभाग असेल उच्च शिक्षण अनुदान परिषद/हायर एज्युकेशन ग्रॅन्ट्स कौन्सिल (HEGC) या परिषदेचे काम असेल, संस्थांनी तयार केलेले IDP आणि त्याच्या अंमलबजावणीमध्ये झालेली प्रगती, तसेच इतर पारदर्शक निकष, या सर्वांच्या आधारे उच्च शिक्षणासाठी निधी आणि अर्थसाहाय्य करणे.
- HECIचा चौथा विभाग असेल सर्वसाधारण शिक्षण परिषद/जनरल एज्युकेशन कौन्सिल (GEC) या परिषदेचे काम असेल उच्च शिक्षणाच्या कार्यक्रमांसाठी अपेक्षित अध्ययन निष्पत्तीसाठीचा एक आराखडा तयार करणे, ज्याला 'पदवीधर गुणविशेष' (ग्रॅज्युएट ॲट्रिब्युट्स) या नावानेदेखील ओळखले जाईल.
- व्यवस्थेच्या या रचनेमुळे विविध भूमिकांमधील हितसंघर्ष टाळला जाऊन मूलभूत विलगीकरणाच्या तत्त्वाचे पालन होणे सुनिश्चित होईल.
- संस्थांच्या कामात कार्यक्षमता आणि पारदर्शकता असेल हे सुनिश्चित करण्यासाठी, नियमन (NHERC) अधिस्वीकृती (NAC), निधी पुरवठा (HEGC), आणि शैक्षणिक मानके स्थापित करणे (GEC) या सर्व स्वतंत्र विभागांचे काम आणि त्यांच्यावरील स्वायत्त शिखर संस्थेचे (HECI) काम पारदर्शक सार्वजनिक प्रकटीकरण आणि तंत्रज्ञानाचा मोठ्या प्रमाणावर वापर यावर आधारित असेल. चार विभागांमधील विवाद HECI स्वत: सोडवेल.
- अतिशय चांगले काम करणाऱ्या HECI ना त्यांच्या संस्थांचा विस्तार करण्यासाठी आणि त्यायोगे विद्यार्थी आणि शिक्षकांची संख्या, तसेच शाखा आणि कार्यक्रम मोठ्या प्रमाणावर वाढवण्यासाठी केंद्र आणि राज्य सरकारे मदत करतील.

शिक्षणाच्या व्यापारीकरणावर अंकुश ठेवणे

- संतुलित नियंत्रण असलेल्या अनेक व्यवस्था शिक्षणाच्या व्यापारीकरणाशी दोन हात करतील आणि हे व्यापारीकरण थांबवतील. हे नियामक व्यवस्थेचे महत्त्वाचे प्राधान्य असेल.
- या नियामक पद्धतीमध्ये सर्व HEIs सरकारी आणि खाजगी-एकाच स्तरावर असल्याचे मानले जाईल. ही किमान समान राष्ट्रीय मार्गदर्शक तत्त्वे खाजगी HEIs स्थापन करण्यासाठी आवश्यक सर्व कृतींसाठी आधारभूत असतील, त्यामुळे खाजगी आणि सार्वजनिक HEIs साठी समान मानके असतील. या समान मार्गदर्शक तत्त्वांमध्ये सुशासन, आर्थिक

स्थैर्य आणि सुरक्षितता, शैक्षणिक निष्पत्ती आणि प्रकटीकरणातील पारदर्शकता समाविष्ट असतील.

- सेवाभाव आणि जनहिताच्या हेतूने काम करणाऱ्या खाजगी HEI शुल्क निर्धारणाच्या प्रगतिशील पद्धतीद्वारे प्रोत्साहित केले जाईल. विविध प्रकारच्या संस्थांसाठी त्यांच्या अधिस्वीकृतीनुसार कमाल मर्यादेसह शुल्क निश्चित करण्यासाठी पारदर्शकता यंत्रणा विकसित केल्या जातील.

१९. उच्च शिक्षणाच्या संस्थांमध्ये प्रभावी व्यवस्थापन आणि नेतृत्व

- श्रेणीबद्ध अधिस्वीकृती आणि श्रेणीबद्ध स्वायत्ततेच्या एका योग्य प्रणालीद्वारे आणि १५ वर्षांच्या कालावधीत टप्प्याटप्प्याने, भारतातील सर्व HEI नावीन्य आणि उत्कृष्टतेचा ध्यास घेतलेल्या स्वतंत्र स्वयंप्रशासित संस्था बनण्याचे लक्ष्य ठेवतील. योग्य ती श्रेणीबद्ध अधिस्वीकृती प्राप्त झाल्यानंतर, एक प्रशासक मंडळ (बोर्ड ऑफ गव्हर्नर्स - BoG) स्थापन केले जाईल. या मंडळात स्वत:च्या क्षमता सिद्ध केलेल्या आणि संस्थेप्रति वचनबद्धतेची तीव्र भावना असलेल्या अशा उच्चशिक्षित, सक्षम आणि समर्पित व्यक्तींचा गट असेल.
- सर्व नेतृत्व पदे आणि संस्था प्रमुखपद उच्च शैक्षणिक पात्रता असलेल्या आणि गुंतागुंतीची परिस्थिती हाताळण्याच्या क्षमतेसह, प्रशासकीय आणि नेतृत्वक्षमता सिद्ध केलेल्या व्यक्तींना दिले जाईल. ही निवड कठोर, नि:पक्षपाती, गुणवत्ता-आधारित आणि क्षमता-आधारित प्रक्रियेने, BoGने स्थापन केलेल्या प्रख्यात तज्ज्ञ समितीच्या (एमिनन्ट एक्स्पर्ट कमिटी-EEC) नेतृत्वाखाली, BoGद्वारे केली जाईल.
- पुरेसा निधी, कायदेशीर सक्षमता आणि स्वायत्तता या बाबी टप्प्याटप्प्याने पुरवल्या जात असताना, सर्व HEIसुद्धा संस्थात्मक उत्कृष्टता, त्यांच्या स्थानिक समुदायांचा सहभाग आणि वित्तीय प्रामाणिकता व जबाबदारीची सर्वोच्च मानके याबाबत वचनबद्धता प्रदर्शित करतील. प्रत्येक संस्था एक धोरणात्मक स्वरूपाची संस्थात्मक विकास योजना (IDP) तयार करेल. मंडळाचे सदस्य, संस्थात्मक नेतृत्व, प्राध्यापक, विद्यार्थी आणि कर्मचारी यांच्या संयुक्त सहभागाने IDP तयार केले जाईल.

भाग ३ : विचार करण्याचे इतर महत्त्वाचे केंद्रीय मुद्दे

२०. व्यावसायिक शिक्षण

- व्यावसायिक शिक्षण हे एखाद्या विशिष्ट शाखेपुरते, इतर विषयांपासून वेगळे दिले जाऊ नये.
- व्यावसायिक शिक्षण हे त्यामुळे एकूणच उच्च शिक्षण व्यवस्थेचा एक अविभाज्य भाग बनते. स्वतंत्र शेती विद्यापीठे, कायदा विद्यापीठे, आरोग्यशास्त्र विद्यापीठे, तांत्रिक विद्यापीठे आणि इतर क्षेत्रांतील एकट्या संस्था, सर्वांगीण आणि बहुशाखीय शिक्षण देणाऱ्या बहुशाखीय संस्था बनण्याचे उद्दिष्ट ठेवतील. एकतर व्यावसायिक किंवा सामान्य शिक्षण देणाऱ्या सर्व संस्था २०३०पर्यंत एकसंधपणे आणि एकात्मिक पद्धतीने शिक्षण प्रदान करणाऱ्या संस्थांमध्ये/क्लस्टर्समध्ये नैसर्गिकरीत्या विकसित होण्याचे लक्ष्य ठेवतील.
- तंत्रज्ञान अंत:पोषण (इन्क्युबेशन) आणि प्रसार, तसेच शाश्वत पद्धतींना चालना देण्यासाठी कृषी तंत्रज्ञान उद्याने स्थापन करणे हा एक दृष्टिकोन असू शकतो.
- कायद्याचे शिक्षण जागतिकदृष्ट्या स्पर्धात्मक, व्यापक उपलब्धता आणि वेळेवर न्यायदान करण्यासाठी सर्वोत्तम पद्धतींचा अवलंब करणारे आणि नवीन तंत्रज्ञान स्वीकारणारे असणे आवश्यक आहे. कायद्याचे शिक्षण देणाऱ्या शासकीय संस्थांनी, भविष्यातील वकील आणि न्यायाधीशांना इंग्रजीमध्ये आणि ज्या राज्यात संस्था स्थित आहे तेथील भाषेत, असे द्विभाषिक शिक्षण देण्याचा विचार केला पाहिजे.
- लोक आरोग्यसेवेच्या बाबतीत एकाहून अधिक पर्यायांचा अवलंब करतात हे लक्षात घेता, आपली वैद्यकशास्त्र शिक्षणव्यवस्था एकात्मिक असणे आवश्यक आहे.
- तांत्रिक शिक्षण बहुशाखीय शिक्षण संस्था आणि कार्यक्रमांमध्येसुद्धा उपलब्ध करण्याचे उद्दिष्ट ठेवले जाईल आणि इतर शाखांमध्ये अधिक सहभागी होण्यासाठीच्या संधींवर नव्याने लक्ष केंद्रित केले जाईल. कृत्रिम बुद्धिमत्ता (आर्टिफिशिअल इंटेलिजन्स-एआय), 3-D मशिनिंग, बिग डेटा विश्लेषण आणि मशीन लर्निंग इ. सारख्या सध्या वेगाने प्रगती करणाऱ्या अत्याधुनिक क्षेत्रांमध्ये व्यावसायिक तयार करण्यात भारताने आघाडी घेतली पाहिजे.

२१. प्रौढ शिक्षण आणि निरंतर अध्ययन

- जगभरातील देशांच्या डेटावरून हे दिसून येते की साक्षरतेचे प्रमाण आणि

दरडोई GDP मध्ये अतिशय घनिष्ठ संबंध आहे.

- स्वयंसेवी वृत्ती आणि समाजाचा सहभाग आणि गतिशिलता हे प्रौढ साक्षरता कार्यक्रमाच्या यशासाठी महत्त्वाचे घटक आहेत.
- १००टक्के साक्षरता साध्य करण्याचे हे अतिशय महत्त्वाचे ध्येय गाठण्यासाठी शक्य तितक्या लवकर प्रौढ शिक्षणासाठी मजबूत आणि नावीन्यपूर्ण सरकारी पुढाकार-विशेषतः, समुदायाचा सहभाग सुलभ करण्यासाठी आणि तंत्रज्ञानाचा सुरळीत आणि लाभदायक समावेश करण्यासाठी सुरू केला जाईल.
- प्रौढ शिक्षणासाठी समर्पित असलेली NCERTची नवीन आणि चांगला पाठिंबा असलेली घटक संस्था प्रौढ शिक्षणाचा एक उत्कृष्ट अभ्यासक्रम आराखडा विकसित करेल. प्रौढ शिक्षणाच्या अभ्यासक्रमाच्या आराखड्यात किमान पाच प्रकारच्या कार्यक्रमांचा समावेश असेल आणि प्रत्येक कार्यक्रमाची निष्पत्ती स्पष्टपणे निश्चित केलेली असेल (अ) मूलभूत साक्षरता आणि संख्याज्ञान (ब) महत्त्वाची जीवनकौशल्ये (आर्थिक साक्षरता, डिजिटल साक्षरता, व्यावसायिक कौशल्ये, आरोग्य निगा आणि जागृती, बालसंगोपन आणि शिक्षण, कुटुंब कल्याण यांसह (क) व्यावसायिक कौशल्यांचा विकास (स्थानिक रोजगार मिळवण्याच्या दृष्टिकोनातून) (ड) मूलभूत शिक्षण (पूर्वाध्ययन (प्रिपरेटरी), पूर्वमाध्यमिक आणि माध्यमिक शाळा स्तराशी समकक्ष); आणि (इ) शिक्षण सुरू ठेवणे (कला, विज्ञान, तंत्रज्ञान, संस्कृती, खेळ आणि करमणूक यांतील सर्वांगीण प्रौढ शिक्षण अभ्यासक्रम, तसेच स्थानिक लोकांच्या स्वारस्याचे किंवा त्यांना उपयुक्त असे इतर अनेक विषय उदा. आयुष्यातील महत्त्वाच्या कौशल्यांबद्दलची प्रगत सामग्री यासहित).
- स्वारस्य असलेल्या सर्व प्रौढांना प्रौढ शिक्षण आणि निरंतर अध्ययनाची सोय उपलब्ध असेल. प्रौढ शिक्षण अभ्यासक्रमांसाठी आणि इतर सामाजिक सहभाग असलेल्या, तसेच समृद्धी उपक्रमांसाठी शाळेच्या तासानंतर आणि शनिवारी-रविवारी शक्यतो ICTने सुसज्ज असलेली शाळा/शाळा संकुले आणि सार्वजनिक वाचनालये वापरणे.
- प्रौढ शिक्षणाच्या अभ्यासक्रम आराखड्यात वर्णन केल्यानुसार सर्व पाच प्रकारच्या प्रौढ शिक्षणासाठी शिकणाऱ्यांना परिपक्व करण्यासाठी अभ्यासक्रमाचा आराखडा तयार करण्यासाठी प्रशिक्षक / शिक्षकांची आवश्यकता असेल. या प्रशिक्षकांना राष्ट्रीय, राज्य आणि जिल्हा स्तरावरील स्रोत संस्था प्रौढ शिक्षण केंद्रामध्ये शिक्षण उपक्रम आयोजित करण्यासाठी आणि त्यांचे

नेतृत्व करण्यासाठी, तसेच स्वयंसेवी प्रशिक्षकांशी समन्वय साधण्यासाठी प्रशिक्षण देतील.

- प्रौढ शिक्षणात समाजातील सदस्यांचा सहभाग निश्चित करण्यासाठी सर्वतोपरी प्रयत्न केले जातील.
- आपले समुदाय आणि शैक्षणिक संस्थांमधून वाचनाची सवय रुजवण्यासाठी पुस्तकांची उपलब्धता आणि पुस्तके सर्वांपर्यंत पोचण्याची स्थिती सुधारणे आवश्यक आहे. पुस्तके उपलब्ध होण्यासाठी आणि परवडण्यासाठी केंद्र आणि राज्य सरकारे पावले उचलतील. सध्या अस्तित्वात असलेली सर्व वाचनालये मजबूत करणे, वंचित भागांमध्ये ग्रामीण वाचनालये आणि वाचन कक्ष स्थापन करणे.
- वरील सर्व पुढाकार मजबूत करण्यासाठी आणि अगदी त्यांची अंमलबजावणी करण्यासाठी तंत्रज्ञानाचा पुरेपूर वापर करून घेतला जाईल.

२२. भारतीय भाषा, कला आणि संस्कृतीला प्रोत्साहन

- भारत म्हणजे हजारो वर्षांच्या कालावधीत विकसित झालेल्या आणि कला, साहित्य, रूढी, परंपरा, भाषिक अभिव्यक्ती, प्राचीन वस्तू, वारसा स्थळे आणि इतर स्वरूपांत व्यक्त झालेल्या संस्कृतीचा खजिना आहे. ही सांस्कृतिक आणि नैसर्गिक संपत्तीच भारताला त्याच्या पर्यटन घोषणेनुसार खरोखर 'अतुल्य भारत!' बनवते. भारताच्या सांस्कृतिक संपत्तीचे जतन आणि प्रचार करणे ही देशाची उच्च प्राथमिकता असणे आवश्यक आहे; कारण देशाची ओळख, तसेच अर्थव्यवस्थेसाठी हे खऱ्या अर्थाने महत्त्वाचे आहे.
- संस्कृतीची शिकवण देण्याचे एक प्रमुख माध्यम कला हे आहे. सांस्कृतिक अस्मिता, जागरूकता बळकट करणे आणि सामाजिक उन्नती साधण्याव्यतिरिक्त, कला व्यक्तींमध्ये आकलनात्मक आणि सर्जनशील क्षमता वाढवण्यासाठी आणि वैयक्तिक आनंद वृद्धिंगत करण्यासाठी ओळखल्या जातात. आनंद/हित, आकलनात्मक विकास आणि व्यक्तींची सांस्कृतिक प्रतिमा या महत्त्वाच्या कारणांमुळे सर्व प्रकारच्या भारतीय कला विद्यार्थ्यांना, प्रारंभिक बाल्यावस्था संगोपन आणि शिक्षणापासून सुरुवात करून शिक्षणाच्या सर्व स्तरांवर शिकवल्या गेल्या पाहिजेत.
- भाषा ही अर्थातच कला आणि संस्कृतीशी अतूटपणे जोडलेली आहे. एखादी संस्कृती टिकवण्यासाठी आणि तिच्या प्रसारासाठी त्या संस्कृतीच्या भाषेचे जतन आणि तिचा प्रसार केला पाहिजे.

- गेल्या ५० वर्षांत देशाने २२०पेक्षा जास्त भाषा गमावल्या आहेत. युनेस्कोने १९७ भारतीय भाषा 'संकटग्रस्त' म्हणून घोषित केल्या आहेत.
- भारतीय राज्यघटनेच्या आठव्या अनुसूचीतील २२ भाषा बऱ्याच आघाड्यांवर गंभीर अडचणींना तोंड देत आहेत. भारतीय भाषांचे अध्यापन आणि अध्ययन प्रत्येक स्तरावर शाळा आणि उच्च शिक्षणाशी एकात्मिक करणे आवश्यक आहे.
- भारतात कुशल भाषा शिक्षकांची तीव्र टंचाई आहे. संभाषणासाठी आणि अध्यापन-अध्ययनासाठी भाषा अधिक व्यापकपणे वापरणे आवश्यक आहे.
- भारतीय भाषा, तुलनात्मक साहित्य, सृजनात्मक लेखन, कला, संगीत, तत्त्वज्ञान इत्यादींचे सशक्त विभाग आणि कार्यक्रम देशभरात सुरू आणि विकसित केले जातील आणि या विषयांमध्ये चार वर्षांच्या दुहेरी बी.एड. पदवीसह इतर पदवी कार्यक्रम विकसित केले जातील. NRF या सर्व क्षेत्रांमधील दर्जेदार संशोधनासाठी निधी पुरवठा करेल.
- शिक्षणाची उपलब्धता आणि GER वाढवण्यासाठी आणि सर्व भारतीय भाषांची शक्ती, वापर आणि चैतन्य वाढवण्यासाठी उच्च शिक्षण क्षेत्रातील अधिक HEI आणि अधिक कार्यक्रम मातृभाषा/ स्थानिक भाषा शिकवण्याचे माध्यम म्हणून वापरतील आणि/किंवा द्विभाषिक कार्यक्रम देतील.
- भारतातील समृद्ध विविधतेचे ज्ञान विद्यार्थ्यांनी प्रत्यक्ष पाहून आत्मसात केले पाहिजे. या दिशेने 'एक भारत श्रेष्ठ भारत' अंतर्गत, देशातील १०० पर्यटनस्थळे निश्चित केली जातील, जिथे शैक्षणिक संस्था त्यांच्या विद्यार्थ्यांना, या भागांविषयीचे त्यांचे ज्ञान वाढवण्याचा एक भाग म्हणून, या ठिकाणांचा आणि त्यांचा इतिहास, वैज्ञानिक योगदान, परंपरा, स्थानिक साहित्य आणि ज्ञान इत्यादींचा अभ्यास करण्यासाठी पाठवतील.
- उच्च दर्जाचे अध्ययन साहित्य आणि इतर महत्त्वाचे लिखित व मौखिक साहित्य, सामान्य जनतेला विविध भारतीय आणि परदेशी भाषांमध्ये उपलब्ध करून देण्यासाठी, भारताला आपल्या भाषांतर आणि दुभाषी कामाच्या प्रयत्नांमध्ये विस्तार करावा लागेल. यासाठी भाषांतर आणि दुभाषी कामाच्या भारतीय संस्थेची (इंडियन इन्स्टिट्यूट ऑफ ट्रान्सलेशन ॲन्ड इंटरप्रिटेशन - IITI) स्थापना केली जाईल.
- विविध भाषासाहित्य आणि विषयांमध्ये असलेले संस्कृतचे अफाट आणि लक्षणीय योगदान आणि साहित्य, त्याचे सांस्कृतिक महत्त्व आणि वैज्ञानिक स्वरूप लक्षात घेता, संस्कृतला फक्त एकशाखीय पाठशाळा आणि विद्यापीठांपुरते मर्यादित न ठेवता, मोठ्या प्रमाणात शाळांमध्ये त्रिभाषा

सूत्रांमधील एका पर्यायाच्या रूपाने - तसेच उच्च शिक्षणामध्ये संस्कृतची उपलब्धता वाढवून, संस्कृतला मुख्य प्रवाहात आणण्यात येईल.

- सर्व अभिजात भाषा आणि साहित्याचे अध्ययन करणाऱ्या संस्था आणि विद्यापीठांचा विस्तार भारताकडून केला जाईल. असे करण्याचे मुख्य उद्दिष्ट असेल, दुर्लक्षित अशा हजारो-लाखो हस्तलिखितांना एकत्रित करणे आणि त्यांचे जतन, भाषांतर आणि अभ्यास करण्याच्या दिशेने ठोस प्रयत्न करणे.
- अभिजात भाषा, आदिवासी भाषा आणि नामशेष होत चाललेल्या भाषांसहित, सर्व भारतीय भाषांचे जतन आणि त्यांचा प्रचार करण्याचे प्रयत्न नव्या जोमाने केले जातील. लोकांचा मोठ्याा प्रमाणात सहभाग, याबरोबरच, तंत्रज्ञान आणि क्राउड सोर्सिंगची या प्रयत्नामध्ये महत्त्वाची भूमिका असेल.
- भारतीय संविधानाच्या आठव्या अनुसूचीमध्ये नमूद केलेल्या प्रत्येक भाषेसाठी अकादमींची स्थापना केली जाईल. याचप्रमाणे, केंद्र/राज्य सरकारद्वारे व्यापक प्रमाणात बोलल्या जाणाऱ्या इतर भारतीय भाषांसाठी अकादमींची स्थापना केली जाईल.
- नामशेष होत चाललेल्या भाषांसहित सर्व भारतीय भाषा आणि त्यांच्याशी संबंधित समृद्ध स्थानिक कला आणि संस्कृतीचे जतन करण्याच्या दृष्टीने, वेब-आधारित प्लॅटफॉर्म/पोर्टल/विकिपीडिया या माध्यमातून, सर्व भारतीय भाषा आणि त्याच्याशी संबंधित स्थानिक कला आणि संस्कृतीला लेखी स्वरूप दिले जाईल.
- भाषांचा नियमितपणे वापर केला जाईल आणि अध्यापन व अध्ययनासाठी त्यांचा उपयोग होईल, तेव्हाच भारतीय भाषांचा प्रसार शक्य आहे.

२३. तंत्रज्ञानाचा वापर आणि एकात्मीकरण

- शैक्षणिक प्रक्रिया आणि निष्पत्ती यामध्ये सुधारणा करण्यामागे तंत्रज्ञानाचा मोठा हात असेल; अशा प्रकारे, तंत्रज्ञान आणि शिक्षणामधील संबंध सर्व स्तरांवर दोन्ही बाजूंनी काम करतील.
- शिक्षणाच्या विविध पैलूंमध्ये सुधारणा करण्यासाठी, तंत्रज्ञानाच्या वापराला आणि एकात्मीकरणाला पाठिंबा देऊन त्याचा अवलंब केला जाईल. तंत्रज्ञानाचा वापर करून शाळा आणि उच्च शिक्षण या दोन्हीतील अध्ययन, मूल्यांकन, नियोजन आणि प्रशासन इत्यादींची गुणवत्ता वाढवण्याच्या दृष्टीने, मुक्तपणे विचारांची देवाणघेवाण करण्यासाठी एक व्यासपीठ उपलब्ध असावे, या विचाराने राष्ट्रीय शैक्षणिक तंत्रज्ञान मंच (नॅशनल

एज्युकेशन टेक्नॉलॉजिकल फोरम - NETF) या स्वायत्त संस्थेची स्थापना केली जाईल.

NETFचे कार्य खालीलप्रमाणे असेल :

अ) केंद्र आणि राज्य सरकारच्या संस्थांना तंत्रज्ञानावर आधारित हस्तक्षेपाबद्दल पुराव्यांसह स्वतंत्र सल्ला प्रदान करणे.

ब) शैक्षणिक तंत्रज्ञानामध्ये बौद्धिक आणि संस्थात्मक क्षमता विकसित करणे

क) या क्षेत्रातील धोरणात्मक भर देण्याच्या विभागांची परिकल्पना करणे आणि

ड) संशोधन आणि नावीन्यपूर्ण उपक्रमांसाठी नवीन दिशा स्पष्ट करणे.

- राष्ट्रीय आणि आंतरराष्ट्रीय शैक्षणिक तंत्रज्ञान संशोधक, उद्योजक आणि व्यावसायिकांकडून सूचना मिळवण्यासाठी, NETF अनेक प्रादेशिक आणि राष्ट्रीय परिषदा, कार्यशाळा इत्यादींचे आयोजन करेल.
- तंत्रज्ञानाच्या वापराचा भर प्रामुख्याने अध्यापन-अध्ययन आणि मूल्यांकन प्रक्रिया सुधारणे, शिक्षकांच्या तयारीस आणि व्यावसायिकांच्या विकासास साहाय्य करणे, शिक्षणाची उपलब्धता वाढवणे आणि प्रवेश, उपस्थिती, मूल्यांकन इत्यादींशी संबंधित प्रक्रियांसह शैक्षणिक नियोजन, व्यवस्थापन व प्रशासन सुलभ करणे यांवर असेल.
- वरील सर्व उद्देशांसाठी अनेक प्रकारची शैक्षणिक सॉफ्टवेअर्स विकसित केली जातील आणि सर्व स्तरांवरील विद्यार्थी आणि शिक्षकांसाठी उपलब्ध करून दिली जातील. ई-मजकुराचे अध्यापन-अध्ययन सर्व प्रादेशिक भाषांमध्ये विकसित करणे सुरू ठेवतील आणि ते DIKSHA प्लॅटफॉर्मवर अपलोड केले जाईल. शाळांमध्ये शिक्षकांना योग्य उपकरणे उपलब्ध करून दिली जातील. जेणेकरून शिक्षक अध्यापन-अध्ययन पद्धतींमध्ये ई-मजकूर योग्यरीत्या समाविष्ट करू शकतील, असा प्रयत्न केला जाईल.
- शिक्षण व्यवस्थेत अनिवार्यपणे परिवर्तन घडवणाऱ्या उदयोन्मुख क्रांतिकारी तंत्रज्ञानाकडे विशेष लक्ष दिले जाईल.
- कृत्रिम बुद्धिमत्ता (AI) 3D/7D आभासी वास्तविकता (व्हर्च्युअल रिॲलिटी) हे एक निर्विवादपणे क्रांतिकारी तंत्रज्ञान म्हणून उदयास आले आहे. कामाच्या ठिकाणी देखील क्रांतिकारी बदल घडवण्याची AI ची क्षमता स्पष्ट आहे आणि शिक्षणव्यवस्था याला त्वरित प्रतिसाद देण्यासाठी सज्ज असणे आवश्यक आहे. या माहितीच्या आधारे, ज्या तंत्रज्ञानाच्या आगमनास शिक्षण व्यवस्थेकडून प्रतिसाद देण्याची गरज आहे ते MHRD औपचारिकपणे निश्चित करेल.

- नावीन्यपूर्ण तंत्रज्ञानाला MHRने औपचारिक मान्यता दिल्याच्या परिणामस्वरूप, राष्ट्रीय संशोधन संस्था (नॅशनल रिसर्च फाउंडेशन) तंत्रज्ञानात संशोधन करण्याच्या प्रयत्नांना सुरुवात किंवा त्यांचा विस्तार करेल. AIच्या संदर्भात, NRF त्रिसूत्री दृष्टिकोनाचा विचार करू शकेल; (अ) कोअर AI संशोधनाला चालना देणे, (ब) अनुप्रयोग-आधारित संशोधन विकसित करणे आणि (क) आरोग्यसेवा, शेती आणि हवामानबदल यांसारख्या क्षेत्रातील जागतिक आव्हानांचा सामना करण्यासाठी AI वापरून आंतरराष्ट्रीय संशोधन प्रयत्नांना चालना देणे.
- नावीन्यपूर्ण तंत्रज्ञानामुळे काही नोकऱ्या निरर्थक ठरतील. म्हणूनच नवे रोजगार तयार करणे आणि टिकवून ठेवण्याच्या दृष्टीने, कौशल्ये निर्माण करायच्या आणि कौशल्ये कमी करायच्या (स्किलिंग आणि डी-स्किलिंग) पद्धती कार्यक्षम आणि गुणवत्तापूर्ण असणे अधिकच महत्त्वाचे ठरेल. कौशल्ये आणि उच्च शिक्षण आराखड्याबरोबर या प्रशिक्षणांचे एकात्मीकरण करण्यात येईल.
- मशीन लर्निंगसारख्या मूलभूत क्षेत्रांमध्ये, तसेच बहुशाखीय क्षेत्रे 'AI + X' आणि आरोग्य सेवा, कृषी आणि कायदा यांसारख्या व्यावसायिक क्षेत्रांमध्ये पीएच.डी. आणि मास्टर्स कार्यक्रम उपलब्ध करून देण्याचे उद्दिष्ट विद्यापीठांसमोर असेल. विद्यापीठे SWAYAM सारख्या प्लॅटफॉर्मवर हे अभ्यासक्रम तयार करू शकतील आणि त्यांचा प्रसार करू शकतील.
- शाळेमध्ये चालू घडामोडी आणि नैतिक समस्यांचा अभ्यास करताना, क्रांतिकारी तंत्रज्ञानावरील चर्चेचा त्यामध्ये समावेश केला जाईल. उदा. NETF/MHRDने निश्चित केलेले क्रांतिकारी तंत्रज्ञान, निरंतर शिक्षणासाठी योग्य सूचनात्मक आणि चर्चात्मक साहित्य तयार केले जाईल.
- AI –आधारित तंत्रज्ञानासाठी डेटा हे प्रमुख इंधन आहे आणि डेटा हाताळणे (हॅन्डलिंग), डेटा संरक्षण (प्रोटेक्शन) इत्यादींशी संबंधित गोपनीयता, कायदे आणि मानके यांच्याशी जोडलेल्या समस्यांविषयी जागरूकता निर्माण करणे अतिशय महत्त्वाचे आहे. या जागरूकता निर्माण करण्याच्या प्रयत्नांमध्ये शिक्षण एक मोठी भूमिका बजावेल.

२४. ऑनलाईन आणि डिजिटल शिक्षण : तंत्रज्ञानाचा समान वापर सुनिश्चित करणे

- नवीन परिस्थिती आणि वास्तविकता यासाठी नवीन उपक्रमांची गरज असते. सध्या वाढत असलेले साथीचे रोग आणि महामारीची परिस्थिती

लक्षात घेता, जेव्हा कधी आणि जिथे कुठे पारंपरिक आणि प्रत्यक्ष शिकवण्याच्या माध्यमांचा वापर शक्य नसेल, तेव्हा दर्जेदार शिक्षणाची पर्यायी माध्यमे तयार ठेवणे गरजेचे झाले आहे. या संदर्भात, तंत्रज्ञानामुळे मिळणाऱ्या फायद्यांचा लाभ घेण्याचे महत्त्व राष्ट्रीय शिक्षण धोरण २०२० ने मान्य करत, तंत्रज्ञानाशी संबंधित जोखीम आणि धोक्यांचीसुद्धा दखल घेतली आहे.

- तथापि, जोपर्यंत डिजिटल भारत मोहीम आणि परवडणाऱ्या कॉम्प्युटिंग उपकरणांची उपलब्धता यांसारख्या एकत्रित प्रयत्नांमधून डिजिटल दरी भरून काढली जात नाही, तोपर्यंत ऑनलाईन/डिजिटल शिक्षणाच्या फायद्यांचा लाभ घेणे शक्य नाही. ऑनलाईन आणि डिजिटल शिक्षणासाठी तंत्रज्ञानाचा वापर करत असताना समानतेविषयक शंका/समस्यांची योग्य दखल घेतली जाणे महत्त्वाचे आहे.
- अध्यापनशास्त्रातील आवश्यक बदलांव्यतिरिक्त, ऑनलाईन मूल्यांकनासाठीदेखील वेगळ्या दृष्टिकोनाची गरज आहे. ऑनलाईन शिक्षणाचा अनुभवात्मक आणि उपक्रम-आधारित शिक्षणाशी मेळ घातला जात नाही तोपर्यंत, ते केवळ स्क्रीन-आधारित शिक्षण बनण्याची शक्यता आहे, ज्यात अध्ययनाच्या सामाजिक, भावात्मक आणि सायकोमोटर (मनोकारक) पैलूंकडे मर्यादित लक्ष असेल.

२४.४ डिजिटल तंत्रज्ञानाचा उदय आणि शाळेपासून उच्च शिक्षणापर्यंत सर्व स्तरांवर अध्यापन- अध्ययनासाठी तंत्रज्ञानाचा फायदा करून घेण्याचे महत्त्व लक्षात घेता हे धोरण खालील प्रमुख उपक्रमांची शिफारस करते :

a) **ऑनलाईन शिक्षणासाठी पथदर्शी अभ्यास :** सामान्य शिक्षणाच्या ऑनलाईन शिक्षणासाठी एकात्मीकरण करण्याच्या फायद्यांचे मूल्यांकन करण्यासाठी व दोष कमी करण्यासाठी आणि विद्यार्थ्यांना उपकरणांची सवय लागणे, ई-मजकुरासाठी सर्वाधिक पसंतीचा फॉरमॅट अशा इतर संबंधित बाबींचा अभ्यासदेखील करण्यासाठी समांतरपणे काही पथदर्शी अभ्यासांची मालिका आयोजित करण्यासाठी योग्य संस्था, जसे की, NRTF, CIEFT, NIOS, IGNOU, IITs, NITs इ. निश्चित केल्या जातील. या पथदर्शी अभ्यासांचे निकाल सार्वजनिकरीत्या जाहीर केले जातील आणि सतत सुधारणा करण्यासाठी वापरले जातील.

b) **डिजिटल पायाभूत सुविधा :** भारताचा मोठा आकार, विविधता, गुंतागुंतीच्या उपकरणांची उपलब्धता यावर उपाय म्हणून एकाहून अधिक प्लॅटफॉर्मद्वारा आणि विशिष्ट उपायांद्वारे वापरता येईल अशा, मुक्त, आंतरकार्यक्षम

(इंटरऑपरेबल), विकसनक्षम, सार्वजनिक डिजिटल पायाभूत सुविधा शिक्षण क्षेत्रात निर्माण करण्यासाठी गुंतवणूक करण्याची गरज आहे. यामुळे हे सुनिश्चित होईल की तंत्रज्ञानावर आधारित उपाय तंत्रज्ञानाच्या वेगवान प्रगतीमुळे कालबाह्य होणार नाहीत.

c) **ऑनलाईन अध्यापन प्लॅटफॉर्म आणि साधने :** शिक्षकांना विद्यार्थ्यांच्या प्रगतीवर नजर ठेवण्यासाठी, संरचित, वापरण्यास सोप्या, समृद्ध सहायक साधनांचा संच प्रदान करण्यासाठी SWAYAM, DIKSHA अशा समर्पक विद्यमान ई-अध्ययन प्लॅटफॉर्म्सचा विस्तार केला जाईल. ऑनलाईन वर्ग घेण्यासाठी टू-वे-व्हिडिओ आणि टू-वे-ऑडिओ इंटरफेस यांसारखी साधने ही काळाची गरज आहे, हे महासाथीने दाखवून दिले आहे.

d) **मजकूरनिर्मिती, डिजिटल भांडार आणि प्रसार :** कोर्स वर्क, गेम्स आणि सिम्युलेशन शिकणे, ऑगमेन्टेड वास्तव आणि व्हर्च्युअल वास्तव यासह एक डिजिटल भांडार विकसित केले जाईल. विद्यार्थ्यांपर्यंत ई-सामग्रीचा प्रसार करण्यासाठी एक विश्वासार्ह बॅकअप यंत्रणा प्रदान केली जाईल.

e) **डिजिटल दरी कमी करणे :** अत्यंत मर्यादित डिजिटल सुविधा उपलब्ध असलेला लोकसंख्येचा एक मोठा वर्ग अजूनही अस्तित्वात आहे, हे वास्तव लक्षात घेता, दूरदर्शन, रेडिओ आणि कम्युनिटी रेडिओ अशा विद्यमान प्रसारमाध्यमांचे चित्रप्रक्षेपण आणि प्रसारणासाठी व्यापकपणे वापर केला जाईल.

f) **व्हर्च्युअल प्रयोगशाळा :** व्हर्च्युअल प्रयोगशाळा तयार करण्यासाठी DIKSHA, SWAYAM आणि SWAYAMPRABHA यांसारख्या विद्यमान ई-लर्निंग प्लॅटफॉर्म्सचा उपयोग केला जाईल, जेणेकरून सर्व विद्यार्थ्यांना दर्जेदार प्रात्यक्षिक आणि प्रत्यक्ष प्रयोग-आधारित अध्ययन उपलब्ध होईल.

g) **शिक्षकांना प्रशिक्षण आणि प्रोत्साहन :** विद्यार्थी-केंद्रित अध्यापनशास्त्राचे आणि ऑनलाईन शिक्षण प्लॅटफॉर्म आणि साधने वापरून स्वत:च उच्च गुणवत्तेचे ऑनलाईन मजकूर निर्माते कसे बनावे याचे शिक्षकांना काटेकोर प्रशिक्षण दिले जाईल. मजकुरासोबत आणि एकमेकांसोबत विद्यार्थ्यांचा सक्रिय सहभाग सुलभ करण्यातील शिक्षकांच्या भूमिकेवर भर दिला जाईल.

h) **ऑनलाईन मूल्यांकन आणि परीक्षा :** राष्ट्रीय मूल्यांकन केंद्र किंवा परखसारख्या प्रस्तावित संस्था, शालेय बोर्ड्स, NTA किंवा इतर मान्यताप्राप्त

संस्था क्षमता, पोर्टफोलिओ, रुब्रिक्स, मानक मूल्यांकने आणि मूल्यांकनाचे विश्लेषण यांच्या रचनेसह मूल्यांकनाच्या आराखड्याची रचना आणि अंमलबजावणी करतील. २१व्या शतकातील कौशल्यांवर लक्ष केंद्रित करून, शैक्षणिक तंत्रज्ञाने वापरून मूल्यांकनाचे नवीन मार्ग निश्चित करण्यासाठी अभ्यास हाती घेतले जातील.

i) **अध्ययनाची मिश्र मॉडेल्स :** डिजिटल अध्ययन आणि शिक्षणाला प्रोत्साहन देताना, समोरासमोर प्रत्यक्ष अध्ययनाचे महत्त्वसुद्धा पूर्णपणे लक्षात घेण्यात आले आहे. त्यानुसार, वेगवेगळ्या विषयांच्या योग्य पुनरावृत्तीसाठी मिश्र अध्यापनाची विविध परिणामकारक मॉडेल्स शोधली जातील.

j) **मानके निश्चित करणे :** ऑनलाईन आणि डिजिटल शिक्षणाबद्दलचे संशोधन होईल तसे NETE आणि इतर योग्य संस्था ऑनलाईन/ डिजिटल अध्यापन-अध्ययनासाठी आशय, तंत्रज्ञान आणि अध्यापनशास्त्र यांची मानके निश्चित करतील. ही मानके राज्ये, बोर्ड्स, शाळा आणि शाळा संकुले, HEIs इ.साठी ई-शिक्षणाची मार्गदर्शक तत्त्वे तयार करण्यासाठी मदत करतील.

२४.५ जागतिक दर्जाच्या डिजिटल पायाभूत सुविधा, शैक्षणिक डिजिटल सामग्री आणि क्षमता निर्माण करण्यासाठी एक समर्पित युनिट तयार करणे

शिक्षणात तंत्रज्ञानाचा वापर हे केवळ साध्य नाही तर एक प्रवास आहे आणि या धोरणातील उद्दिष्टांची अंमलबजावणी करण्यासाठी विविध परिसंस्था एकत्र येण्याची क्षमता आवश्यक आहे. डिजिटल पायाभूत सुविधा, शैक्षणिक डिजिटल सामग्री आणि क्षमता निर्माण करण्यासाठी, समन्वय साधण्यासाठी शालेय आणि उच्च शिक्षण, दोन्हींच्या ई-शिक्षणाच्या गरजा भागवण्यासाठी मंत्रालयात एक समर्पित युनिट तयार केले जाईल. या केंद्रात प्रशासन, शिक्षण, शैक्षणिक तंत्रज्ञान, डिजिटल अध्यापनशास्त्र आणि मूल्यांकन, ई-शासन अशा सर्व क्षेत्रांतील तज्ज्ञ समाविष्ट असतील.

भाग ४ : अंमलबजावणी

२५. केंद्रीय शिक्षण सल्लागार मंडळाचे सक्षमीकरण

- या धोरणाची यशस्वी अंमलबजावणी करण्यासाठी एक दीर्घकालीन दृष्टिकोन

आवश्यक आहे. तसेच, सातत्यपूर्ण पद्धतीने अभ्यासपूर्ण मार्गदर्शन आणि राष्ट्रीय, राज्य, संस्थात्मक आणि व्यक्तिगत अशा सर्वच पातळ्यांवर सर्व संबंधितांकडून एकत्रितपणे केलेल्या कृतीची आवश्यकता आहे. या संदर्भात, केंद्रीय शिक्षण सल्लागार मंडळ (सेन्ट्रल ॲडव्हायझरी बोर्ड ऑफ एज्युकेशन - CABE) मजबूत करण्याची आणि सक्षम करण्याची शिफारस हे धोरण करते.

- शिक्षण आणि अध्ययनावर पुन्हा लक्ष केंद्रित करण्यासाठी, मनुष्यबळ विकास मंत्रालयाचे (MHRD) शिक्षण मंत्रालयात रूपांतर करणे आवश्यक आहे.

२६. अर्थपुरवठा : सर्वांसाठी परवडण्याजोगे आणि दर्जेदार शिक्षण

- समाजाच्या उज्ज्वल भविष्यासाठी आपल्या युवकांना उच्च दर्जाचे शिक्षण देण्याइतकी चांगली गुंतवणूक इतर कुठलीही नाही. त्यामुळे शिक्षणातील गुंतवणूक वाढवण्यासाठी हे धोरण बांधील आहे.
- शिक्षण क्षेत्रातील सार्वजनिक गुंतवणूक वाढवून लवकरात लवकर जीडीपीच्या सहा टक्क्यांपर्यंत पोहोचण्यासाठी केंद्र आणि राज्ये एकत्र काम करतील.
- प्रामुख्याने पायाभूत सुविधा आणि संसाधनांशी संबंधित एकदाच केल्या जाणाऱ्या खर्चाव्यतिरिक्त, हे धोरण शिक्षण व्यवस्थेचा विकास साधण्याच्या हेतूने वित्तपुरवठा करण्यासाठी खालीलप्रमाणे दीर्घावधीत भर देण्याची प्रमुख क्षेत्रे निश्चित करते : a) दर्जेदार प्रारंभिक बाल्यावस्था संगोपन व शिक्षणाची सार्वत्रिक तरतूद b) पायाभूत साक्षरता आणि संख्याज्ञान सुनिश्चित करणे c) शाळा संकुल / क्लस्टर्सना पुरेशी आणि योग्य संसाधने प्रदान करणे d) अन्न आणि पोषण प्रदान करणे (नाष्टा आणि माध्यान्ह भोजन) e) अध्यापकांच्या शिक्षणामध्ये आणि शिक्षकांचा सतत व्यावसायिक विकास यात गुंतवणूक करणे f) उत्कृष्टतेस उत्तेजन देण्यासाठी महाविद्यालये आणि विद्यापीठांमध्ये सुधारणा करणे g) संशोधन जोपासणे आणि h) तंत्रज्ञान आणि ऑनलाईन शिक्षणाचा व्यापक वापर करणे.
- उपलब्ध निधीच्या वापराची कार्यक्षमता वाढवणे आवश्यक आहे. निधी सुरळीतपणे, वेळेवर आणि योग्य प्रकारे प्रवाही राहील आणि त्याचा प्रामाणिकपणे वापर यावर आर्थिक प्रशासन आणि व्यवस्थापन लक्ष केंद्रित करेल. GER, PFMS आणि अंमलबजावणी करणाऱ्या संस्थांना 'अगदी शेवटच्या क्षणी' निधी सोडण्याच्या तरतुदींचे पालन, सरकारी संसाधनांच्या कार्यक्षम वापरासाठी आणि निधी न वापरता पडून राहणे टाळण्यासाठी

केले जाईल.

- हे धोरण शिक्षण क्षेत्रातील खासगी धर्मादाय कार्याचे पुनरुज्जीवन, सक्रिय प्रसार आणि साहाय्य याचेही समर्थन करते. विशेषत:, जे सार्वजनिक अर्थसंकल्पीय साहाय्य त्यांना अन्यथादेखील मिळाले असते, त्याव्यतिरिक्त शैक्षणिक अनुभव सुधारण्याच्या हेतूने, कोणतीही सार्वजनिक संस्था खासगी धर्मादाय निधी उभारण्यासाठी पावले उचलू शकते.

२७. अंमलबजावणी

- धोरणाचे तत्त्व आणि हेतू लक्षात घेऊन त्याच्या अंमलबजावणीची खात्री करण्यासाठी, MHRD, CABE, केंद्र आणि राज्य शासन, शिक्षणाशी संबंधित मंत्रालये, राज्य शिक्षण विभाग, बोर्ड, NTA, शाळा आणि उच्च शिक्षणाची नियामक मंडळे, NCERT, SCERTs शाळा, आणि HEIs यांसारख्या विविध संस्थांकडून, निश्चित वेळापत्रकानुसार आणि परीक्षणाच्या योजनेसह, सुसंगत नियोजनाद्वारे आणि शिक्षणाशी संबंधित वरील सर्व संस्थांमध्ये ताळमेळ राखत या धोरणाची अंमलबजावणी केली जाईल.
- पुढील तत्त्वांच्या आधारे धोरणाची अंमलबजावणी केली जाईल. धोरणाच्या तत्त्वाची आणि हेतूची अंमलबजावणी होणे ही प्रथमत: अतिशय महत्त्वाची बाब आहे. दुसरे, टप्प्याटप्प्याने धोरणाच्या उपक्रमांची अंमलबजावणी होणे महत्त्वाचे आहे; कारण धोरणाच्या प्रत्येक मुद्द्यामध्ये अनेक कृती समाविष्ट आहेत आणि प्रत्येक कृतीसाठी आधीच्या कृतीची यशस्वी अंमलबजावणी होणे गरजेचे आहे. तिसरे, धोरणातील मुद्दे योग्य क्रमवारीने लावले जातील. तसेच, पहिल्यांदा अतिशय महत्त्वाची आणि तातडीची कामे हाती घेतली जातील, याची सुनिश्चिती करण्यासाठी प्राधान्यक्रम लावणे महत्त्वाचे आहे. जेणेकरून एक मजबूत पाया तयार होईल. चौथे, अंमलबजावणीमध्ये व्यापकता ही गुरुकिल्ली असेल; हे एक सर्वांगीण धोरण असून, त्याचे भाग एकमेकांशी जोडले असल्यामुळे, तुकड्यातुकड्यांनी त्याची अंमलबजावणी न करता पूर्णपणे अंमलबजावणी केल्यावरच इच्छित उद्दिष्टे साध्य करता येतील. पाचवे, शिक्षण एक समवर्ती विषय असल्याने, शिक्षणासाठी केंद्र आणि राज्यांमध्ये आपापसातील काळजीपूर्वक नियोजन, एकत्रित देखरेख आणि सहयोगाने केलेली अंमलबजावणी आवश्यक आहे. सहावे, धोरणाची समाधानपूर्वक अंमलबजावणी करण्याच्या दृष्टीने, केंद्र आणि राज्यस्तरावर आवश्यक साधनांचा - मानवीय, पायाभूत सुविधा आणि आर्थिक - वेळेत केलेला समावेश महत्त्वपूर्ण ठरेल. शेवटी, सर्व उपक्रमांची परिणामकारक

पद्धतीने सांगड घालण्यासाठी, अंमलबजावणीच्या अनेक समांतर कृतींमधील संबंधाचे विश्लेषण आणि परीक्षण करणे गरजेचे आहे. यामध्ये, मजबूत पाया आणि भावी काळातील सर्व कार्यक्रम व कामांच्या निर्विघ्न प्रगतीची सुनिश्चितता करण्यासाठी, अत्यावश्यक अशा विशिष्ट कृतींमध्ये (उदा. प्रारंभिक बाल्यावस्था संगोपन आणि शिक्षणाच्या पायाभूत सुविधांची स्थापना) लवकर गुंतवणूक करणे याचादेखील समावेश आहे.

- धोरणाची उद्दिष्टे सुस्पष्टपणे आणि टप्प्याटप्प्याने साध्य करण्याकरता, धोरणाच्या प्रत्येक पैलूची अंमलबजावणी, वरील तत्त्वांनुसार करण्याकरता तपशीलवार योजना तयार करण्याच्या दृष्टीने, केंद्र आणि राज्य अशा दोन्ही स्तरांवर, इतर संबंधित मंत्रालयांच्या सहयोगाने आणि त्यांच्याशी सल्लामसलत करून, वेगवेगळ्या विषयांसाठी तज्ज्ञांच्या अंमलबजावणी समित्यांची स्थापना केली जाईल. MHRD आणि राज्यांकडून नियुक्त केलेल्या गटाद्वारे, प्रत्येक कृतीसाठी निश्चित केलेल्या लक्ष्यांनुसार, योजनेच्या अंमलबजावणीच्या प्रगतीचे एकत्रितपणे वार्षिक परीक्षण केले जाईल आणि CABEला परीक्षणाची माहिती कळविली जाईल. २०३०-४०च्या दशकामध्ये संपूर्ण धोरण कार्यान्वित झाले असेल आणि त्यानंतर अजून एक व्यापक परीक्षण केले जाईल.

◆

२.

धोरणाची ठळक वैशिष्ट्ये

राष्ट्रीय शिक्षण धोरण, २०२०ची दूरदृष्टी अशी आहे की, ‘भारतीय असल्याचा सखोल अभिमान विद्यार्थ्यांच्या केवळ विचारांमध्येच नव्हे तर त्यांच्या व्यवहारात, बुद्धीमध्ये आणि कृतीमध्येदेखील रुजवणे, तसेच मानवी हक्क, शाश्वत विकास आणि जीवनमान यांच्याशी जबाबदारीपूर्ण बांधीलकीचे समर्थन करणारे ज्ञान, कौशल्ये, मूल्ये आणि स्वभाव विकसित करणे, जेणेकरून ते खऱ्या अर्थाने एक वैश्विक नागरिक बनतील.’ त्यादृष्टीने नवीन शिक्षण धोरणाची आखणी करण्यात आली आहे. मूळ धोरणामधील महत्त्वाच्या / ठळक तरतुदी या आधीच दिलेल्या आहेत. ज्यांनी मूळ शिक्षण धोरण वाचलेले / पाहिलेले नाही त्यांना या धोरणाची कल्पना यावी यासाठी तो भाग दिला आहे. या प्रकरणात ‘राष्ट्रीय शिक्षण धोरण, २०२०’ च्या वैशिष्ट्यांचा अत्यंत संक्षिप्त आढावा घेण्यात आला आहे. उद्देश असा आहे की, वाचकाला धोरणाची वैशिष्ट्ये कमीत कमी शब्दांत आणि वेळेत जाणून घेता यावीत.

शालेय शिक्षण

१९८६च्या शैक्षणिक धोरणात १० + २ असा शालेय शिक्षणाचा आकृतिबंध स्वीकारला होता. त्यात बदल करून २०२०च्या शिक्षण धोरणाने ५ + ३ + ३ + ४ असा नवीन आकृतिबंध स्वीकारला आहे. त्याची विभागणी खालीलप्रमाणे –

१. पायाभूत स्तर - (वय ३ ते ८) अंगणवाडी/पूर्वप्राथमिक शाळा/बालवाडी (वय ३ ते ६) आणि प्राथमिक शाळेतील इयत्ता १ली आणि २री (वय ७ व ८)

२. पूर्वाध्ययन स्तर - (वय ८ ते ११) - इयत्ता ३री ते ५वी

३. पूर्वमाध्यमिक स्तर - (वय ११ ते १४) - इयत्ता ६वी ते ८वी

४. माध्यमिक स्तर - (वय १४ ते १८) - इयत्ता ९वी ते १२वी

या धोरणात 'वर्ष तीनपासून प्रारंभिक बाल्यावस्था संगोपन आणि शिक्षणाचा (ECCE) मजबूत पायादेखील समाविष्ट केला आहे, ज्याचा उद्देश अधिक चांगले सर्वांगीण शिक्षण, विकास आणि हित यांना चालना देणे हा आहे.'

अभ्यासक्रम

शालेय शिक्षणाच्या या चारही स्तरांवरील अभ्यासक्रमांची आखणी/मांडणी करण्याची जबाबदारी राष्ट्रीय शैक्षणिक संशोधन आणि प्रशिक्षण परिषद (NCERT) यांना सोपविलेली आहे. देश पातळीवरील ही संस्था आणि राज्य पातळीवरील राज्य शैक्षणिक, संशोधन आणि प्रशिक्षण परिषद (SCERT) यांच्या सहकार्याने अभ्यासक्रमांची रचना करतील. ते विकसित करतील. हे अभ्यासक्रम विकसित करीत असताना विद्यार्थ्यांना कोणत्या स्तरावर कोणती कौशल्ये प्राप्त करता येतील याबाबतचे मार्गदर्शन २०२०च्या शिक्षण धोरणात परिच्छेद क्रमांक १.२ मध्ये 'प्रारंभिक बाल्यावस्था संगोपन आणि शिक्षण (ECCE)' आणि ४.२ (पूर्वाध्ययन स्तरापासून (इयत्ता १ली व २री) माध्यमिक स्तरापर्यंत (इयत्ता ९वी ते १२वी)) मध्ये केले आहे. ते लक्षात घेणे गरजेचे असल्याने ते पुढे दिले आहे.

१.२ - ECCEमध्ये प्राधान्याने लवचिक, बहुस्तरीय, खेळांवर आधारित आणि जिज्ञासा-आधारित शिक्षणाचा समावेश असतो, ज्यामध्ये अक्षरे, भाषा, संख्या मोजणे, रंग, आकार, घरातील आणि मैदानी खेळ, कोडी आणि तार्किक विचार, समस्या सोडवणे, चित्रकला, रंगवणे आणि इतर दृश्य कला, हस्तकला, नाटक आणि बोलक्या बाहुल्या, संगीत आणि हालचाली यांचा समावेश होतो. यात सामाजिक क्षमता, संवेदनशीलता, चांगली वर्तणूक, सौजन्य, नैतिकता, वैयक्तिक आणि सार्वजनिक स्वच्छता, सांघिक कार्य आणि सहकार्य यांचा विकास करण्यावरदेखील लक्ष केंद्रित केले आहे. ECCEचे एकंदर उद्दिष्ट पुढे उल्लेखलेल्या क्षेत्रांत चांगले परिणाम साध्य करणे असे आहे : शारीरिक विकास, कृतिकौशल्यांचा विकास, आकलन विकास, सामाजिक – भावनिक – नैतिक विकास, सांस्कृतिक / कलात्मक विकास आणि संवाद व प्रारंभिक भाषा, साक्षरता आणि संख्याज्ञान यांचा विकास करणे.

४.२ - पायाभूत स्तरामध्ये पाच वर्षांचे लवचिक, बहुस्तरीय, खेळ/उपक्रम आधारित शिक्षण आणि परिच्छेद १.२मध्ये दिलेला ECCE चा अभ्यासक्रम व अध्यापन समाविष्ट असेल. पूर्वाध्ययन स्तरामध्ये पायाभूत स्तरातील खेळ, शोध आणि उपक्रमावर आधारित अध्ययन आणि अभ्यासक्रमाच्या शैलीवर विकसित तीन वर्षांचे शिक्षण असेल. काही सोपा मजकूर असलेल्या पुस्तकांचा, तसेच अधिक औपचारिक, परंतु संवादात्मक पद्धतीने वर्गात शिकण्याच्या बाबींचादेखील समावेश

केला जाईल, जेणेकरून वाचन, लेखन, बोलणे, शारीरिक शिक्षण, कला, भाषा, विज्ञान आणि गणित यांसारख्या विषयांचा भक्कम पाया तयार होईल. पूर्वमाध्यमिक स्तरामध्ये, पूर्वाध्ययन स्तराच्या अध्ययन आणि अभ्यासक्रमाच्या शैलीवर पुढे विकसित केलेले तीन वर्षांचे शिक्षण असेल; मात्र प्रत्येक विषयातील अधिक अमूर्त संकल्पना शिकण्यासाठी आणि त्याविषयी चर्चेसाठी विषय शिक्षकांची सुरुवात झाल्यावर विद्यार्थी या टप्प्यावर विज्ञान, गणित, कला, सामाजिक शास्त्रे आणि मानव्यशास्त्रांसाठी सज्ज असतील. अधिक विशिष्ट विषयांची आणि विषय शिक्षकांची ओळख करून दिली असली तरीही प्रत्येक विषयामधील कार्यात्मक शिक्षणास आणि वेगवेगळया विषयांमधील संबंध शोधण्यास प्रोत्साहन आणि विशेष महत्त्व दिले जाईल. माध्यमिक स्तरामध्ये चार वर्षांचा बहुशाखीय अभ्यास समाविष्ट असेल, जो पूर्वमाध्यमिक स्तरातील विषयाभिमुख अध्ययन आणि अभ्यासक्रम शैलीवर विकसित केलेला असेल; परंतु त्यात अधिक सखोलता, अधिक चिकित्सक विचार, आयुष्यातील इच्छा-आकांक्षांकडे अधिक लक्ष देणे आणि अधिक लवचिकता व विद्यार्थ्यांना विषयांची निवड करता येणे, अशा बाबी समाविष्ट असतील. विशेषत:, विद्यार्थ्यांना इयत्ता १०वी नंतर शिक्षण सोडण्याचा आणि इयत्ता ११-१२वी मधील व्यावसायिक किंवा इतर कोणतेही अभ्यासक्रम करण्यासाठी पुढच्या स्तरामध्ये पुन्हा प्रवेश करण्याचा पर्याय उपलब्ध असेल. इच्छा असल्यास अधिक विशेषीकृत शाळेतदेखील प्रवेश घेता येईल.

विद्यार्थ्यांचा सर्वांगीण विकास

विद्यार्थ्यांचा सर्वांगीण विकास साधण्यासाठीचे अनेक उपक्रम हाती घेतले जातील. या धोरणात त्याबद्दलच्या ज्या तरतुदी करण्यात आलेल्या आहेत, त्यातील काही महत्त्वाच्या तरतुदी अशा -

- शाळा सोडणाऱ्या विद्यार्थ्यांचे प्रमाण कमी करणे आणि शिक्षण सर्वत्र आणि सगळया स्तरांवर पोहचेल हे सुनिश्चित करणे.
- शालेय शिक्षणाची व्याप्ती विस्तृत केली जाईल. यामध्ये औपचारिक आणि अनौपचारिक अशा दोन्ही पद्धतींचा समावेश असलेल्या शिक्षणाच्या अनेक मार्गांची सोय असेल.
- अभ्यासक्रमातील मजकूर कमी करून संबंधित विषयातील फक्त आवश्यक घटक राखले जातील.
- अनुभवात्मक शिक्षणावर भर दिला जाईल.
- अभ्यासक्रम निवडीमध्ये लवचिकता असेल. १९८६च्या धोरणामधील अभ्यासक्रम, अभ्यासक्रमेतर आणि सह-अभ्यासक्रम हे विभाजन बंद

करून हे सर्व घटक अभ्यासक्रम म्हणून स्वीकारले जातील.

- जिथे शक्य आहे तिथे, किमान ५व्या इयत्तेपर्यंत आणि शक्यतोवर ८व्या इयत्तेपर्यंत शिक्षणाचे माध्यम घरातील भाषा/मातृभाषा/प्रादेशिक भाषा असेल. याबाबत संबंधित घटकराज्ये निर्णय घेण्यास स्वतंत्र असतील.
- त्रिभाषा सूत्राची अंमलबजावणी सुरू राहील. या धोरणानुसार त्रिभाषांपैकी दोन भाषा भारतीय असतील. संस्कृत भाषा शालेय शिक्षणाच्या सर्व स्तरांवर तसेच उच्च शिक्षणाचा एक महत्त्वाचा समृद्ध पर्याय, तसेच त्रिभाषा सूत्रातील एक पर्याय म्हणून उपलब्ध असेल.
- आवश्यक विषय, कौशल्ये आणि क्षमतेचे एकात्मीकरण विद्यार्थ्यांच्या प्रगतीसाठी आवश्यक आहेत. त्यादृष्टीने त्यासाठी अभ्यासक्रमात २१व्या शतकाची कौशल्ये, घटनात्मक मूल्ये, संगणकीय कौशल्ये, स्थानिक कौशल्ये, गरजांवर आधारित अभ्यासक्रम तयार केले जातील. 'भारतविषयक ज्ञान' याकडे खास लक्ष दिले जाईल.
- स्थानिक आशय आणि वैशिष्ट्यपूर्णता असलेली राष्ट्रीय पाठ्यपुस्तके तयार करणे.
- परीक्षांची पुनर्रचना केली जाईल. विद्यार्थ्यांना आपल्या वैयक्तिक आवडीनुसार विषयांची निवड करता येईल. प्रामुख्याने मूल्यमापन पद्धतीत परिवर्तन केले जाईल.
- संपूर्ण शालेय शिक्षणादरम्यान प्रगतीचा आढावा घेण्यासाठी इयत्ता ३री, ५वी आणि ८वीतील, तसेच इयत्ता १०वी आणि १२वी तील विद्यार्थ्यांची योग्य प्राधिकरणाद्वारे परीक्षा घेतली जाईल.
- कुशाग्र बुद्धीच्या / विशेष प्रतिभासंपन्न विद्यार्थ्यांना अभ्यासक्रमाबाहेर, त्यांच्या आवडीच्या क्षेत्रात अभ्यास करण्यासाठी प्रोत्साहित केले जाईल.
- आर्थिक, सामाजिकदृष्ट्या वंचित घटकातील मुलांसाठी, तसेच दिव्यांग मुलांच्या सक्षमीकरणासाठी आवश्यक ते दर्जेदार शिक्षण देण्यावर भर दिला जाईल. त्यासाठी आवश्यक त्या सर्व शैक्षणिक आणि भौतिक सुविधाही अशा मुलांना पुरवल्या जातील.
- अभ्यासपद्धती जास्तीत जास्त सहभागपूर्ण असेल. चर्चा, प्रश्नोत्तरे यांस प्राधान्य देण्यात येईल. तद्वतच विद्यार्थ्यांच्या अंगी असलेल्या सर्जनशीलतेस वाव देण्यात येईल. अनुभवजन्य ज्ञानावर आधारित अध्यापन/अध्ययन पद्धती विकसित करण्यावर भर देण्यात येईल.

शिक्षक

शिक्षणव्यवस्थेचा अत्यंत महत्त्वाचा घटक म्हणजे शिक्षक. ते ख- मुलांचे भवितव्य घडवत असतात. आपल्या मुलांचे आणि आपल्या देशाचे भवितव्य सुनिश्चित करण्यासाठी शिक्षकांना प्रेरित करणे आणि त्यांचे सक्ष- करणे आवश्यक असल्याने शिक्षकांना सुयोग्य शैक्षणिक वातावरणात काम कर- आवश्यक उपाययोजना केल्या जातील.

त्यादृष्टीने -

- गुणवत्तापूर्ण शिक्षकांना ग्रामीण शाळांमध्ये शिक्षक म्हणून काम करण्यासाठी प्रोत्साहित केले जाईल.
- शिक्षकांच्या वारंवार बदल्या करण्याची प्रथा थांबवली जाईल.
- शाळांमध्ये पुरेशा व सुरक्षित पायाभूत सुविधा उपलब्ध करून दिल्या जातील.
- स्वत:मध्ये सुधारणा करण्यासाठी आणि आपल्या व्यवसायाशी निगडित नवीनतम उपक्रम आणि प्रगती याविषयी जाणून घेण्यासाठी, शिक्षकांना सतत संधी दिल्या जातील.
- ३० विद्यार्थ्यांमागे एक शिक्षक अशी व्यवस्था स्वीकारली जाईल.
- सामाजिक, आर्थिकदृष्ट्या वंचित विद्यार्थी मोठ्या संख्येने असलेल्या भागांमध्ये २५ विद्यार्थ्यांपाठीमागे एक शिक्षक असेल.
- उत्कृष्ट शिक्षकांना प्रोत्साहित आणि सन्मानित करणारी गुणवत्तेवर आधारित पदोन्नती, वेतनवाढ यांचा समावेश असलेली व्यवस्था विकसित केली जाईल. त्यासाठी त्यांना करिअर विकासाच्या संधी उपलब्ध करून दिल्या जातील.
- शिक्षकांच्या कामगिरीचे योग्य मूल्यमापन करण्यासाठी शिक्षकांसाठी व्यावसायिक मानके पुनर्रचित केली जातील.
- २०३०पर्यंत सर्व शिक्षकांना किमान पात्रता बी.एड. पदवी असेल. त्यासाठी एकात्मिक बी.एड. (चार वर्षे), एकात्मीकृत बी.एड. (दोन वर्षे) अथवा एक वर्षाचा बी.एड. अभ्यासक्रम उपलब्ध करून दिले जातील.

शाळा संकुल

शालेय संकुलाची (School Complex) संकल्पना प्रत्यक्षात आणली जाईल. १९६४ - १९६६च्या शिक्षण आयोगाने पाच ते सहा मैलांच्या परिसरासाठी शैक्षणिक संकुलाची संकल्पना मांडली होती. हे धोरण तिचा स्वीकार करेल आणि

ती प्रत्यक्षात आणण्यासाठी पावले उचलली जातील.

शैक्षणिक संकुलाच्या निर्मितीमुळे –

१. अंगणवाडीपासून १२वी पर्यंतच्या सर्व शैक्षणिक सुविधा एकाच ठिकाणी उपलब्ध होतील.

२. शिक्षक, सहायक कर्मचारी, शालेय नेतृत्व करणाऱ्या व्यक्ती यांचे सदृढ जाळे निर्माण होईल.

३. ग्रंथालये, प्रयोगशाळा, संगणक शाळा, क्रीडा सुविधा इ.साठींच्या उपलब्ध साधनांचा सर्वांना वापर करता येईल.

४. शैक्षणिक साधनाबरोबरच संकुलातील इमारतींचा पुरेपूर वापर केला जाईल.

५. तसेच, जे प्रशिक्षित तज्ज्ञ मनुष्यबळ उपलब्ध आहे त्यांच्या सेवांची देवाण-घेवाण करणे सहज शक्य होईल.

६. व्यवस्थापन आणि सुशासनाच्या दृष्टीने हे एकसंघ युनिट उपयुक्त ठरेल.

७. विखुरलेल्या शाळांचे एकत्रीकरण केल्याने शैक्षणिक गुणवत्ता वाढीसही चालना मिळेल.

८. ही शैक्षणिक संकुले अंशित स्वायत्त (Semi Autonomous) करण्यावर भर दिला जाईल.

शालेय शिक्षणासाठी मानके

शैक्षणिक उपक्रमांमध्ये सातत्याने सुधारणा करणे हे शालेय शिक्षण नियामक व्यवस्थेचे उद्दिष्ट हवे. त्यादृष्टीने शालेय शिक्षणासाठीची मानके उपयोगी ठरतात. तज्ज्ञांच्या मार्गदर्शनाखाली राज्यातील शैक्षणिक मानके ठरविण्याचे काम SCERT ने (NCERTच्या सल्ल्याने) करणे अपेक्षित आहे. शालेय शिक्षणाशी संबंधित शाळा, संस्था, शिक्षक, अधिकारी इत्यादींच्या भूमिका ठरलेल्या असतात. त्या सक्षम पद्धतीने पार पाडल्या जाव्यात अशी सर्वसाधारण अपेक्षा असते. त्या अपेक्षांनुसार त्यांच्या कामगिरीचे कठोर मूल्यांकन केले जाईल. याशिवाय प्रस्तावित नवीन राष्ट्रीय मूल्यांकन केंद्र, म्हणजेच परफॉर्मन्स असेसमेन्ट, रिव्ह्यू ॲन्ड ॲनालिसिस ऑफ नॉलेज फॉर होलिस्टिक डेव्हलपमेन्ट (PARAKH) मार्फत, विद्यार्थ्यांच्या अध्ययन पातळीचे एक नमुना - आधारित राष्ट्रीय निष्पत्ती सर्वेक्षणही केले जाईल. अशा मूल्यांकनात सरकारी, तसेच खाजगी शाळांमधील विद्यार्थ्यांचा समावेश असेल.

उच्च शिक्षण

उच्च शिक्षणाच्या संदर्भात या शैक्षणिक धोरणाच्या दूरदृष्टीमध्ये सध्याच्या व्यवस्थेत जे बदल अपेक्षित आहेत, त्यात पुढील गोष्टींचा प्रामुख्याने समावेश करावा लागेल.

१. प्रत्येक जिल्ह्यात किंवा जवळपास किमान एक मोठे बहुशाखीय विद्यापीठ आणि महाविद्यालय असेल.

२. भारतभरात उच्च शैक्षणिक संस्थांमध्ये शिकवण्याचे किंवा कार्यक्रमांचे माध्यम स्थानिक/भारतीय भाषा असेल.

३. अधिक बहुशाखीय पदवीपूर्व शिक्षणाच्या दिशेने वाटचाल असेल.

४. विद्यार्थ्यांना अधिक चांगला अनुभव मिळण्यासाठी अभ्यासक्रम, अध्यापनशास्त्र, मूल्यांकन आणि विद्यार्थी साहाय्य यांमध्ये सुधारणा केल्या जातील.

५. २०३५पर्यंत निव्वळ नोंदणी गुणोत्तर (Gross Enrollment Ratio) ५० टक्क्यापर्यंत वाढविले जाईल.

संस्थांची पुनर्रचना

भारतात उच्च शिक्षण क्षेत्रात काम करणाऱ्या संस्थांमध्ये केंद्रीय विद्यापीठे, संलग्न विद्यापीठे, महिला विद्यापीठे, अभिमत विद्यापीठे, खाजगी विद्यापीठे, भाषा-केंद्रित विद्यापीठे, विशेष मान्यताप्राप्त संस्था, महाविद्यालये इत्यादी कार्यरत आहेत. २०१९-२०मध्ये मान्यताप्राप्त १०४३ विद्यापीठे, तर ४२,३४३ महाविद्यालये आणि ११,७७९ विशेष मान्यताप्राप्त संस्था एवढी संख्या होती. संस्थांचे अशा स्वरूपाचे प्रारूप बदलून उच्च शिक्षण संस्थांचे बळकटीकरण करण्यासाठी या संस्थांची पुनर्रचना केली जाणार आहे.

या धोरणाचा मुख्य भर उच्च शिक्षणाचे तुकडे होणे समाप्त करून उच्च शिक्षण संस्थांचे मोठ्या बहुशाखीय विद्यापीठांमध्ये, महाविद्यालयांमध्ये आणि उच्च शिक्षण संस्था क्लस्टर्स / नॉलेज हबमध्ये रूपांतर करण्यावर राहणार आहे. विद्यापीठे किंवा महाविद्यालयांमध्ये तीन हजार किंवा त्यापेक्षा जास्त विद्यार्थी संख्या अपेक्षित आहे. ही पुनर्रचना पुढीलप्रमाणे राहील.

१. संशोधनकेंद्रित विद्यापीठे

जागतिक पातळीवरील विद्यापीठांशी स्पर्धा करण्यासाठी आवश्यक त्या सर्व संशोधनावर भर देण्यात येईल. त्यासाठी संशोधनकेंद्रित विद्यापीठांची निर्मिती केली जाईल. येत्या २० वर्षांत अशा १५०-३०० विद्यापीठांची निर्मिती करण्यात येईल. अशा विद्यापीठांत विद्यार्थ्यांसाठीच्या आवश्यक सर्व सुविधा संस्था परिसरात उपलब्ध

करून दिल्या जातील. या संशोधन विद्यापीठामध्ये पदव्युत्तर अभ्यासक्रमाप्रमाणेच पदवीपूर्व अभ्यासक्रमही घेतले जातील. तथापि, एकूण शैक्षणिक उपक्रमाचा भर संशोधनावर राहील आणि ही विद्यापीठे जागतिक पातळीवरील विद्यापीठांशी स्पर्धा करण्यास सक्षम करण्यावर भर दिला जाईल.

२. अध्यापनकेंद्रित विद्यापीठे

बहुविद्यापीठीय विद्याशाखेचे उच्च दर्जाचे अभ्यासक्रम तयार करणे व ते अमलात आणणे हे काम ही विद्यापीठे करतील. अशा अभ्यासक्रमात प्रमाणपत्र अभ्यासक्रमांपासून पदव्युत्तर अभ्यासक्रमांचा समावेश असेल. अशा प्रकारची एक हजार ते दोन हजार विद्यापीठे येत्या दोन दशकांत अस्तित्वात येतील. या विद्यापीठांच्या परिसरात विद्यार्थ्यांसाठीच्या सर्व शैक्षणिक सुविधा उपलब्ध असतील. या विद्यापीठांत अध्यापनावर भर असला तरीही तेथे संशोधनाचे कामही केले जाईल. अशा विद्यापीठांमधील ज्या विद्यापीठांचा संशोधनाचा दर्जा उच्च पातळीचा असेल अशी विद्यापीठे अध्यापनकेंद्रित विद्यापीठामध्ये सहभागी होण्यासाठी अर्ज करू शकतात.

३. स्वायत्त पदवी महाविद्यालये

नवीन शैक्षणिक धोरण संलग्न महाविद्यालयांची संकल्पना रद्दबातल ठरविते आणि शैक्षणिक स्वायत्त महाविद्यालयांचा पुरस्कार करते. अशा महाविद्यालयांना स्वत:चे शैक्षणिक उपक्रम ठरविणे, त्यांची अंमलबजावणी करणे, अभ्यासक्रमांचे मूल्यमापन करणे व इतर आनुषंगिक बाबींच्या संदर्भात सर्व निर्णय घेण्याचे स्वातंत्र्य असेल. येत्या २० वर्षांत पाच हजार ते दहा हजार स्वायत्त महाविद्यालयांच्या निर्मितीवर हे धोरण भर देते. या महाविद्यालयांमध्ये उच्च दर्जाचे अध्यापन आणि अध्ययन अपेक्षित असून, अशाप्रकारे कार्यरत असलेल्या महाविद्यालयांना अध्यापन-केंद्रित विद्यापीठ संस्थांमध्ये प्रवेश करण्याच्या संधी उपलब्ध असतील.

- २०३०पर्यंत सध्याच्या संलग्न विद्यापीठांची पुनर्रचना करण्यात येईल. ओघानेच संलग्न महाविद्यालयांची संकल्पनाही २०३०पर्यंत संपुष्टात येईल.
- सर्व उच्च शिक्षण संस्था २०३०पर्यंत बहुशाखीय बनवण्याचे नियोजन केले जाईल आणि २०४०पर्यंत सर्व उच्च शैक्षणिक संस्था बहुशाखीय बनवल्या जातील.
- नवीन रचनेमधील विद्यापीठे पूर्णत: निवासी स्वरूपाची असतील.
- कनिष्ठ महाविद्यालय ही संकल्पना अस्तित्वात राहणार नाही; कारण ११वी व १२वी चे वर्ग शालेय शिक्षणाचा भाग समजले जातील.

- भारतीय भाषांच्या समृद्धीसाठी खास प्रयत्न करण्यात येतील.
- प्रवेश परीक्षा घेण्याची जबाबदारी नॅशनल टेस्टिंग एजन्सीची असेल.
- २०३५पर्यंत ५० टक्के GER प्राप्त करण्यासाठी पुनर्रचित उच्च शिक्षण आणि मुक्त आणि दूर शिक्षण संस्थांना मोठ्या प्रमाणात प्रयत्न करावे लागतील.

अभ्यासक्रमांची नवीन रचना

या धोरणात अभ्यासक्रमाचीही नवीन रचना स्वीकारण्यात आली आहे. नवीन रचनेचे मूलभूत आधार साधारणत: पुढीलप्रमाणे आहेत.

१. सर्वांगीण आणि बहुशाखीय शिक्षणक्रम.

२. IITसारख्या अभियांत्रिकी संस्थांमध्येसुद्धा कला, मानव्यशास्त्रे यांचा अधिक समावेश असेल.

३. अभ्यासक्रम अधिक लवचिक आणि कल्पक असतील.

४. प्रवेशाचे आणि बाहेर पडण्याचे अनेक मार्ग उपलब्ध करून दिले जातील.

५. श्रेयांक पद्धतीचा (Credit System) वापर केला जाईल. श्रेयांक संचयाची सुविधा उपलब्ध केली जाईल.

६. विद्यार्थ्यांना उद्योग, व्यवसाय, कलाकार, हस्तकलाकार इत्यादींकडे इंटर्नशिप करण्याची संधी मिळेल. तसेच शिक्षक आणि संशोधकांच्या स्वत:च्या किंवा इतर संशोधन संस्थांमध्ये संशोधन इंटर्नशिप करण्याची संधी मिळेल.

७. विद्यापीठ अनुदान आयोगाकडून अभ्यासक्रमांच्या नवीन रचनेची प्रारूपे तयार केली जातील. तथापि, राष्ट्रीय उच्च शिक्षण गुणवत्ता प्रारूपाचा उद्देश सर्व देशभर एकसारखे अभ्यासक्रम, मूल्यमापनाचे नियम असा नसून देशात कार्यरत उच्च शिक्षण संस्थांना आपापले अभ्यासक्रम तयार करण्याची, तसेच अध्यापन पद्धती, मूल्यमापन पद्धती, प्रात्यक्षिकांचे प्रारूप इत्यादी ठरविण्याची स्वायत्तता असेल. विद्यापीठ अनुदान आयोग व्यापक मार्गदर्शक सूचना तयार करेल. या सूचनांचा उद्देश सर्व उच्च शिक्षण संस्थांना गुणवत्तापूर्ण शिक्षण देऊन राष्ट्रीय पातळीवरील संस्थात्मक गुणवत्ता पातळी वाढविणे असेल. असे प्रारूप अभ्यासक्रमांची लवचिकता, त्यामधील नावीन्य आणि उपयोजिता यावर लक्ष केंद्रित करेल. यामध्ये प्रामुख्याने अभ्यासक्रमांची रचना आणि विकास, अध्ययन-अध्यापन प्रक्रिया, विद्यार्थ्यांच्या अध्ययनशीलतेचे मूल्यमापन आणि अभ्यासक्रमांच्या पुनर्विलोकनाची वारंवारिता इत्यादी घटकांकडे लक्ष दिले जाईल.

राष्ट्रीय शैक्षणिक धोरणात पदवीपूर्व शिक्षणाची नवीन रचना स्पष्ट केली आहे.

पदवीपूर्व कार्यक्रम तीन किंवा चार वर्षांचा असेल. त्यामध्ये प्रवेशाचे व बाहेर पडण्याचे मार्ग उपलब्ध असतील. अभ्यासक्रमाच्या प्रत्येक वर्षासाठी प्रमाणीकरणाची (प्रमाणपत्र देण्याची) सोय असेल. नवीन रचना अशी –

- पदवीपूर्व अभ्यासक्रमाचे पहिले वर्ष (२ सत्रे) पूर्ण करणारा अभ्यासक्रम प्रमाणपत्र (Certificate) अभ्यासक्रम असेल.
- पदवीपूर्व अभ्यासक्रमाची दोन वर्षे (४ सत्रे) पूर्ण करणारा अभ्यासक्रम पदविका (Diploma) गणला जाईल.
- पदवीपूर्व अभ्यासक्रमाची तीन वर्षे (६ सत्रे) पूर्ण करणारा अभ्यासक्रम पदवी (Bachelor's Degree) अभ्यासक्रम म्हणून मान्यताप्राप्त असेल.
- पदवीपूर्व अभ्यासक्रमाची चार वर्षे (८ सत्रे) पूर्ण केल्यानंतरची पदवी (Bachelor's Degree with Honours) अशी असेल.
- पदवीपूर्व अभ्यासक्रमाची चार वर्षे (८ सत्रे) पूर्ण करीत असताना संशोधन प्रकल्प पूर्ण केला तर Bachelor's Degree with Research पदवी प्राप्त होईल.

पदव्युत्तर अभ्यासक्रमासंदर्भात नवीन रचना पुढीलप्रमाणे -

- दोन वर्षांचा पदव्युत्तर अभ्यासक्रम ज्यांनी तीन वर्षांनंतर पदवी प्राप्त केली आहे अशा विद्यार्थ्यांना उपलब्ध असेल. या दोन वर्षांपैकी दुसऱ्या वर्षात पूर्णपणे संशोधन अभ्यासक्रम अंगीकारावा लागेल.
- ज्यांनी चार वर्षांची पदवी संशोधनासह प्राप्त केलेली असेल, त्यांना एक वर्षाचा पदव्युत्तर अभ्यासक्रम पूर्ण करता येईल.
- याव्यतिरिक्त पाच वर्षांचा पदवी / पदव्युत्तर अभ्यासक्रमही उपलब्ध असेल.
- पीएच.डी. करण्यासाठी पदव्युत्तर पदवी किंवा संशोधनासहित चार वर्षांच्या पदवीची गरज असेल.
- एम.फिल. कार्यक्रम बंद करण्यात येईल.

या तरतुदींना अनुसरून राष्ट्रीय उच्च शिक्षण गुणवत्ता प्रारूप सुचविण्यात आले आहे ते पुढीलप्रमाणे –

पदवी कार्यक्रम

- बी.ए., बी.एस्सी., बी.कॉम., बी.व्होक., बी.बी.ए. - तीन वर्षे (६ सत्रे)
- बी.एड. - दोन वर्षे (४ सत्रे) (पदवी परीक्षा उत्तीर्ण झाल्यानंतर)
- बी.एड. - एक वर्ष (२ सत्रे) (पदवी परीक्षा ऑनर्स / संशोधनासह उत्तीर्ण

असणे आवश्यक)

- एकात्मिक अध्यापक शिक्षण कार्यक्रम (TTEP)- चार वर्षे (८ सत्रे)
- बी.ई., बी.टेक. - चार वर्षे (८ सत्रे)
- बी.आर्च. - पाच वर्षे (१० सत्रे)
- बी.फार्म. - चार वर्षे (८ सत्रे)

पदवी अभ्यासक्रमांमधील विद्यार्थ्यांना आवश्यक त्या पदव्या प्राप्त होण्यासाठी नियमित अभ्यासक्रमाशिवाय दोन महिने मुदतीचे दहा श्रेयांकाचे ब्रीज कोर्स पूर्ण करावे लागतील. त्यापैकी किमान सहा श्रेयांक हे इंटर्नशिप उपक्रमासाठीचे असतील.

पदवी कार्यक्रम (ऑनर्स/रीसर्च)

हा कार्यक्रम चार वर्षांचा असेल (८ सत्रे).

मास्टर्स पदविका कार्यक्रम

जे विद्यार्थी दोन वर्षांच्या मास्टर्स कार्यक्रमातील पहिले वर्ष यशस्वीपणे पार पाडतील त्यांना मास्टर्स पदविका कार्यक्रमाची पदविका प्राप्त होईल. हा कार्यक्रम एक वर्षाचा (२ सत्रे) असेल. अशा विद्यार्थ्यांना दहा श्रेयांकाचे ब्रीज कोर्स पूर्ण करावे लागतील. त्यापैकी किमान सहा श्रेयांक हे इंटर्नशिप उपक्रमांसाठीचे असतील.

मास्टर्स कार्यक्रम

- एम.ए., एम.एस्सी., एम.कॉम., एम.व्होक., एम.बी.ए. - दोन वर्षे (४ सत्रे) (तीन वर्षांचा पदवी कार्यक्रम पूर्ण होणे आवश्यक)
- एम.ए., एम.एस्सी., एम.कॉम., एम.व्होक., एम.बी.ए. - एक वर्ष (२ सत्रे) (चार वर्षांचा पदवी कार्यक्रम पूर्ण होणे आवश्यक)
- इन्टिग्रेटेड बॅचलर्स-मास्टर्स डिग्री - पाच वर्षे (१० सत्रे) माध्यमिक शिक्षण पूर्ण केल्यानंतर (१२वी पास)
- एम.एड. - दोन वर्षे (४ सत्रे) दोन वर्षांचा बी.एड. कार्यक्रम पूर्ण असणे किंवा चार वर्षांचा इन्टिग्रेटेड टीचर एज्युकेशन प्रोग्राम पूर्ण असणे आवश्यक.
- इन्टिग्रेटेड बी.एड./एम.एड. प्रोग्राम - तीन वर्षे (६ सत्रे) पदवी परीक्षा पास होणे आवश्यक.
- मास्टर ऑफ आर्ट्स (एज्युकेशन) -दोन वर्षे (४ सत्रे) पदवी परीक्षा पास होणे आवश्यक.
- एम. ई./एम.टेक. - दोन वर्षे (४ सत्रे) अभियांत्रिकी/तंत्रज्ञान विषयातील पदवी परीक्षा पास होणे आवश्यक.

- एम.आर्च. - दोन वर्षे (४ सत्रे) बी.आर्च. पदवी परीक्षा पास होणे आवश्यक.

(टीप - विद्यार्थ्यांना त्यांना मिळालेल्या श्रेयांकाचा वापर पुर्नप्रवेशाच्यावेळी होऊ शकतो. हे श्रेयांक विद्यार्थ्यांच्या क्रेडिट अकाउंटमध्ये जास्तीत जास्त सात वर्षांपर्यंत आरक्षित ठेवले जातात. या सात वर्षांच्या काळात ते वापरात येऊ शकतात. तथापि, सात वर्षांनंतर त्यांची उपयुक्तता संपते. म्हणजेच, एखाद्या विद्यार्थ्याने अभ्यासक्रमातून बाहेर पडल्यावर त्या अभ्यासक्रमात सात वर्षाच्या आत प्रवेश घेतला नाही, तर त्यांच्या खाती असलेल्या श्रेयांकाचा उपयोग होत नाही. त्याला तो प्रवेश मूळ गुणांकनाच्या आधारावर घ्यावा लागेल).

सक्षम शिक्षक

- अभ्यासक्रमाच्या स्वरूपास अनुसरून विद्यार्थी-शिक्षक प्रमाण १०:१ किंवा २०:१ या प्रमाणात निश्चित करण्यात येईल.
- शिक्षकांना शैक्षणिक उपक्रमांसंदर्भात स्वायत्तता देण्यात येत असताना तिचा वापर त्यांच्या पदोन्नतीसाठी केला जाईल. पदोन्नती करीत असताना शिक्षकासंदर्भात त्यांच्या सहकाऱ्यांचे/विद्यार्थ्यांचे मत काय आहे हे पाहिले जाईल व त्याचबरोबर अध्यापनातील नावीन्य, संशोधनाच्या गुणवत्तेची स्पष्ट फलनिष्पत्ती, समाजाशी जोडली गेलेली शैक्षणिक उपक्रमशीलता अशा विविध बाबींचा संदर्भ घेतला जाईल.
- नवीन अध्यापकांना अध्यापन पद्धतीची ओळख व्हावी यासाठी प्रबोधन वर्गांची सोय केली जाईल.
- संशोधन अभ्यासांची प्रकाशन गुणवत्ता काटेकोरपणे तपासली जाईल. गुणवत्तापूर्ण संशोधनपत्रिका कोणत्या असतील याच्या नोंदीही घेण्यात येतील. त्यामुळे सुमार दर्जाच्या संशोधनास आळा बसेल.
- व्याख्यानाच्या एकाच अध्यापन पद्धतीपासून दूर जाऊन विद्यार्थ्यांना उपयुक्त अशा विविध प्रकारच्या अध्यापन पद्धतींचा वापर अध्यापनात करण्यावर भर दिला जाईल आणि त्यावरून शिक्षकांचे मूल्यमापन करण्यात येईल.

नियामक संस्था

- उच्च शिक्षण संस्थांचे मूल्यांकन आणि मूल्यमापन करणारी नॅक ही प्रमुख संस्था असेल. ती उच्चतम संस्था राहील आणि १०० ते १५० इतर संस्थांच्या साहाय्याने उच्च शिक्षण संस्थांचे मूल्यांकन आणि मूल्यमापन करण्यासाठी अशा संस्थांना नॅककडून मान्यता देईल.

- NHERA भारतीय उच्च शिक्षण संस्थांची नियंत्रण करणारी एकमेव संस्था असेल. ती सर्वसाधारणपणे उच्च शिक्षणाबरोबरच व्यावसायिक शिक्षणावरही नियंत्रण करेल.
- NCTE, MCI, BCI, AICTE या संस्था Professional Standard Setting Bodies म्हणून काम पाहतील. उच्च शिक्षणाच्या वित्तीय बाबींसंदर्भात काम पाहण्यासाठी Higher Education Grants Council (HEGC) काम करेल. सध्याच्या UGC चे HEGC मध्ये रूपांतर होईल.
- General Education Council (GEC) स्थापन केले जाईल आणि ही संस्था उच्च शिक्षणाची Academic Leadership करणारी मुख्य संस्था असेल.

राष्ट्रीय संशोधन फाउंडेशन

देशात गुणवत्तापूर्ण संशोधनाची वेगाने वाढ होण्यासाठी राष्ट्रीय संशोधन फाउंडेशन स्थापन केले जाईल. भारतात ज्या आव्हानांना सामोरे जावे लागते त्यांवर उपाययोजना करण्यासाठी उच्च दर्जाच्या संशोधनाची गरज आहे. उत्कृष्ट संशोधनास उचित प्रोत्साहन देऊन संशोधनाची संस्कृती विकसित करण्यावर भर देण्याची आवश्यकता या धोरणात स्वीकारली आहे. त्याचाच एक भाग म्हणजे त्यासाठी आवश्यक असलेली संस्थात्मक रचना निश्चित करणे होय. त्यासाठी राष्ट्रीय संशोधन फाउंडेशन स्थापन करून हे काम पूर्ण केले जाईल.

राष्ट्रीय संशोधन फाउंडेशन संशोधनासाठी उचित निधी उपलब्ध करून देण्याबरोबरच उच्च शिक्षण संस्थांमध्ये संशोधन संस्कृती विकसित करण्यावर भर देईल. त्यासाठी आवश्यक ते मार्गदर्शन महाविद्यालयांना केले जाईल. उच्च शिक्षण संस्था, संशोधक आणि शासनसंस्था, उद्योगधंदे यांच्यामधील दुवा म्हणून राष्ट्रीय संशोधन फाउंडेशनची भूमिका अत्यंत महत्त्वाची राहणार आहे. या फाउंडेशनचे नेतृत्व सर्व क्षेत्रांतील सर्वोत्तम संशोधक आणि नाविन्याचा शोध घेणाऱ्या व्यक्तींकडे सोपविले जाईल. गुणवत्तापूर्ण संशोधनासाठी आवश्यक त्या निधीची उपलब्धता शासनाकडून केली जाईल.

आंतरराष्ट्रीयीकरण

गुणवत्तेची जागतिक पातळी गाठण्यासाठी, भारतात येऊन शिक्षण घेण्यासाठी, आंतरराष्ट्रीय विद्यार्थ्यांना आकर्षित करण्याकरिता भारतीय विद्यांचा अभ्यास करण्याच्या सर्व संधी उपलब्ध करून दिल्या जातील. भारतीय केंद्रित शिक्षण प्रणालींच्या

सुविधांबरोबर सामाजिक सहभागासाठी अर्थपूर्ण संधी, राहण्याच्या चांगल्या सुविधा इत्यादींचा विकास केला जाईल. यामधून भारताला विश्वगुरू या भूमिकेत पुनर्स्थापित करण्यावर भर दिला जाईल. आंतरराष्ट्रीय विद्यार्थ्यांच्या सोयीसाठी आंतरराष्ट्रीय विद्यार्थी कार्यालय स्थापन करणे, विद्यार्थ्यांच्या देवाण-घेवाणीस प्रोत्साहन देणे, भारतीय विद्यापीठांचे इतर देशांस आणि जगातील सर्वांत चांगल्या १०० विद्यापीठांना भारतात कॅम्पस सुरू करण्यास मदत करणे, या गोष्टींकडे लक्ष दिले जाईल.

समावेशकतेचे तत्त्व

चांगल्या दर्जाच्या उच्च शिक्षणाच्या संधी सर्वांना उपलब्ध करण्यावर या धोरणाचा भर आहे. जे सामाजिक-आर्थिकदृष्ट्या वंचित समाजातील असतील त्यांच्यासाठी संधीची उपलब्धता व्हावी म्हणून विशेष उपाय योजले जातील.

काही इतर बाबी

व्यावसायिक शिक्षण

व्यावसायिक शिक्षणावर शालेय शिक्षण स्तरापासूनच भर देण्यात येईल. २०२५पर्यंत, किमान ५० टक्के विद्यार्थ्यांना शालेय शिक्षण आणि उच्च शिक्षण व्यवस्थेत व्यावसायिक शिक्षणाच्या सुविधा पुरवल्या जातील. व्यावसायिक शिक्षणाची सुविधा सर्वच विद्याशाखांमध्ये उपलब्ध करून दिली जाईल. बदलत्या काळात म्हणजेच २१व्या शतकासाठींची व्यावसायिक कौशल्ये पुरवण्यावर लक्ष केंद्रित केले जाईल.

प्रौढ शिक्षण आणि निरंतर अध्ययन

या शिक्षण धोरणानुसार 'नवभारत साक्षरता कार्यक्रम' २०२२-२०२७ या काळासाठी सुरू करण्यात येईल. २०२२मध्ये भारतात १८.१२ कोटी निरक्षरांची संख्या आढळते. त्यांना साक्षर करण्यासाठी हे 'जन आंदोलन' हाती घेण्यात येईल. साक्षरतेचे उद्दिष्ट गाठण्यासाठी शाळा हा केंद्रीभूत घटक असेल. देशातील सात लाख शाळांमधील तीन कोटी विद्यार्थी, शिक्षक शिक्षण संस्था आणि उच्च शिक्षण संस्थांमधील २० लाख विद्यार्थी, एन.एस.एस., एन.सी.सी., एन.वाय.एस.के., आशा वर्कर्स, अंगणवाडी सेविका या गटांमधील ५० लाख स्वयंसेवक, तसेच धर्मादाय संस्थांचे सदस्य हे साक्षरता स्वयंसेवक म्हणून साक्षरता प्रसाराचे काम करतील. २०२२-२०२७ या काळात सहा कोटी निरक्षरांना साक्षर केले जाईल. यांपैकी एक कोटी निरक्षरांना ऑनलाईन पद्धतीतून साक्षर करण्यावर भर दिला जाईल. निरक्षर व्यक्ती म्हणजे १५ वर्षे किंवा त्यापेक्षा जास्त वय असलेली व्यक्ती

समजली जाईल.

भारतीय भाषा

भारतीय भाषा, कला आणि संस्कृती यांचे जतन आणि प्रचार करण्यावर भर देण्यात येईल. भारतीय भाषांचा प्रचार आणि प्रसार करणारे शैक्षणिक विभाग विकसित केले जातील. मातृभाषा शिक्षणाचे माध्यम म्हणून वापरली जाईल. त्रि-भाषा सूत्राचा स्वीकार केला जाईल. भाषांतर आणि दुभाषी कामासाठी मदत करावी यासाठी इंडियन इन्स्टिट्यूट ऑफ ट्रान्सलेशन ॲन्ड इंटरप्रिटेशन स्थापन केले जाईल. संविधानात नमूद (आठवी सूची) भाषांमधील प्रत्येक भाषेसाठी स्वतंत्र अकादमीची स्थापना केली जाईल.

तंत्रज्ञानाचा वापर

तंत्रज्ञानाचा वापर आणि एकात्मीकरण यासाठी कार्यरत राहणाऱ्या राष्ट्रीय शैक्षणिक तंत्रज्ञान मंच या स्वायत्त संस्थेची स्थापना केली जाईल. हा मंच केंद्र आणि राज्य सरकारच्या संस्थांना सल्ला देणे, शैक्षणिक तंत्रज्ञानामध्ये बौद्धिक आणि संस्थात्मक क्षमता विकसित करणे, या क्षेत्रातील धोरणात्मक भर देण्याच्या विभागांची परिकल्पना करणे आणि संशोधन आणि नावीन्यपूर्ण उपक्रमांसाठी नवीन दिशा स्पष्ट करण्याचे काम करेल.

ऑनलाईन आणि डिजिटल शिक्षण

शिक्षणव्यवस्थेत ऑनलाईन आणि डिजिटल तंत्रज्ञानाचा वापर दर्जेदार शिक्षणाचे पर्यायी माध्यम म्हणून केला जाईल. अध्यापन-अध्ययनासाठी तंत्रज्ञानाचा फायदा करून घेण्यासाठी ऑनलाईन शिक्षणासाठी पथदर्शी अभ्यास, डिजिटल पायाभूत सुविधा, ऑनलाईन अध्यापन प्लॅटफॉर्म आणि साधने, मजकूरनिर्मिती, डिजिटल भांडार आणि प्रसार, डिजिटल दरी कमी करणे, व्हर्च्युअल प्रयोगशाळा, शिक्षकांना प्रशिक्षण आणि प्रोत्साहन, ऑनलाईन परीक्षा आणि मूल्यांकन, अध्ययनाची मिश्र मॉडेल्स, मानके निश्चित करणे इत्यादी प्रकारचे उपक्रमांवर भर द्यावा, अशी या धोरणाची अपेक्षा आहे. याचबरोबर जागतिक दर्जाच्या डिजिटल पायाभूत सुविधा, शैक्षणिक डिजिटल सामग्री आणि क्षमता निर्माण करण्यासाठी एक समर्पित युनिट तयार करणे हे या धोरणाचे उद्दिष्ट आहे.

अंमलबजावणी

- देशाच्या शिक्षणाचा दृष्टिकोन सातत्याने विकसित करण्यासाठी, मांडण्यासाठी,

त्याचे मूल्यांकन करण्यासाठी आणि परीक्षण करण्यासाठी केंद्रीय शिक्षण सल्लागार मंडळ असेल. त्याचे सक्षमीकरण केले जाईल.

- सर्वांसाठी परवडण्याजोगे आणि दर्जेदार शिक्षण देण्यासाठी शिक्षणातील गुंतवणूक वाढवावी लागेल. शिक्षणावरील खर्च जीडीपीच्या सहा टक्के करण्यासाठी केंद्र आणि राज्ये एकत्र काम करतील.
- केंद्रीय शिक्षण सल्लागार मंडळापासून भारतातील शिक्षणाशी संबंधित विविध संस्थांकडून निश्चित वेळापत्रकानुसार आणि परीक्षणाच्या योजनेसह, सुसंगत नियोजनाद्वारे आणि शिक्षणाशी संबंधित सर्व संस्थांमध्ये ताळमेळ राखत या धोरणाची अंमलबजावणी केली जाईल.

◆

३.

संस्थात्मक जबाबदाऱ्या

२०२०च्या राष्ट्रीय शिक्षण धोरणाने २०२० पूर्वीच्या शिक्षण धोरणात आमूलाग्र बदल सुचविले आहेत आणि या बदलानुरूप पुढील २० वर्षांतील शिक्षणाची कार्यवाही करण्याचे निश्चित केले आहे. धोरणाची राष्ट्रीय, राज्य आणि संस्थात्मक पातळीवरील अंमलबजावणी प्रभावीपणे व्हावी यासाठी विविध पातळ्यांवरील जबाबदाऱ्या पार पाडण्यासाठी संस्थात्मक पातळीवर त्यांची विभागणी कशी करता येईल याविषयी दिग्दर्शन केले आहे. शालेय शिक्षणात १०+२+३ हा आकृतिबंध बाजूला सारून ५+३+३+४ हा नवीन आकृतिबंध स्वीकारला आहे. उच्च शिक्षण क्षेत्रात २०२० पूर्वी अस्तित्वात असलेल्या नियामक मंडळाची फेररचना करून नियामक संस्थांची संख्या कमी केली आहे. उच्च शिक्षणात कार्यरत असलेल्या विविध विद्यापीठांची रचनाच बदलून टाकली आहे. विद्यापीठाची व्याख्या संशोधनकेंद्रित विद्यापीठे, अध्यापनकेंद्रित विद्यापीठे आणि स्वायत्त महाविद्यालये अशी केली आहे आणि त्यानुसार जबाबदाऱ्यांची विभागणीही केली आहे.

२०२०च्या राष्ट्रीय शिक्षण धोरणाचे प्राधान्यक्रम पाहता त्यांमधील तरतुदीनुरूप अंमलबजावणी यंत्रणा उभी होत असताना त्यांच्या जबाबदाऱ्या काय राहतील याची माहिती महत्त्वाची ठरते. त्यादृष्टीने काही महत्त्वाच्या संस्थांच्या जबाबदाऱ्या (संक्षिप्तपणे) लक्षात याव्यात यासाठीची मांडणी या भागात केली आहे.

मिनिस्ट्री ऑफ एज्युकेशन (MoE)

राष्ट्रीय शिक्षण धोरण, २०२०ने 'शिक्षण आणि अध्ययनावर पुन्हा लक्ष केंद्रित करण्यासाठी, मनुष्य विकास मंत्रालयाचे (MHRD) शिक्षण मंत्रालयात (MoE) रूपांतर' करण्याचे निश्चित केले. त्यानुसार संघराज्य शासनातील विभागांमध्ये

बदलही करण्यात आला आहे. त्यामुळे २०२०च्या धोरणात जिथे जिथे MHRD असा उल्लेख आला असेल तिथे तिथे MoE असे समजून धोरणातील या मंत्रालयाची भूमिका समजावून घ्यावी लागेल.

राष्ट्रीय शिक्षण धोरण, २०२०ची अंमलबजावणी करण्यासाठी धोरणात्मक निर्णय घेण्याची जबाबदारी MoEची असणार आहे. त्यादृष्टीने वेगवेगळ्या शैक्षणिक परिषदा, मंडळ यांच्या सहकार्याने, तज्ज्ञांच्या गटांच्या साहाय्याने, धोरण अंमलबजावणीची रणनीती आणि नियोजन करण्याचे काम या मंत्रालयाकडून अपेक्षित आहे. राष्ट्रीय मूलभूत साक्षरता आणि संख्याज्ञान मिशन, राष्ट्रीय मूल्यांकन केंद्र, व्यावसायिक शिक्षण एकात्मीकरण राष्ट्रीय समिती, भारतीय उच्च शिक्षण आयोग या आणि अशाच अनेक विषयकेंद्रित संस्थांची निर्मिती करणे आणि त्यांना आवश्यक तो निधी उपलब्ध करून देण्याची जबाबदारी MoEची असणार आहे. महत्त्वाचे म्हणजे शिक्षण हा समवर्ती सूचीमधील विषय असल्याने शिक्षणासाठी केंद्र आणि राज्यांमध्ये आपापसातील काळजीपूर्वक नियोजन, एकत्रित देखरेख आणि सहयोगाने या धोरणाची अंमलबजावणी करण्यासाठी MoEला पुढाकार घ्यावा लागेल. एकूणच, या धोरणाच्या अंमलबजावणीची पूर्ण जबाबदारी MoE वर असेल.

केंद्रीय शिक्षण सल्लागार मंडळ

केंद्र आणि राज्य सरकारांना शिक्षण धोरणाची अंमलबजावणी चांगल्या प्रकारे कशी करावी याबाबत सल्ला देण्याचे काम 'केंद्रीय शिक्षण सल्लागार मंडळ' (CABE) करते. राष्ट्रीय शिक्षण धोरण, २०२०च्या अंमलबजावणीची महत्त्वाची भूमिका या मंडळास करावी लागेल. CABEकडून या धोरणाच्या असलेल्या अपेक्षा पुढीलप्रमाणे व्यक्त केल्या आहेत.

'या धोरणाची यशस्वी अंमलबजावणी साध्य करण्यासाठी एक दीर्घकालीन दृष्टिकोन आवश्यक आहे. तसेच, सातत्यपूर्ण पद्धतीने तज्ज्ञतेची उपलब्धता आणि राष्ट्रीय, राज्य, संस्थात्मक आणि व्यक्तिगत अशा सर्वच पातळ्यांवर सर्व संबंधितांकडून एकत्रितपणे केलेल्या कृतीची आवश्यकता आहे. या संदर्भात केंद्रीय शिक्षण सल्लागार मंडळ (सेन्ट्रल ॲडव्हायझरी बोर्ड ऑफ एज्युकेशन - CABE) मजबूत करण्याची आणि सक्षम करण्याची शिफारस हे धोरण करते. CABE ला खूप अधिकार असतील आणि ते केवळ शैक्षणिक आणि सांस्कृतिक सल्लामसलतीचा आणि तपासणीचा मंच म्हणूनच कार्यरत नसेल. पुनर्रचना आणि पुनरुज्जीवन करण्यात आलेले CABE, MHRD आणि राज्यांच्या संबंधित शिखर संस्थांच्या सहयोगाने देशातील शिक्षणाचा दृष्टिकोन सातत्याने विकसित करण्यासाठी, मांडण्यासाठी, त्याचे मूल्यांकन करण्यासाठी आणि परीक्षण करण्यासाठीसुद्धा जबाबदार असेल.'

यावरून CABE चे देशाच्या शिक्षण पद्धतीतील महत्त्व लक्षात येईल.

हायर एज्युकेशन कमिशन ऑफ इंडिया (HECI)

भारतातील उच्च शिक्षण नियामक प्रणालीमध्ये आमूलाग्र बदल करण्याचे या धोरणात निश्चित करण्यात आले आहे. अनेक नियामक संस्था देशात कार्यरत आहेत. त्यांची संख्या कमी करण्यावर हे धोरण भर देते. नियामक संस्थांच्या बाबतीत धोरणाचे स्पष्ट मत असे आहे की, 'उच्च शिक्षणाच्या नियामक व्यवस्थेकडून हे सुनिश्चित केले जाईल की, नियमन, अधिस्वीकृती, निधी आणि शैक्षणिक मानके प्रस्थापित करणे यासारखी भिन्न कामे, विशिष्ट, स्वतंत्र आणि अधिकार-प्राप्त संस्थांकडून केली जातील. त्यासाठी चार स्वतंत्र विभागांची स्थापना करण्यात येईल'. या चारीही विभागांवर हायर एज्युकेशन कमिशन ऑफ इंडियाचे नियंत्रण असेल. कामांचे विलगीकरण झाल्यामुळे HECIमधील प्रत्येक विभाग नवीन नियामक योजनेत सुसंगत, अर्थपूर्ण आणि महत्त्वाची अशी नवीन आणि एकच भूमिका पार पाडेल. HECI प्रस्तावित चार विभागांमधील विवाद स्वत: सोडवेल. HECIमधील प्रत्येक विभाग ही एक स्वतंत्र संस्था असेल. HECI उच्च शिक्षणातील कामाचा उत्साह आणि अनुभव असलेल्या प्रसिद्ध व्यक्तींचे मंडळ असेल.

HECIच्या नियंत्रणाखाली काम करणारी नियामक मंडळे पुढीलप्रमाणे राहतील.

१. नॅशनल हायर एज्युकेशन रेग्युलेटरी कौन्सिल (NHERC)

NHERC अर्थात राष्ट्रीय उच्च शिक्षण नियामक परिषद उच्च शिक्षण क्षेत्रासाठी एकमेव नियामक संस्था असेल. फक्त वैद्यकीय आणि कायद्याच्या शिक्षणाचा संबंध या नियामक संस्थेशी असणार नाही. काही महत्त्वाच्या बाबींचे नियमन NHERC कडून केले जाईल. 'या बाबींमध्ये खासकरून वित्तीय विश्वसनीयता, सुशासन आणि सर्व आर्थिक व्यवहार, ऑडिट प्रक्रिया, पायाभूत सुविधा, अध्यापक / कर्मचारी, अभ्यासक्रम आणि शैक्षणिक निष्पत्तीचे एकूण ऑनलाईन आणि ऑफलाईन सार्वजनिक स्व-प्रकटीकरण यांचा समावेश असेल.'

२. नॅशनल ॲक्रिडिटेशन कौन्सिल (NAC)

उच्च शिक्षण संस्थांची गुणवत्ता सतत चढती राहावी यासाठी त्यांना मार्गदर्शन करण्यासाठी आणि या संस्थांचे मूल्यांकन आणि मूल्यमापन करणेकरिता सध्या राष्ट्रीय मूल्यांकन एवं प्रत्यायन परिषद कार्यरत आहे. नव्या राष्ट्रीय शिक्षण धोरणानुसार याच धर्तीवर (किंवा सध्याच्याच संस्थेस संबंधित जबाबदारी सोपवून) राष्ट्रीय अधिस्वीकृती परिषद/नॅशनल ॲक्रिडिटेशन कौन्सिल NAC स्थापन करण्यात

येईल. या संस्थेकडून अधिस्वीकृती करणाऱ्या संस्थांची निवड केली जाईल. निवड केलेल्या संस्थांमार्फत उच्च शिक्षण संस्थांची अधिस्वीकृती प्रामुख्याने मूलभूत नियम, सार्वजनिक स्व-प्रकटीकरण, चांगले शासन आणि निष्पत्ती या आधारांवर केली जाईल. अधिस्वीकृती करणाऱ्या संस्थांवर देखरेख ठेवण्याचे काम NAC कडून केले जाईल. अधिस्वीकृती संस्थांची संख्या NAC कडून ठरविली जाईल. यामध्ये धोरणाची अंमलबजावणी सुरू झाल्यापासून पुढच्या १५ वर्षांत आपल्या संस्थात्मक विकास योजनेच्या माध्यमातून सर्वांत उच्च स्तराची अधिस्वीकृती मिळवून त्याद्वारे, एक स्व-प्रशासित पदवी प्रदान करणारी संस्था कार्यरत होणे हे उच्च शिक्षण संस्थांसमोरील उद्दिष्ट असेल.

३. हायर एज्युकेशन ग्रॅन्ट्स कौन्सिल (HEGC)

उच्च शिक्षण क्षेत्रातील ही महत्त्वाची तिसरी नियामक संस्था असेल. उच्च शिक्षण संस्थांच्या संस्थात्मक विकास योजना लक्षात घेऊन संबंधित संस्थांना निधी आणि आर्थिक साहाय्य देणे हे प्रमुख काम उच्च शिक्षण अनुदान परिषद/हायर एज्युकेशन ग्रॅन्ट्स कौन्सिल (HEGC) चे असेल. निधी वाटपाबाबतचे निकष ठरविणे, तसेच संस्थात्मक विकास योजनांचे मूल्यमापन करण्याची जबाबदारीही या अनुदान परिषदेची राहील.

४. जनरल एज्युकेशन कौन्सिल (GEC)

उच्च शिक्षण आयोगाचा हा चौथा महत्त्वाचा विभाग असेल. जनरल एज्युकेशन कौन्सिल सर्वसाधारण शिक्षण परिषद (GEC) उच्च शिक्षणातील अध्ययन निष्पत्तीचा आराखडा तयार करण्याचे महत्त्वाचे काम करेल. GECकडून उच्च शिक्षण पात्रता आराखडा तयार केला जाईल. याशिवाय क्रेडिट हस्तांतर, समतुल्यता यांसारख्या समस्यांसाठी नियम प्रस्थापित करणे, २१व्या शतकाची कौशल्ये असलेले परिपूर्ण विद्वान तयार करण्याच्या दृष्टीने हे काम करण्याची जबाबदारी GECची असेल.

सर्वसाधारण शिक्षण परिषदेवर काम करण्यासाठी भारतीय कृषी संशोधन परिषद (ICAR), भारतीय पशुचिकित्सा परिषद (UCI),राष्ट्रीय शिक्षक शिक्षण परिषद (NCTE),वास्तुकला परिषद (CoA),व्यवसाय शिक्षण आणि प्रशिक्षण राष्ट्रीय परिषद (NCUET) इत्यादींना आमंत्रित केले जाईल. ही मंडळे GECचा सदस्य म्हणून अभ्यासक्रम तयार करणे, शैक्षणिक मानके निश्चित करणे आणि अध्यापन, संशोधन आणि त्यांच्या क्षेत्राचा विस्तार करतील. तथापि, आपले अभ्यासक्रम ठरविण्याचा अधिकार मात्र संबंधित उच्च शिक्षण संस्थांचा असेल.

५. युनिव्हर्सिटी ग्रॅन्ट्स कमिशन (UGC)

राष्ट्रीय शिक्षण धोरण, २०२०मध्ये भारतातील उच्च शिक्षणाचे सुसूत्रीकरण, नियमन, देखरेख करण्याची जबाबदारी हायर एज्युकेशन कौन्सिल ऑफ इंडिया (HECI) अर्थात भारतीय उच्च शिक्षण आयोगाची असेल, असे स्पष्टपणे नमूद केले आहे. १९५६पासून हे काम विद्यापीठ अनुदान आयोग करीत आला आहे. एवढेच नव्हे तर भारतीय उच्च शिक्षण आयोगाच्या नियंत्रणाखाली असलेली चार मंडळांनी (वर नमूद केलेली) जी कामे करणे प्रस्तावित आहे ती सर्व कामे विद्यापीठ अनुदान आयोग करीत आहे. देशातील उच्च शिक्षणाची गुणवत्ता सतत वर्धिष्णु राहावी यासाठीची धोरणे ठरविणे, संस्थांतर्गत समन्वय साधणे, उच्च शिक्षण संस्थांना मार्गदर्शन करणे, निधी पुरवठा करणे ही कामे विद्यापीठ अनुदान आयोग करीत आहे. प्रस्तावित नियामक यंत्रणा अस्तित्वात येईपर्यंत ही कामे विद्यापीठ अनुदान आयोगाकडून केली जातील.

विद्यापीठे आणि महाविद्यालये

भारताच्या संविधानात नमूद केलेल्या स्वातंत्र्य, समता, न्याय, बंधुभाव, धर्मनिरपेक्षता या मूल्यांची जोपासना करून सामाजिक सलोखा, सहजीवन, एकात्मिक मानवता, गरिबातल्या गरिबाची उन्नती यांची सुनिश्चिती करण्यासाठी अनुकूल वातावरण तयार करणे हे उच्च शिक्षणाचे काम आहे. अध्यापन, संशोधन आणि विस्तार शिक्षण हे भारताच्या उच्च शिक्षणाचे प्रमुख आधारस्तंभ मानले आहेत. त्यांच्या माध्यमातून विद्यापीठे ज्ञानाची निर्मिती, जतन व प्रसार करणे, सर्वोच्च गुणवत्ता साध्य करण्याच्या कार्यास वाहून घेणे, सर्वांना उच्च शिक्षणाचे अध्यापन, अध्ययन, प्रशिक्षण व इतर आधारभूत सेवासुविधांची समान संधी उपलब्ध करून देणे, २१व्या शतकाच्या गरजा लक्षात घेऊन चांगल्या, विचारवंत, अष्टपैलू आणि कल्पक व्यक्ती घडवणे इत्यादी स्वरूपाची उद्दिष्टे साध्य करण्याचा प्रयत्न करतात. राष्ट्रीय शिक्षण धोरण, २०२० उच्च शिक्षणाचा व्यापक उद्देश पुढील शब्दांत स्पष्ट करते.

‘दर्जेदार उच्च शिक्षणाचे उद्दिष्ट फक्त वैयक्तिक रोजगाराच्या अधिक चांगल्या संधी तयार करणे एवढ्यापुरते मर्यादित नाही; चैतन्यपूर्ण, सामाजिकदृष्ट्या सहभागी, सहयोगी समुदाय आणि अधिक आनंदी, सामंजस्यपूर्ण, सुसंस्कृत, उत्पादनशील, नावीन्यपूर्ण, पुरोगामी आणि समृद्ध राष्ट्र तयार करण्याची उच्च शिक्षण ही गुरुकिल्ली आहे.’

या दृष्टिकोनातून नव्या राष्ट्रीय शिक्षण धोरणास उच्च शिक्षण संस्थांकडून

कोणत्या अपेक्षा आहेत हे पाहत असताना या अपेक्षांच्या पूर्तीसाठी उच्च शिक्षणाबाबत (संस्थांनी कोणत्या जबाबदाऱ्या पार पाडाव्यात याबाबत) माहिती पाहणे अर्थपूर्ण ठरेल.

या धोरणानुसार उच्च शिक्षण क्षेत्रात तीन प्रकारच्या संस्था कार्यरत राहतील.

१. अध्यापन आणि संशोधनाला समान महत्त्व देणारी संशोधनकेंद्रित विद्यापीठे.
२. अध्यापनावर अधिक भर देत असतानाच महत्त्वपूर्ण संशोधन करणारी अध्यापन-केंद्रित विद्यापीठे.
३. पदवीपूर्व शिक्षणावर लक्ष केंद्रित करणे आणि पदवी प्रदान करणारी स्वायत्त महाविद्यालये.

या पुनर्रचित उच्च शिक्षण संस्थांकडून राष्ट्रीय शिक्षण धोरणाच्या खूप मोठ्या जबाबदाऱ्या अपेक्षित आहेत. त्यापैकी महत्त्वाच्या जबाबदाऱ्या पुढीलप्रमाणे आहेत.

- या नवीन पुनर्रचनेत बहुशाखीय आणि आंतरशाखीय अध्यापन यास प्राधान्य देण्यात आले आहे. त्यामुळे एकशाखीय महाविद्यालयांना बहुशाखीय बनावे लागेल.
- २०३५पर्यंत निव्वळ नोंदणी गुणोत्तर (GER) ५० टक्के प्राप्त करण्यासाठी उच्च शिक्षण संस्थांना प्रयत्न करावे लागतील.
- उच्च शिक्षण पात्रता आराखड्यात जे बदल सुचवले जातील त्याप्रमाणे उच्च शिक्षण संस्थांना अभ्यासक्रम बदलावे लागतील. उदाहरणार्थ - तीन अथवा चार वर्षांचा पदवी अभ्यासक्रम (प्रवेश आणि बाहेर पडण्याच्या सुविधेसह), एक किंवा दोन वर्षांचा मास्टर्स कार्यक्रम, चार वर्षांचा, दोन वर्षांचा किंवा एक वर्षाचा बी.एड. अभ्यासक्रम. अशा स्वरूपाचे बदल लक्षात घेऊन उच्च शिक्षण संस्थांना आपले शैक्षणिक वेळापत्रक, अभ्यासक्रम, मूल्यमापन पद्धती ठरवाव्या लागतील.
- सर्व अभ्यासक्रम श्रेयांक पद्धतीशी निगडित असतील, अशा पद्धतीने तयार करावे लागतील.
- स्टार्टअप इन्क्युबेशन (अंत:पोषण) केंद्र, तंत्रविज्ञान केंद्रे, संशोधनातील प्रमुख क्षेत्रांची केंद्रे स्थापन करावी लागतील.
- ऑफलाईन, ऑनलाईन अभ्यासक्रम तयार करावे लागतील.
- निवासी शिक्षणावर धोरणात भर असल्याने वसतिगृहे आणि निवासी संस्थेत आवश्यक असलेल्या इतर पायाभूत सुविधा उपलब्ध करून देण्यासाठी प्रयत्नशील राहावे लागेल.
- HEIमध्ये किमान तीन हजार मुलांनी प्रवेश घेणे अनिवार्य राहील.
- विद्यार्थी, शिक्षकांचे गुणोत्तर पाळावे लागेल. हे गुणोत्तर विषयपरत्वे २०:१

किंवा १०:१ असेल.

- स्वत:च्या अभ्यासक्रमाच्या आणि अध्यापनशास्त्रीय दृष्टिकोनांची रचना करणे, वाचनसामग्री निवडणे, असाइनमेन्ट व मूल्यांकन इत्यादीसाठी शिक्षकांना प्रोत्साहित करणे.
- सामाजिक-आर्थिकदृष्ट्या वंचित घटकांना उच्च शिक्षणात १०० टक्के सामावून घेण्यासाठी नियोजन करणे.
- सर्व शिक्षक शिक्षण कार्यक्रम संयुक्त बहुशाखीय करून ते राबविणे.
- व्यावसायिक शिक्षण कार्यक्रमांचे मुख्य प्रवाहातील शिक्षणामध्ये एकात्मीकरण करणे.
- शिक्षण व्यवस्थेत तंत्रज्ञानाचा जास्तीत जास्त वापर करणे.
- उपयोजित संशोधनास प्राधान्य देण्यासाठी प्रयत्न करणे. तसेच राष्ट्रीय संशोधन फाउंडेशनच्या संशोधन योजनांचा आणि निधीचा उपयोग करून घेण्यासाठीचे नियोजन करणे.
- राष्ट्रीय अधिस्वीकृती परिषदेच्या मार्गदर्शक धोरणानुसार उच्च शिक्षण संस्थांना वेळेत मूल्यांकन आणि मूल्यमापन करून घेण्यासाठी प्रयत्न करावे लागतील.
- उच्च शिक्षणासाठी निधी आणि आर्थिक साहाय्यासाठी सर्वसाधारण शिक्षण परिषदेकडे तिला अपेक्षित अध्ययन निष्पत्तीसाठीचा आराखडा तयार करणे.

ओपन ॲण्ड डिस्टन्स लर्निंग (ODL)

ज्या व्यक्तींना उच्च शिक्षण संस्थांमध्ये नियमित हजर राहून शिक्षण घेणे शक्य नाही किंवा ज्यांचे शिक्षण अर्धवट राहिले आहे, अशा व्यक्तींना शिक्षणाच्या मुख्य प्रवाहात आणण्यासाठी मुक्त आणि दूरस्थ अध्ययन प्रक्रियेत कार्यरत असलेली मुक्त विद्यापीठे प्रयत्न करीत असतात. ही शिक्षणप्रक्रिया अत्यंत लवचिक आहे. त्याचा फायदा निव्वळ नोंदणी गुणोत्तर (GER) वाढविण्यासाठी होऊ शकेल. मुक्त विद्यापीठांच्याबरोबर संशोधनकेंद्रित, अध्यापनकेंद्रित विद्यापीठेही निरंतर शिक्षणाच्या संधी उपलब्ध करून देण्यासाठी मुक्त दूरस्थ शिक्षण आणि ऑनलाईन कार्यक्रम चालवू शकतील. बी.एड.सारखे व्यावसायिक अभ्यासक्रमही ODLसाठी अधिस्वीकृती मिळवलेल्या बहुशाखीय उच्च शिक्षण संस्थांना ODL स्वरूपात राबवता येतील.

नॅशनल रिसर्च फाउंडेशन (NRF)

समाज विकास प्रक्रियेत ज्ञाननिर्मिती आणि संशोधन यांना अनन्यसाधारण महत्त्व असते. सध्या जगात घडत असलेले बदल लक्षात घेता संशोधनाची एक

मजबूत परिसंस्था विकसित करणे आवश्यक आहे. ही गरज आणि २१व्या शतकातील आव्हानांना सामोरे जाण्यास सक्षम मनुष्य लक्षात घेता राष्ट्रीय पातळीवर संशोधनास वाहून घेतलेले मंडळ स्थापन करण्यावर धोरणात भर दिला आहे. त्याचाच एक भाग म्हणून नॅशनल रिसर्च फाउंडेशन (NRF) अर्थात राष्ट्रीय संशोधन फाउंडेशन स्थापन करण्याचे निश्चित केले आहे.

(NRF)ने उत्कृष्ट संशोधनास उचित प्रोत्साहन आणि सन्मान देऊन देशात संशोधनाची संस्कृती विकसित करावी अशी अपेक्षा आहे. NRFची प्राथमिक कार्ये खालीलप्रमाणे आहेत.

१. सर्व प्रकारच्या आणि सर्व शाखांमधील संशोधन प्रस्तावांना निधी पुरविणे.
२. ज्या विद्यापीठांत किंवा महाविद्यालयांत संशोधन नवजात अवस्थेत आहे त्या संस्थांना संशोधन प्रारंभ, विकसित आणि सुलभ करण्यासाठी मार्गदर्शन करणे.
३. संशोधन आणि संशोधनाशी संबंधित संस्था (सरकारसह) याच्यामधील दुवा म्हणून काम पाहणे. यामुळे संशोधनाची निवड असलेली क्षेत्रे निवडणे सोपे जाईल.
४. उत्कृष्ट संशोधन आणि प्रगतीचा सन्मान करणे.

नॅशनल कौन्सिल ऑफ एज्युकेशनल रिसर्च ॲन्ड ट्रेनिंग (NCERT)

NCERT अर्थात राष्ट्रीय शैक्षणिक संशोधन आणि प्रशिक्षण परिषद ही प्रामुख्याने भारतीय शालेय शिक्षणात कार्यरत असलेली (स्थापना १९६१) एक स्वायत्त संस्था आहे.

या संस्थेस भारताच्या शालेय शिक्षणात उपक्रम हाती घेण्यास स्वातंत्र्य प्राप्त झालेले आहे. संस्थेच्या स्थापनेपासून शालेय शिक्षणाशी संबंधित संशोधन हाती घेणे, त्यास चालना देणे आणि त्यांचे समन्वयन करणे या कामात ही संस्था गुंतली आहे. राष्ट्रीय शिक्षण धोरण, २०२०मध्ये या परिषदेचा उल्लेख वारंवार याच कामांच्या संदर्भाने आला आहे.

NCERT प्रामुख्याने क्रमिक पुस्तके तयार करून ती प्रसिद्ध करणे, अभ्यासपूरक साहित्याचा पुरवठा करणे, शैक्षणिक किट्स विकसित करणे, संशोधनपत्रिका प्रकाशित करणे इत्यादी कामे करीत असते. याचबरोबर केंद्र आणि राज्य सरकारांना शालेय शिक्षणाच्या गुणवत्ता वृद्धीसंदर्भात काय करता येईल याविषयी सल्ला देण्याचे कामही NCERT करते.

या धोरणामध्ये NCERTकडून, नियमित कामाव्यतिरिक्त, अपेक्षित असलेल्या काही ठळक गोष्टींचा आढावा खालीलप्रमाणे घेता येईल.

- इयत्ता १ली च्या सर्व विद्यार्थ्यांसाठी तीन महिन्यांचे एक 'शाळा तयारी मोड्युल' तयार करणे.
- आठ वर्षापर्यंतच्या मुलांच्या प्रारंभिक बाल्यावस्था, संगोपन व शिक्षणासाठी राष्ट्रीय अभ्यासक्रम आणि शैक्षणिक आराखडा तयार करणे.
- विद्यार्थ्यांचे चांगले व्यक्तिमत्त्व घडवण्यासाठी, त्यांनी २१व्या शतकातील प्रमुख कौशल्ये, तसेच उच्च मानवी मूल्ये आत्मसात करणे यावर धोरणात भर दिला आहे. त्यासाठी NCERT ही संस्था आवश्यक कौशल्ये निश्चित करेल आणि त्यांच्या व्यवहारपद्धती बालपणीच्या व शालेय शिक्षणाच्या राष्ट्रीय अभ्यासक्रमाच्या आराखड्यात समाविष्ट करणे.
- संस्कृतमधून संस्कृत शिकवण्यासाठी पायाभूत आणि माध्यमिक स्तरावरील संस्कृत पाठ्यपुस्तके तयार करणे.
- भारतीय सांकेतिक भाषा देशभर प्रमाणित करणे.
- स्थानिक कौशल्य आधारित अभ्यासक्रमांची निर्मिती करताना NCERTकडून इयत्ता ६वी-८वी साठी सरावावर आधारित अभ्यासक्रमाची योग्य अशी रचना तयार केली जाईल.
- शालेय शिक्षणासाठी एक नवीन आणि व्यापक आराखडा तयार केला जाईल.
- कमी किमतीत दर्जेदार पाठ्यपुस्तके उपलब्ध करून देणे, तसेच शाळांमध्ये पाठ्यपुस्तके वेळेत उपलब्ध होतील याची निश्चिती करण्यासाठी सर्वतोपरी प्रयत्न करणे.
- पर्यावरणाचे संरक्षण आणि वितरणाचा भार कमी करण्यासाठी, सर्व राज्ये/ केंद्रशासित प्रदेश आणि NCERTकडून सर्व पाठ्यपुस्तके डाउनलोड करता येतील आणि छापता येतील.
- दप्तराचे आणि पाठ्यपुस्तकांचे वजन लक्षणीय प्रमाणात कमी करण्यासाठी शाळा आणि शिक्षक यांना मदत करणे.
- विद्यार्थ्यांच्या मूल्यमापनाच्या प्रगतिपुस्तकाची संपूर्ण पुनर्रचना करणाऱ्या मंडळास मार्गदर्शन करणे.
- विद्यार्थ्यांच्या मूल्यमापनात लवचिकता आणण्यासाठी सर्व संबंधित संस्था, शिक्षक यांच्याशी सल्लामसलत करून मार्गदर्शक तत्त्वे तयार करणे.
- कुशाग्र बुद्धीच्या मुलांच्या शिक्षणासाठी मार्गदर्शक तत्त्वे विकसित करणे.
- शिक्षक तयारी आणि विकासात गुंतलेल्या तज्ज्ञांच्या सहकार्याने, शिक्षकांसाठी राष्ट्रीय व्यावसायिक मानांकनाचा सर्वसामान्य संच तयार करणे.
- विविध विषय शिकवण्यासाठी आंतरराष्ट्रीय अध्यापनशास्त्रीय पद्धतींचा

अभ्यास करणे, संशोधन करणे, दस्तऐवज बनवणे व त्यांचे संकलन करणे आणि या पद्धतींतून काय शिकता येईल आणि भारतातील विद्यमान शिक्षण पद्धतीमध्ये समाविष्ट करता येईल यासंबंधी शिफारस करणे.

- शिक्षक शिक्षणासाठी एक नवीन आणि सर्वसमावेशक असा राष्ट्रीय अभ्यास आराखडा तयार करण्यासाठी NCTE ला मार्गदर्शन करणे.
- दिव्यांग मुलांच्यासाठी तयार करण्यात येणाऱ्या राष्ट्रीय अभ्यास आराखडा प्रक्रियेत सहभागी होणे.
- राज्यातील शैक्षणिक मानके आणि अभ्यासक्रमांसह शैक्षणिक बाबींचे संचालन करणाऱ्या SCERTला सल्ला देणे / सहकार्य करणे.
- NCERTच्या साक्षरता, संख्याज्ञान, मूलभूत शिक्षण, व्यावसायिक कौशल्ये आणि इतर विषयांतील उत्कृष्ट अभ्यासक्रम तयार करण्याच्या तज्ज्ञतेनुसार NCERTच्या सल्लामसलतीने प्रौढ शिक्षणाशी संबंधित संस्था आपला अभ्यासक्रम विकसित करतील.
- ई-मजकुराचे अध्यापन-अध्ययन सर्व प्रादेशिक भाषांमध्ये विकसित करण्यास सहकार्य करणे.
- राष्ट्रीय शिक्षण धोरण, २०२० च्या धोरणाची तत्त्वे आणि हेतू लक्षात घेऊन त्याच्या अंमलबजावणीची हमी देणाऱ्या अनेक संस्थांपैकी NCERT एक संस्था असेल.

स्टेट कौन्सिल ऑफ एज्युकेशन रिसर्च अ‍ॅन्ड ट्रेनिंग (SCERT)

देशपातळीवर ज्याप्रकारे NCERT शैक्षणिक कार्य करीत असते त्याच धर्तीवर राज्य पातळीवर SCERT काम करीत असते. २०२० या शिक्षण धोरणात SCERTच्या जबाबदाऱ्या पुढीलप्रमाणे स्पष्ट केल्या आहेत.

'राज्यातील शैक्षणिक मानके आणि अभ्यासक्रमांसह शैक्षणिक बाबींचे संचालन SCERT (NCERT च्या सल्ल्याने आणि सहकार्याने) करेल. SCERT ला एक संस्था म्हणून पुनरुज्जीवित केले जाईल. SCERT सर्व हितसंबंधींशी विस्तृत सल्लामसलत करून शालेय गुणवत्ता, मूल्यांकन आणि अधिस्वीकृती, फ्रेमवर्क विकसित करेल. CRC, BRC आणि DIET यांच्या पुनरुज्जीवनासाठी 'परिवर्तन व्यवस्थापन प्रक्रिया' देखील SCERT राबवेल. ज्याद्वारे या संस्थांची क्षमता आणि कार्यसंस्कृती तीन वर्षांत बदलून, त्या उत्कृष्ट कार्यक्षम संस्था म्हणून विकसित होतील. दरम्यान, शाळा सोडण्याच्या टप्प्यावर विद्यार्थ्यांना सक्षमता प्रमाणपत्रे देण्याची प्रक्रिया प्रत्येक राज्यातील मूल्यांकन/परीक्षा मंडळांद्वारे हाताळली जाईल.'

नॅशनल एज्युकेशनल टेक्नॉलॉजिकल फोरम (NETF)

NETF अर्थात राष्ट्रीय शैक्षणिक तंत्रज्ञान मंचाची स्थापना तंत्रज्ञानाचा वापर करून शाळा आणि उच्च शिक्षण या दोन्हीतील अध्ययन, मूल्यांकन, नियोजन आणि प्रशासन इत्यादीची गुणवत्ता वाढवण्याच्या दृष्टीने मुक्त विचारांची देवाण-घेवाण करण्यासाठीचे एक व्यासपीठ म्हणून केली जाईल. तंत्रज्ञानाचा स्वीकार, त्याचे उपयोजन आणि वापर याविषयी निर्णय घेण्याची प्रक्रिया सोपी करणे हे या मंचाचे प्रमुख उद्दिष्ट असेल. NETF केंद्र आणि राज्य सरकारच्या संस्थांना तंत्रज्ञान वापराबाबत सल्ला देणे, शैक्षणिक तंत्रज्ञानामध्ये बौद्धिक आणि संस्थात्मक क्षमता विकसित करणे, संशोधन आणि नावीन्यपूर्ण उपक्रमांसाठी नव्या दिशा स्पष्ट करण्याचे काम करेल.

राष्ट्रीय शिक्षण धोरण, २०२०मध्ये NETFच्या आणखीन महत्त्वाच्या जबाबदाऱ्या पुढीलप्रमाणे विशद केल्या आहेत.

'शैक्षणिक तंत्रज्ञानाच्या वेगाने बदलत्या क्षेत्रात सुसंबद्ध राहण्यासाठी NETF शैक्षणिक तंत्रज्ञानाचे नवप्रवर्तक आणि अभ्यासक्रमांसह एकाहून अधिक स्रोतांकडून नियमितपणे अधिकृत डेटा मिळत राहील आणि डेटाचे विश्लेषण करण्यासाठी संशोधकांच्या विविध गटांसोबत काम करेल. ज्ञानविषयक आणि त्याचा उपयोग करणारी एक उत्साही संस्था निर्माण करण्यास मदत म्हणून राष्ट्रीय आणि आंतरराष्ट्रीय शैक्षणिक तंत्रज्ञान संशोधक, उद्योजक आणि व्यावसायिकांकडून सूचना मिळविण्यासाठी, NETF अनेक प्रादेशिक आणि राष्ट्रीय परिषदा, कार्यशाळा इत्यादींचे आयोजन करेल.'

आर्टिफिशिअल इंटेलिजन्स (AI) हा शैक्षणिक तंत्रज्ञानातील क्रांतिकारक टप्पा असून, कामाच्या ठिकाणी देखील AI ची क्रांतिकारी बदल घडवण्याची क्षमता वाढवणे आवश्यक आहे. त्यादृष्टीने उदयोन्मुख तंत्रज्ञानांचे, त्यांच्या क्षमता आणि उलथापालथ घडण्याचा अंदाजित कालावधी यानुसार वर्गीकरण करणे आणि हे विश्लेषण शिक्षण मंत्रालयास सादर करण्याचे कायमस्वरूपी काम करण्याची जबाबदारी NETFची असेल.

नॅशनल कौन्सिल फॉर टीचर एज्युकेशन (NCTE)

NCTE अर्थात राष्ट्रीय शिक्षक शिक्षण परिषद देशात शिक्षक शिक्षणासंदर्भात धोरणात्मक निर्णय घेणारी परिषद आहे. या परिषदेचा शिक्षकांसाठी राष्ट्रीय शिक्षक मानकांचा आराखडा तयार करण्यास सहभागी राहील. त्याचबरोबर NCTE राष्ट्रीय शिक्षक शिक्षण, NCERT शी सल्लामसलत करून २०२०मधील तत्त्वांच्या

आधारे शिक्षक शिक्षणासाठी एक नवीन आणि सर्वसमावेशक अशा राष्ट्रीय अभ्यासक्रम आराखड्याचे कच्चे प्रारूप तयार करेल. राज्य सरकारे, संबंधित मंत्रालये, केंद्र सरकारचे विभाग आणि विविध तज्ज्ञ संस्था यांच्यासह सर्व हितसंबंधींशी चर्चा केल्यानंतर अशा प्रारूपाचा अंतिम आराखडा विकसित केला जाईल. तसेच असा आराखडा सर्व प्रादेशिक भाषांमध्ये उपलब्ध करून दिला जाईल.

नॅशनल टेस्टिंग एजन्सी (NTA)

विविध विद्यापीठांनी स्वत:च्या वेगवेगळया प्रवेश परीक्षा घेण्याऐवजी, सर्व विद्यापीठांच्या प्रवेश परीक्षा एकसारख्या केल्यास विद्यापीठे आणि महाविद्यालयांवरचा भार कमी होण्यास मोठ्या प्रमाणात मदत होईल. ही बाब लक्षात घेऊन NTA अर्थात राष्ट्रीय चाचणी संस्था उच्च गुणवत्तेची सामान्य योग्यता चाचणी, तसेच विज्ञान, मानव्यशास्त्रे, भाषा, कला आणि व्यावसायिक विषयांमधील विशेषीकृत सामान्य विषय परीक्षा घेण्याचे काम करेल. उच्च शिक्षण संस्थांमध्ये पदवीपूर्व आणि पदवी अभ्यासक्रमांसाठी आणि फेलोशिपसाठी प्रवेश परीक्षा घेण्यासाठी NTA एक सर्वोच्च, तज्ज्ञ, स्वायत्त चाचणी संस्था म्हणून काम करेल. तथापि, प्रवेश परीक्षेसाठी NTA मूल्यांकन वापरण्याबाबतचा निर्णय विद्यापीठ आणि महाविद्यालयांवर सोडलेला आहे.

परफॉर्मन्स, असेसमेन्ट, रिव्ह्यू ॲन्ड ॲनालिसिस ऑफ नॉलेज फॉर होलिस्टिक डेव्हलपमेन्ट (PARAKH)

MHRD अंतर्गत एक मानक-निश्चिती संस्था म्हणून राष्ट्रीय मूल्यांकन केंद्र, PARAKH (परफॉर्मन्स असेसमेन्ट, रिव्ह्यू ॲन्ड ॲनालिसिस ऑफ नॉलेज फॉर होलिस्टिक डेव्हलपमेन्ट म्हणजेच सर्वांगीण विकासासाठी कामगिरीचे मूल्यांकन, समीक्षा आणि ज्ञानाचे विश्लेषण) स्थापन करणे प्रस्तावित आहे. भारतातील सर्व मान्यताप्राप्त शाळा मंडळांसाठी, विद्यार्थ्यांचे मूल्यांकन व मूल्यमापन करण्यासाठीचे निकष, मानके आणि मार्गदर्शक तत्त्वे निश्चित करणे, राज्य निष्पत्ती सर्वेक्षण (स्टेट ॲचिव्हमेन्ट सर्व्हे – SAS) करण्यास मार्गदर्शन करणे आणि राष्ट्रीय निष्पत्ती सर्वेक्षण (नॅशलन ॲचिव्हमेन्ट सर्व्हे - NAS) करणे, देशातील अध्ययन निष्पत्तीच्या कामगिरीवर देखरेख करणे आणि या धोरणात नमूद उद्दिष्टांच्या अनुरूप २१ व्या शतकात आवश्यक असलेल्या कौशल्यांची पूर्तता करण्याच्या हेतूने शाळा मंडळांना त्यांचे मूल्यांकन नमुने स्वीकारण्यासाठी प्रोत्साहित व मदत करणे, ही मूलभूत उद्दिष्टे हे केंद्र पूर्ण करेल. हे केंद्र नवीन मूल्यांकन नमुन्यांविषयी आणि ताज्या संशोधनाबाबत शाळा मंडळांना सल्ला देईल, शाळा मंडळांमधील सहयोगांना

प्रोत्साहन देईल. शाळा मंडळांमधील सर्वोत्कृष्ट पद्धती शेअर करण्यासाठी आणि सर्व शाळा मंडळांमधील विद्यार्थ्यांमध्ये शैक्षणिक मानकांची समानता सुनिश्चित करण्यासाठीदेखील हे केंद्र एक साधन बनेल.''

म्हणजेच नियमित कालावधीमध्ये संपूर्ण शिक्षण व्यवस्थेची स्वास्थ्य तपासणी करण्याचे काम प्रास्तावित PARAKH मार्फत केले जाईल. तथापि, हे केंद्र स्थापित होईपर्यंत विद्यार्थ्यांच्या अध्ययन पातळीचे एक नमुना-आधारित राष्ट्रीय निष्पत्ती सर्वेक्षण करण्याचे काम NCERT चालू ठेवेल.

इंडियन इन्स्टिट्यूट ऑफ ट्रान्सलेशन अ‍ॅन्ड इंटरप्रिटेशन (IITI)

भाषांतर आणि दुभाषी कामाच्या भारतीय संस्थेच्या माध्यमातून देशासाठी एक मोठी सेवा उपलब्ध करून देता यावी यासाठी IITI या संस्थेची स्थापना केली जाईल. या संस्थेवर बहुभाषीय विषयतज्ज्ञ आणि भाषांतर व दुभाषी कामातील तज्ज्ञांची नियुक्ती केली जाईल. ही संस्था सर्व भारतीय भाषांचा प्रसार करण्यास मदत करेल आणि त्यासाठी मोठ्या प्रमाणात तंत्रज्ञानाचा वापर करेल. कालांतराने उच्च शिक्षण संस्थामध्येही IITIची स्थापना केली जाईल.

भाषा अकादमी

अभिजात भाषा, आदिवासी भाषा आणि नामशेष होत चाललेल्या भाषांसहित, सर्व भारतीय भाषांचे जतन आणि त्यांचा प्रसार करण्यावर या धोरणात लक्ष केंद्रित केले आहे. याचाच एक भाग म्हणून भारताच्या संविधानाच्या आठव्या अनुसूचीमध्ये नमूद केलेल्या प्रत्येक भाषेसाठी स्वतंत्र भाषा अकादमींची स्थापना करण्याचे प्रस्तावित आहे. प्रस्तावित अकादमींकडून त्या त्या भाषेतील शब्दकोशांची निर्मिती करण्याचे काम केले जाईल. हे शब्दकोश शिक्षण पत्रकारिता, लेखन, वक्तृत्व इत्यादींमध्ये वापरण्यासाठी मोठ्या प्रमाणात प्रसारित केले जातील, तसेच, ते वेबवर आणि पुस्तकरूपातदेखील उपलब्ध करून दिले जातील.

स्टेट स्कूल स्टॅन्डर्ड अ‍ॅथॉरिटी (SSSA)

'आवश्यक गुणवत्तेच्या मानकांचे अनुपालन सुनिश्चित करण्यासाठी, पूर्वप्राथमिक शाळांसह शिक्षणाच्या सर्व स्तरांसाठी व खासगी, सरकारी आणि देणगी आधारित शाळांसाठी एक प्रभावी गुणवत्ता स्वयं-नियमन किंवा अधिस्वीकृती प्रणाली स्थापन केली जाईल. सर्व शाळा काही किमान व्यावसायिक आणि गुणवत्तेच्या मानकांचे पालन करतील हे सुनिश्चित करण्यासाठी, राज्ये/केंद्रशासित प्रदेश राज्य शाळा मानक प्राधिकरण (SSSA) ही एक स्वतंत्र, राज्यव्यापी संस्था स्थापन करतील.

SSSA मूलभूत निकषांच्या आधारे किमान मानकांचा संच (म्हणजेच, सुरक्षा, सुरक्षितता, मूलभूत पायाभूत सुविधा, विषयांसाठी आणि इयत्तांमधील शिक्षकांची संख्या, आर्थिक विश्वसनीयता आणि प्रशासनाच्या उत्तम प्रक्रिया) स्थापित करेल, ज्याचे पालन सर्व शाळा करतील. या निकषांसाठीचा आराखडा SCERT सर्व हितसंबंधींशी, विशेषत:, शिक्षकांशी आणि शाळांशी सल्लामसलत करून बनवेल.

SSSAने ठरवलेल्या सर्व मूलभूत नियामक माहितीच्या पारदर्शक, जाहीर सार्वजनिक स्वयं-प्रकटीकरणाचा सार्वजनिक देखरेखीसाठी आणि उत्तरदायित्वासाठी मोठ्या प्रमाणात वापर केला जाईल. माहितीचे स्वयं-प्रकटीकरण किती प्रमाणात आणि कोणत्या स्वरूपात केले जाईल, हे शाळांसाठी मानक-निश्चिती करण्याच्या जागतिक सर्वोत्तम पद्धतींच्या आधारे SSSA ठरवेल. SSSA द्वारा चालवल्या जाणाऱ्या उपरोक्त सार्वजनिक वेबसाईटवर आणि शाळांच्या वेबसाईटवर, ही माहिती सर्व शाळांना उपलब्ध करून द्यावी लागेल आणि ती अद्ययावत व अचूक स्वरूपात ठेवावी लागेल. सार्वजनिकपणे खुल्या केलेल्या या माहितीच्या आधारे, हितसंबंधींनी किंवा इतरांनी केलेल्या कोणत्याही तक्रारी किंवा गाऱ्हाणी यांबाबत SSSA द्वारे निर्णय घेतला जाईल. अत्यंत उपयुक्त सूचना मिळवण्यासाठी नियमित कालांतराने, स्वैरपणे निवडलेल्या विद्यार्थ्यांकडून ऑनलाईन अभिप्राय मागवला जाईल. SSSA च्या संपूर्ण कामकाजामध्ये कार्यक्षमता आणि पारदर्शकता सुनिश्चित करण्यासाठी तंत्रज्ञानाचा योग्य वापर केला जाईल. यामुळे सध्या शाळांद्वारे सहन केल्या जात असलेल्या नियामक आदेशांचा भार लक्षणीयरीत्या कमी होईल.''

४

स्वागतार्ह तरतुदी

राष्ट्रीय शिक्षण धोरण, २०२० ची चिकित्सा करणे हा या लेखनाचा उद्देश आहेच; परंतु त्याचबरोबर या धोरणाची ओळख वाचकांना व्हावी हासुद्धा महत्त्वाचा उद्देश आहे. या धोरणावर टीका करण्यास जेवढी संधी आहे त्याचप्रमाणे या धोरणात स्वागतार्ह तरतुदीही आहेत. धोरणाची चिकित्सा करण्यासाठी प्रथमत: धोरणाची वैशिष्ट्ये आणि त्यामधील सिद्धान्त लक्षात घेणे गरजेचे ठरते; कारण असे केल्यानेच धोरणातील जमेच्या आणि उण्या बाजू लक्षात येतील. २०२० चे धोरण निश्चित करताना काही मूलभूत सिद्धान्त लक्षात घेऊन त्यावर आधारित धोरण निश्चित करण्यात आले.

२०२०चे शिक्षण धोरण ज्या सिद्धान्तांवर लक्ष केंद्रित करते, प्रत्येक विद्यार्थ्याच्या वैशिष्ट्यपूर्ण क्षमता शोधणे, ओळखणे आणि त्या विकसित करण्यासाठी प्रयत्न करणे; मूलभूत साक्षरता आणि संख्याज्ञान यास प्राधान्य; शैक्षणिक प्रवाहात कोणतेही स्पष्ट विभाजन नसणे; बहुशाखीय आणि समग्र शिक्षणाचा विकास; संकल्पना समजून घेण्यावर भर; कल्पकता आणि तार्किक विचार; नैतिकता आणि मानवी आणि घटनात्मक मूल्ये; अध्यापनात आणि अध्ययनात बहु-भाषिकत्व; जीवनमूल्ये; पुरेपूर वापर; विविधतेबद्दल आणि स्थानिक संदर्भांबद्दल आदर; सर्व शैक्षणिक निर्णयांमध्ये पूर्ण समानता आणि सर्वसमावेशकता; सर्व पातळ्यांवरील शिक्षणाच्या अभ्यासक्रमात सुसूत्रता; शिक्षक आणि प्राध्यापक शिक्षण प्रक्रियेचे केंद्र मानणे; शिक्षण प्रणालीची अखंडता आणि पारदर्शकता; उत्कृष्ट दर्जाचे संशोधन; प्रगतीचा सातत्यपूर्ण आढावा; आपल्या भारतीय मुलांचा अभिमान असणे; शिक्षण ही एक सार्वजनिक सेवा असणे; आणि सशक्त, जिवंत सार्वजनिक शिक्षण व्यवस्थेत लक्षणीय गुंतवणूक करणे इत्यादींचा या शिक्षण धोरणाच्या मूलभूत सिद्धान्तात

समावेश होतो.

या पार्श्वभूमीवर या धोरणातील स्वागतार्ह तरतुदींचा आढावा घ्यावा लागेल.

शालेय शिक्षण

सक्तीचे व मोफत शालेय शिक्षण

राष्ट्रीय शिक्षण धोरण, २०२० मधील सर्वांत महत्त्वाची आणि दीर्घ काळ दुर्लक्षित राहिलेली शिफारस म्हणजे मोफत आणि सक्तीचे शालेय शिक्षण होय. ६ ते १४ वयोगटातील मुलांना मोफत आणि सक्तीचे शिक्षण देण्याचा प्रयत्न राज्यांनी करावा, असे मार्गदर्शन भारताच्या संविधानाच्या अनुच्छेद क्र. ४५मध्ये करण्यात आले होते. २००२ साली भारताच्या संविधानात ८६ वे विशोधन करून मार्गदर्शक तत्त्वातील हा भाग २१ 'अ' या अनुच्छेदाची भर टाकून मूलभूत अधिकारात समाविष्ट करण्यात आला. त्यानुसार ६ ते १४ वयोगटातील मुलांना सक्तीचे आणि मोफत शालेय शिक्षण देणे आवश्यक झाले. या तरतुदीस न्याय देण्यासाठी २६ ऑगस्ट, २००९मध्ये मुलांसाठी सक्तीच्या आणि मोफत शिक्षणाचा हक्क देणारा कायदा भारताच्या संसदेने मान्य केला (The Right of Children to Free and Compulsory Education Act, 2009).

या धोरणाचे सातत्य राष्ट्रीय शिक्षण धोरण, २०२०मध्ये कायम ठेवले आहेच; परंतु त्यात आणखीन सुधारणा केल्या आहेत. या धोरणानुसार ६ ते १४ वयोगटाऐवजी ३ ते १८ या वयोगटासाठी सक्तीचे व मोफत शिक्षण देण्याची तरतूद करण्यात आली आहे. या धोरणाचे जे मूलभूत सिद्धान्त आहेत त्यापैकी 'शिक्षण ही सार्वजनिक सेवा आहे. गुणवत्तापूर्ण शिक्षण उपलब्ध असणे हा प्रत्येक बालकाचा मूलभूत हक्क समजला पाहिजे' हा एक मूलभूत सिद्धान्त होय. सर्व विद्यार्थ्यांना, विशेषतः, उपेक्षित आणि वंचित घटकांमधील विद्यार्थ्यांना, बाल्यावस्था पूर्व संगोपन शिक्षणापासून (वय ३ पासून पुढे) ते उच्च माध्यमिक शिक्षणापर्यंत (म्हणजे इयत्ता १२ वी पर्यंत) उच्च गुणवत्तेचे आणि न्याय्य शालेय शिक्षण सार्वत्रिकपणे, विनामूल्य आणि सक्तीने उपलब्ध केले जाईल.

१००टक्के GER

२०१७-१८मध्ये नॅशनल सर्व्हे सॅम्पल ऑफिसने केलेल्या सर्वेक्षणानुसार ६ ते १८ वयोगटातील शालाबाह्य विद्यार्थ्यांची संख्या ३.२२ कोटी होती. त्या सर्व मुलांना शिक्षण प्रवाहात आणणे आणि २०३०पर्यंत शालापूर्व ते माध्यमिक स्तरापर्यंत १०० टक्के एकूण शाळानोंदणी आणि गुणोत्तर मुलांची शाळागळती थांबवणे यास सर्वोच्च प्राधान्य देण्यात आले आहे.

शालेय अभ्यासक्रम

प्रचलित शिक्षण पद्धतीत मोठ्या प्रमाणात अस्तित्वात असलेल्या घोकंपट्टी संस्कृतीपासून शिक्षण व्यवस्थेस दूर नेण्यावर हे धोरण भर देते. शिक्षणाचा उद्देश चांगले व्यक्तिमत्त्व घडवणे हा असतो. त्यादृष्टीने २१व्या शतकातील प्रमुख कौशल्ये, आवश्यक शिक्षण आणि चिकित्सात्मक विचार वाढवण्यासाठी अभ्यासक्रम कमी करणे, अनुभवातून शिक्षणावर अधिक लक्ष केंद्रित करून विद्यार्थ्यांचा सर्वांगीण विकास करण्यावर भर देण्यात येईल. त्यादृष्टीने अभ्यासक्रमांची आखणी करण्याचे काम NCERT द्वारे केले जाईल. शाळांमध्ये व्यावसायिक शिक्षण ६वी पासून सुरू होईल आणि त्यात इंटर्नशिपचा समावेश असेल. हे उद्दिष्ट साध्य करण्यासाठी शालेय शिक्षणाच्या पाठ्यपुस्तकांमध्येसुद्धा बदल केले जातील. अशी पाठ्यपुस्तके कमी किमतीत उपलब्ध करून दिली जातील.

विद्यार्थ्यांच्या सर्वांगीण विकासासाठी काही आवश्यक विषय, कौशल्ये आणि क्षमतेचे अभ्यासक्रमिक एकात्मीकरण करण्यावर या धोरणात लक्ष केंद्रित केले आहे. त्यादृष्टीने या धोरणात खालील भूमिका मान्य केली आहे.

'विद्यार्थ्यांना आपल्या वैयक्तिक अभ्यासक्रमाची निवड करताना त्यात वेगवेगळे पर्याय निवडण्याची मुभा असणे गरजेचे असले तरी, आजकालच्या वेगाने बदलणाऱ्या जगात एक चांगली, यशस्वी, नावीन्यपूर्ण, बदलांशी जुळवून घेणारी आणि निर्माणक्षम व्यक्ती होण्यासाठी सर्व विद्यार्थ्यांनी काही विशिष्ट विषय, कौशल्ये आणि क्षमता शिकणे आवश्यक आहे. भाषेवरील प्रभुत्वाखेरीज यामध्ये पुढील गोष्टींचा समावेश आहे; वैज्ञानिक वृत्ती आणि पुरावाधिष्ठित विचारसरणी; कल्पकता आणि नावीन्यपूर्णता; सौंदर्यशास्त्र आणि कलेची समज; मौखिक आणि लेखी संवाद साधण्याची कला, स्वास्थ्य आणि पोषण; शारीरिक शिक्षण, तंदुरुस्ती, आरोग्य आणि क्रीडा; सहयोग आणि सांघिक भावना; समस्या सोडवणे आणि तार्किक विचार करणे; व्यावसायिक अनुभव आणि कौशल्ये; डिजिटल ज्ञान, कोडिंग, आणि संगणकीय विचार; नैतिकता आणि नैतिक विचार, मनुष्य आणि घटनात्मक मूल्यांचे ज्ञान आणि अभ्यास; लैंगिक संवेदनशीलता; मूलभूत कर्तव्ये; नागरिकत्वविषयक कौशल्ये आणि मूल्ये; भारताविषयी ज्ञान; पाणी आणि साधनसंपत्तीच्या संरक्षणासह पर्यावरणाविषयी जागरूकता; स्वच्छता आणि साफसफाई; आणि चालू घडामोडी व स्थानिक समुदाय, राज्य, देश आणि जगाला भेडसावणाऱ्या गंभीर समस्यांचे ज्ञान.'

या भूमिकेचा साकल्याने विचार केल्यास विद्यार्थ्यांना आवश्यक अशी २१व्या शतकाची कौशल्ये आत्मसात करण्यास पूरक शैक्षणिक उपक्रम उपलब्ध होतील हे स्पष्ट आहे.

विषय निवडीत लवचिकता

विद्यार्थ्यांना अभ्यास करण्यासाठीचे विषय निवडण्याची जास्त लवचिकता आणि निवडीला वाव दिला जाईल. यामुळे विद्यार्थी त्यांच्या अभ्यासाच्या आणि जीवनाच्या योजनेचे मार्ग स्वत: ठरवू शकतील.

न्याय्य व सर्वसमावेशक शिक्षण

जन्माच्या वेळेची परिस्थिती किंवा अन्य पार्श्वभूमीमुळे कोणताही मुलगा शिकण्याची आणि उत्कृष्टतेची संधी गमावणार नाही, हे एनईपी २०२०चे उद्दिष्ट आहे. लिंग, सामाजिक-सांस्कृतिक आणि भौगोलिक ओळख आणि अपंगत्व समाविष्ट असलेल्या सामाजिक आणि आर्थिकदृष्ट्या वंचित गटांवर (एसईडीजी) विशेष भर दिला जाईल. यामध्ये लिंग समावेश निधी आणि वंचित प्रदेश आणि गटांसाठी विशेष शैक्षणिक क्षेत्र स्थापन करण्याचा समावेश आहे. दिव्यांग मुले प्रशिक्षण, संसाधन केंद्रे, राहण्याची सुविधा, सहायक उपकरणे, योग्य तंत्रज्ञान-आधारित साधने आणि त्यांच्या गरजांनुसार तयार करण्यात आलेल्या अन्य सहायक साधनांच्या मदतीने पूर्व-प्राथमिक टप्प्यापासून उच्च शिक्षणापर्यंतच्या नियमित शालेय शिक्षण प्रक्रियेत पूर्णपणे भाग घेण्यास सक्षम असतील. प्रत्येक राज्य/जिल्ह्यात कला-संबंधित, करिअरशी संबंधित आणि खेळाशी संबंधित उपक्रमांमध्ये भाग घेण्यासाठी एक खास डे-टाइम बोर्डिंग स्कूल म्हणून 'बाल भवन्स' स्थापन करायला प्रोत्साहन दिले जाईल. सामाजिक चेतना केंद्रे म्हणून शालेय पायाभूत सुविधा मोफत वापरता येतील.

संसाधनांचा पर्याप्त वापर

प्रचलित शिक्षण व्यवस्थेत संसाधनांचा पुरेपूर वापर होत नाही, असे निरीक्षण नोंदवले जाते. त्यात काही प्रमाणात तथ्यही आहे. एका बाजूस अशा शाळा सापडतील की त्यांच्याकडे पुरेशा वर्गखोल्या नाहीत, क्रीडांगण नाही, तसेच पुरेसे मनुष्यबळ (शिक्षक-प्रशासकीय कर्मचारी) इत्यादी नाहीत. दुसऱ्या बाजूस अशा शाळा आहेत की त्यांच्याकडे पुरेशा पायाभूत सुविधा आहेत. कुशल मनुष्यबळ, पुरेशी शैक्षणिक साधने आहेत; परंतु त्यांचा पुरेसा वापर होऊ शकत नाही. शाळेच्या वेळेव्यतिरिक्त वर्गखोल्या, प्रयोगशाळा, क्रीडांगण इत्यादी विनावापर पडून असतात. जेथे सुविधा आहेत त्यांचा वापर, शेअरिंगच्या तत्त्वावर, जिथे सुविधा नाहीत त्यांना करता यावा हा दृष्टिकोन या धोरणात स्वीकारला आहे. त्यामुळे शेअरिंग याचा अर्थ व्यवस्थेचे उत्तम सुसूत्रीकरण, संसाधनांचा पुरेपूर वापर तर आहेच; परंतु शिक्षणावरील प्रतिव्यक्ती होणाऱ्या खर्चात कपातही त्यामधून साध्य होते. एरवी पडून असलेली

संसाधने वापरात आणल्याने गुणवत्तेतही उच्च पातळी गाठण्यास मदत होते. म्हणूनच २०२०च्या धोरणातील ही एक स्वागतार्ह तरतूद म्हणावी लागेल.

बहुभाषिकता

या धोरणामध्ये किमान इयत्ता ५वी पर्यंत आणि प्राधान्याने ८वी आणि त्यानंतरही मातृभाषा / स्थानिक भाषा / प्रादेशिक भाषा हे शिकवण्याचे माध्यम असावे यावर भर देण्यात आला आहे. 'एक भारत श्रेष्ठ भारत' उपक्रमांतर्गत इयत्ता ६वी-८वी साठी 'भारताच्या भाषा' विषयावरील मजेदार प्रकल्प / उपक्रमात विद्यार्थी सहभागी होतील. माध्यमिक स्तरावर विविध परदेशी भाषांचा पर्याय देखील दिला जाईल. दिव्यांग विद्यार्थ्यांकरिता वापरण्यासाठी भारतीय सांकेतिक भाषा (आयएसएल) संपूर्ण देशभरात प्रमाणित केली जाईल आणि राष्ट्रीय आणि राज्य अभ्यासक्रम सामुग्री विकसित केली जाईल. कुठल्याही विद्यार्थ्यांवर कोणतीही भाषा लादली जाणार नाही.

भारतात प्रत्येक राज्याची एक स्वतंत्र भाषा आहे, असे आढळते. भारतात शेकडो भाषा बोलल्या जातात. लिखित संवादाचे माध्यम म्हणूनही त्यापैकी काही भाषांचा वापर केला जातो. तथापि, या भाषांचे जतन आणि प्रचार शास्त्रीय पद्धतीने न झाल्याने त्यापैकी १९७ भाषा 'संकटग्रस्त' आहेत, असे युनेस्कोने म्हटले आहे. शिवाय, अधिकृतपणे अशा संकटग्रस्त यादीत नसलेल्या भाषासुद्धा अनेक अडचणींना तोंड देत आहेत. एवढेच काय, भारताच्या संविधानाच्या आठव्या अनुसूचीतील २२ भाषा बऱ्याच अडचणींना तोंड देत आहेत. त्यामुळे भारतीय भाषांचे संवर्धन करणे हे एक महत्त्वाचे आव्हान शिक्षणक्षेत्रासमोर आहे. त्यासाठी अध्ययन, अध्यापन, प्रचार, प्रसार पातळीवर प्रयत्न तर करावेच लागतील; परंतु त्याचबरोबर आपल्या मातृभाषेशिवाय किमान आपल्या राज्यांच्या चतु:सीमांना जी राज्ये आहेत त्यांच्या भाषा तरी आपणास अवगत असल्या पाहिजेत. त्यादृष्टीने बहुभाषिकता हा शैक्षणिक घटक महत्त्वाचा ठरतो.

त्रिभाषा सूत्राचा स्वीकार

पूर्वीच्या शिक्षण धोरणाप्रमाणे हे धोरणही त्रिभाषा सूत्राचा स्वीकार करते. डॉ. कोठारी आयोगाने त्रिभाषा सूत्रात प्रादेशिक भाषा, संघ भाषा आणि एक भारतीय किंवा परकीय भाषा अशी शिफारस केली होती. त्रिभाषा सूत्र शिक्षणाचे साधन म्हणून १९८६च्या शिक्षण धोरणातही स्वीकारले होते. २०२० च्या धोरणातही त्रिभाषा सूत्राचा स्वीकार केला आहे. त्यानुसार 'घटनेतील तरतुदी, लोकांच्या, प्रदेशांच्या आणि केंद्र सरकारच्या आकांक्षा आणि बहुभाषावाद, तसेच राष्ट्रीय एकात्मतेला प्रोत्साहन देण्याची गरज या गोष्टी लक्षात घेऊन त्रिभाषा सूत्राची अंमलबजावणी

करणे सुरूच राहील; मात्र त्रिभाषा सूत्रात जास्त लवचिकता असेल आणि कोणत्याही राज्यावर कोणतीही भाषा लादली जाणार नाही.'

कौशल्यवृद्धी

शालेय शिक्षणाच्या इयत्ता ६वी ते ८वी दरम्यान प्रत्येक विद्यार्थ्याला, एक स्थानिक कौशल्य गरजांवर आधारित अभ्यासक्रम निवडावा लागेल. यामधून त्यांना सुतारकाम, इलेक्ट्रिकचे काम, धातूकाम, बागकाम, कुंभारकाम यांसारख्या व्यवसायांची ओळख होईल. यासाठी त्यांना स्थानिक व्यावसायिक तज्ज्ञांच्या मार्गदर्शनाखाली शिकाऊ (इंटर्न) म्हणून काम करता येईल.

प्रतिभासंपन्न विद्यार्थी साहाय्य

शालेय अभ्यासक्रमाच्या पलीकडे जाऊन विशेष ज्ञान संपादन करण्याची अभिलाषा बाळणारे काही कुशाग्र बुद्धीचे विद्यार्थी असतात. अशा मुलांच्या विशेष विकासाकडे लक्ष देऊन त्यांना प्रोत्साहित केले जाईल. त्यासाठी आवश्यक ते पूरक संवर्धन साहित्य, मार्गदर्शन पुरवले जाईल. याचाच एक भाग म्हणून विषयकेंद्रित आणि प्रकल्प आधारित क्लब सुरू केले जातील. त्यामध्ये विज्ञान मंडळे, गणित मंडळे, संगीत आणि नृत्य कलामंडळे, बुद्धिबळ मंडळे, कविता मंडळे, भाषा मंडळे, नाटक मंडळे, वादविवाद मंडळे, क्रीडा मंडळे, इको-क्लब, आरोग्य व स्वास्थ्य क्लब/योगा क्लब इत्यादींचा समावेश असेल. यासाठी आवश्यकतेनुसार ऑनलाईन ॲपही तयार केले जातील.

मूल्यांकन सुधारणा

एनईपी, २०२० सारांशात्मक मूल्यांकनाकडून नियमित आणि रचनात्मक मूल्यांकनाकडे वळण्याची कल्पना मांडली आहे. जी अधिक योग्यता-आधारित आहे, शिक्षण आणि विकासाला उत्तेजन देणारी आहे आणि विश्लेषण, चिकित्सात्मक विचारप्रक्रिया आणि वैचारिक स्पष्टता यांची पारख करणारी असेल. इयत्ता ३री, ५वी आणि ८वी मध्ये सर्व विद्यार्थी शालेय परीक्षा देतील, जी योग्य यंत्रणेद्वारे घेण्यात येईल. इयत्ता १०वी आणि १२वी साठी शिक्षण मंडळाच्या (बोर्ड) परीक्षा सुरूच राहतील; मात्र समग्र विकासाच्या उद्देशाने त्यांची पुनर्रचना केली जाईल. विद्यार्थ्यांना आपल्या आवडीनुसार विषय ठरवून त्यांची बोर्ड परीक्षा देता येईल. तसेच एक मुख्य परीक्षा आणि एक सुधारणा करण्यासाठी परीक्षा अशा कोणत्याही एका शालेय वर्षामध्ये दोनदा बोर्ड परीक्षेला बसता येईल. दर्जा निश्चिती संस्था म्हणून पारख (समग्र विकासासाठी कामगिरी मूल्यांकन, आढावा आणि ज्ञानाचे विश्लेषण)

हे एक नवे राष्ट्रीय मूल्यांकन केंद्र स्थापन केले जाईल.

शिक्षक सक्षमीकरण

शिक्षक खऱ्या अर्थाने आपल्या मुलांचे भवितव्य घडवतात आणि म्हणून आपल्या राष्ट्राचेही भवितव्य घडवतात. त्यामुळेच शिक्षकांना त्यांचे ज्ञान, कौशल्ये, मूल्ये विद्यार्थ्यांना चांगल्याप्रकारे शिकविता यावीत यासाठी पूरक शैक्षणिक वातावरण-निर्मिती महत्त्वाची ठरते. तसेच हुशार व्यक्ती शिक्षकी व्यवसायात याव्यात यासाठी त्यांच्या प्रशिक्षणाची गुणवत्ता, भरती, नेमणूक, सेवेच्या अटी आणि शिक्षकांचे सक्षमीकरण या बाबींकडे खास लक्ष देण्याची आवश्यकता यावर या धोरणात भर दिलेला आहे.

शिक्षकांच्या सक्षमीकरणात पुरेशी शिक्षक भरती हा महत्त्वाचा घटक होय. डॉ. के. कस्तुरीरंगन समितीच्या धोरण आराखड्यात भारतात शिक्षकांच्या दहा लाखांपेक्षा जास्त जागा रिक्त असल्याचे म्हटले आहे. रिक्त जागांचे प्रमाण ग्रामीण भागात जास्त आढळते. त्याचबरोबर विद्यार्थी-शिक्षक प्रमाण ६०:१ असे आहे. याचा परिणाम शिक्षणाच्या गुणवत्तेवर पडत असतो. ही बाब लक्षात घेऊन राष्ट्रीय शिक्षण धोरण, २०२०मध्ये शिक्षकांच्या सर्व जागा भरणे, ही भरती सक्षम पारदर्शक पद्धतीने करणे, तसेच विद्यार्थी : शिक्षक प्रमाण ३०:१ एवढे करणे याकडे लक्ष घालू इच्छिते.

याचबरोबर शाळांमधील वातावरण शिक्षणप्रेमी करणे, शाळांमधील पुरेशा व सुरक्षित पायाभूत सुविधा उपलब्ध करून देणे, शिक्षकांच्या सेवांची देवाण-घेवाण करणे, शिक्षकांना शालेय व्यवस्थापनात सहभागी करणे, त्यांना कोणतीही शिक्षणाशी संबंधित नसलेली कामे न सांगणे, अध्यापनशास्त्राचे पैलू निवडण्याची स्वायत्तता इत्यादींकडे लक्ष पुरवले जाईल. शिक्षकांची बढती गुणवत्तेवर आधारित असेल ज्यामध्ये बहुस्रोत नियमित कामगिरी मूल्यांकन आणि उपलब्ध प्रगतीचे मार्ग याद्वारे शैक्षणिक प्रशासक किंवा शिक्षक होता येईल. याचबरोबर NCERT/ SCERT शिक्षक आणि विविध पातळी व प्रदेशातील तज्ज्ञ संघटना यांच्याशी विचारविनिमय करून राष्ट्रीय शिक्षक शिक्षण परिषद, २०२२ पर्यंत शिक्षकांसाठी राष्ट्रीय व्यावसायिक मानके (NPST) विकसित करेल.

लिंग-समावेश निधी

सर्व मुलींना आणि ट्रान्स-जेन्डर विद्यार्थ्यांना न्याय्य गुणवत्तापूर्ण शिक्षण पुरवण्याची देशाची क्षमता तयार करण्यासाठी भारत सरकार 'लिंग-समावेश निधी' तयार करेल. योग्य वापरासाठी हा निधी राज्यांना उपलब्ध करून दिला जाईल. मुख्यतः, मुलींना

आणि ट्रान्स-जेन्डर विद्यार्थ्यांना शिक्षणाला प्रवेश मिळण्यासाठी आणि शिक्षणात सहभागी होण्यासाठी, स्थानिक संदर्भातील विशिष्ट अडथळे दूर करण्यासाठी समुदाय आधारित हस्तक्षेपांना पाठिंबा देण्यासाठी आणि त्यांचे प्रमाण वाढवण्यासाठीसुद्धा हा निधी राज्यांना सक्षम करेल.

विद्यार्थी-शिक्षक प्रमाण

उच्च प्रतीचे गुणवत्तापूर्ण शिक्षण प्रसारामध्ये विद्यार्थी-शिक्षक प्रमाण हा एक मूलभूत घटक आहे. हे प्रमाण जेवढे कमी तेवढा जास्त वेळ शिक्षक प्रति विद्यार्थी देऊ शकतात. या धोरणात 'प्रत्येक शाळा स्तरावर विद्यार्थी-शिक्षक प्रमाणे (PTR) ३०:१ पेक्षा कमी असेल हे सुनिश्चित केले आहे. मोठ्या संख्येने सामाजिक-आर्थिकदृष्ट्या वंचित विद्यार्थी असलेल्या भागांमध्ये PTR २५:१ पेक्षा कमी राखण्याचे उद्दिष्ट ठेवले जाईल' अशी तरतूद केली आहे. ही बाब विशेष उल्लेखनीय म्हणावी लागेल.

शालेय शिक्षणासाठी मानक-निश्चिती आणि मान्यता

शैक्षणिक निष्पत्तीमध्ये सातत्याने सुधारणा करणे महत्त्वाचे असते. त्यासाठी शैक्षणिक उपक्रमांचे पारदर्शक मूल्यमापन होणे आवश्यक असते. सध्या हे काम शालेय शिक्षण विभागातून केले जातात. तथापि, त्याचे अतिकेंद्रीकरण झाल्याने त्याचे विपरीत परिणाम एकूण शिक्षण व्यवस्थेवर होत असतात. हा अनुभव लक्षात घेता राष्ट्रीय शिक्षण धोरण, २०२०मध्ये धोरण आखणी, नियमन, संचलन आणि शैक्षणिक बाबींसाठी स्पष्ट, स्वतंत्र यंत्रणेची कल्पना केली आहे. राज्ये/केंद्रशासित प्रदेश स्वतंत्र राज्य शालेय प्राधिकरण (SSSA) स्थापन करतील. SSSAने ठरवलेल्या मूलभूत नियामक माहितीचे पारदर्शक सार्वजनिक स्वयं-प्रकटीकरण सार्वजनिक प्रतिष्ठा आणि दायित्वासाठी प्रामुख्याने वापरले जाईल. NCERT सर्व हितधारकांशी सल्लामसलत करून शालेय गुणवत्ता मूल्यांकन आणि मान्यता रूपरेषा (SQAAF) विकसित करेल.

उच्च शिक्षण

५० टक्क्यांपर्यंत (२०३५) GER वाढवणे

व्यावसायिक शिक्षणासह उच्च शिक्षणामध्ये निव्वळ नोंदणी गुणोत्तर २६.३ टक्के (२०१८) वरून २०३५ सालापर्यंत ५० टक्क्यांपर्यंत वाढवण्याचे एनईपी, २०२०चे उद्दिष्ट आहे. उच्च शिक्षण संस्थांमध्ये ३.५ कोटी नवीन जागा वाढवण्यात येतील.

बहुशाखीय शिक्षण

या धोरणात व्यापक आधारभूत, बहुशाखीय, लवचिक अभ्यासक्रमासह सर्वसमावेशक पदवी शिक्षक अभ्यासक्रम, विषयांचे सर्जनशील संयोजन, व्यावसायिक शिक्षणाचे एकात्मीकरण आणि योग्य प्रमाणीकरणासह बहुप्रवेश आणि निर्गम टप्प्यांची कल्पना केली आहे. यामुळे शिक्षणातील एकारलेपण कमी होईल आणि विद्यार्थ्यांचे बहुआयामी व्यक्तिमत्त्व घडण्यास मदत होईल. विद्यार्थ्यांना विविध शाखांमधील त्यांच्या आवडीच्या क्षेत्रात अभ्यास करण्याचे स्वातंत्र्य मिळेल.

ॲकॅडेमिक बँक ऑफ क्रेडिट

वेगवेगळ्या उच्च शिक्षण संस्थांकडून मिळवलेल्या शैक्षणिक उपलब्धी डिजिटली संग्रहित करण्यासाठी ॲकॅडेमिक बँक ऑफ क्रेडिटची स्थापना केली जाईल; जेणेकरून माहिती हस्तांतरित करता येईल आणि अंतिम पदवी मिळवल्यावर त्याची गणना केली जाईल.

आदर्श सरकारी विद्यापीठे

बहुशाखीय शिक्षण आणि संशोधन विद्यापीठांची (मल्टिडिसिप्लिनरी एज्युकेशन ॲन्ड रिसर्च युनिव्हर्सिटीज) स्थापना (MERU) ही आयआयटी, आयआयएमच्या संस्थांच्या दर्जाच्या उत्कृष्ट बहुशाखीय शिक्षणासाठी आदर्शवत् म्हणून स्थापित केली जातील. दर्जेदार शिक्षणामध्ये उच्चतम जागतिक पातळी साध्य करण्याचे उद्दिष्ट या विद्यापीठांसमोर असेल.

राष्ट्रीय संशोधन फाउंडेशन

देशात प्रबळ संशोधन संस्कृती वृद्धिंगत करण्यासाठी राष्ट्रीय संशोधन फाउंडेशन स्थापन केले जाईल. भारतातील संशोधनाच्या गुणवत्तेत परिवर्तन घडविणे, तसेच उत्कृष्ट संशोधनास उचित प्रोत्साहन देऊन संशोधनपूरक वातावरणनिर्मिती करणे हे या फाउंडेशनचे कार्य असेल. त्याचबरोबर NRF सर्व शाखांमधील संशोधनास स्पर्धात्मकपणे अर्थसाहाय्य करेल.

नियमन

भारतीय उच्च शिक्षण आयोगाची (HECI) स्थापना करण्यात येईल. वैद्यकीय आणि कायदेशीर शिक्षण वगळता उच्च शिक्षणाशी संबंधित एकमेव उच्च संस्था असेल. एचईसीआयचे चार स्वतंत्र घटक असतील. नियमनासाठी राष्ट्रीय उच्च

शिक्षण नियामक परिषद (NHERC), दर्जात्मक व्यवस्थेसाठी जनरल एज्युकेशन कौन्सिल (GEC), निधीसाठी उच्च शिक्षण अनुदान परिषद (HEGC) आणि मूल्यांकनासाठी राष्ट्रीय मूल्यांकन परिषद (NAAC) असेल. एचईआयसी तंत्रज्ञानाच्या मदतीने हस्तक्षेप (फेसलेस इन्टरव्हेशन) करेल आणि HEIC ला नियम आणि मानदंडांचे पालन न करणाऱ्या उच्च शिक्षण संस्थांना दंड करण्याचे अधिकार असतील. सार्वजनिक आणि खाजगी उच्च शिक्षण संस्था याच नियम, मूल्यांकन आणि शैक्षणिक मानदंडांद्वारे संचालित केल्या जातील.

सक्षम अध्यापक

राष्ट्रीय शिक्षण धोरण, २०२०ने प्रेरित, उत्साही आणि क्षमता निर्माण करणाऱ्या अध्यापकांच्या नियुक्तीसाठी स्पष्टपणे परिभाषित, स्वतंत्र, पारदर्शी पद्धतीने नियुक्ती करण्याची शिफारस केली आहे. अभ्यासक्रम/अध्यापनाचे स्वतंत्र, उत्कृष्टतेला उत्तेजन देणे, संस्थात्मक नेतृत्वाला मदत केली जाईल. मूलभूत निकषांप्रमाणे काम न करणाऱ्या अध्यापकांना जबाबदार ठरवले जाईल.

विद्यार्थी-शिक्षक प्रमाण

अध्यापन कर्तव्यांच्या बाबतीत शिक्षकांवर अतिरेक केला जाणार नाही. अध्ययनाची प्रक्रिया आनंददायी राहील आणि विद्यार्थ्यांशी संवाद साधण्यासाठी, संशोधनासाठी आणि विद्यापीठाच्या इतर उपक्रमांसाठी शिक्षकांना पुरेसा वेळ मिळेल. याकरिता विद्यार्थी-शिक्षक प्रमाण खूप जास्त असणार नाही. शैक्षणिक उपक्रमांची गरज लक्षात घेऊन विद्यार्थी-शिक्षक प्रमाण १०:१ ते २०:१ या प्रमाणात निश्चित केले जाईल.

मार्गदर्शक मोहीम

एका राष्ट्रीय मार्गदर्शक मोहिमेची (नॅशनल मिशन फॉर मेन्टॉरिंग) स्थापना करण्यात येईल. यात उत्कृष्ट कामगिरी बजावलेल्या ज्येष्ठ/निवृत्त अध्यापकांचा समावेश असेल. भारतीय भाषांमध्ये शिकवणारे शिक्षकही यात असतील. जे थोड्या आणि दीर्घ काळासाठी मार्गदर्शक म्हणून विद्यापीठ/महाविद्यालयीन शिक्षकांना मदत करतील.

मुक्त आणि दूरस्थ शिक्षण

पटनोंदणी वाढविण्यात महत्त्वपूर्ण भूमिका बजावण्यासाठी याचा विस्तार केला जाईल. ऑनलाईन कोर्सेस आणि डिजिटल कोश, संशोधनासाठी निधी, सुधारित

विद्यार्थी सेवा, विशाल मुक्त ऑनलाईन कोर्सेसची पतआधारित मान्यता इत्यादी उपायांची अंमलबजावणी वर्गखोल्यांमध्ये उच्च दर्जाच्या गुणवत्तेबरोबरच निश्चित केली जाईल.

ऑनलाईन शिक्षण आणि डिजिटल शिक्षण

सध्या संपूर्ण देशामध्ये कोविड-१चा झालेला प्रसार लक्षात घेऊन शिक्षण धोरण तयार करताना पर्यायी शैक्षणिक पद्धतींचा व्यापक विचार करण्यात आला आहे. त्यामुळे सर्वंकष ऑनलाईन शिक्षण आणि डिजिटल शिक्षणाला चालना देण्यासाठी आलेल्या शिफारशी विचारात घेऊन शैक्षणिक सज्जता सुनिश्चित केली जाणार आहे.

शिक्षणामध्ये तंत्रज्ञान

राष्ट्रीय शैक्षणिक तंत्रज्ञान मंच या स्वायत्त संस्थेची निर्मिती करण्यात येणार असून, याद्वारे विचारांच्या देवाण-घेवाणीसाठी एक मंच उपलब्ध करून देण्यात येणार आहे. या मंचाद्वारे शैक्षणिक मूल्यवर्धन, मूल्यांकन, तसेच नियोजन, प्रशासन यासाठी तंत्रज्ञानाचा वापर कशा पद्धतीने करता येऊ शकतो, यासाठी स्वतंत्रपणे विचारांचे आदान-प्रदान केले जाणार आहे.

भारतीय भाषांचा प्रसार

इंडियन इन्स्टिट्यूट ऑफ ट्रान्सलेशन ॲंड इंटरप्रिटेशन (आयआयटीआय) म्हणजेच राष्ट्रीय अनुवाद आणि भाष्य संस्था, तसेच नॅशनल इन्स्टिट्यूट (किंवा इन्स्टिट्यूट्स) फॅार पाली, पर्शियन ॲन्ड प्राकृत म्हणजेच पाली, पर्शियन आणि प्राकृतसाठी राष्ट्रीय संस्था यांची स्थापना करण्याचा सल्ला देण्यात आला आहे. संस्कृत आणि इतर भाषा विभागांच्या सदृढीकरणाची शिफारस करण्यात आली आहे. तसेच उच्च शिक्षण संस्थांमध्ये अधिकाधिक मातृभाषेचा किंवा स्थानिक भाषेचा उपयोग शिकवण्याचे माध्यम म्हणून केला जावा, असेही सुचवण्यात आले आहे.

व्यावसायिक शिक्षण

उच्च शिक्षण प्रणालीमध्ये व्यावसायिक शिक्षण हा अनिवार्य आणि अविभाज्य भाग असेल. तंत्रज्ञान विद्यापीठे, आरोग्य विज्ञान विद्यापीठे, विधी-कायदा आणि कृषी विद्यापीठांना आता बहुदद्देशीय संस्था बनवण्याचे उद्दिष्ट असणार आहे.

आंतरराष्ट्रीयीकरण

भारतात शिक्षण घेण्यासाठी आंतरराष्ट्रीय विद्यार्थ्यांना आकर्षित करण्यासाठी, तसेच परदेशात संशोधन करण्याची इच्छा बाळगणाऱ्या भारतीय विद्यार्थ्यांना अधिक संधी प्राप्त होण्यासाठी उच्च शिक्षणाचा आंतरराष्ट्रीय दृष्टिकोनातून विचार केला जाईल आणि आंतरराष्ट्रीयीकरणास प्रोत्साहन देण्यात येईल. भारतातील आणि जागतिक संस्थांमधील संशोधन सहयोग आणि विद्यार्थी देवाण- घेवाणीला विशेष प्राधान्य दिले जाईल. इतर देशांबरोबर उच्च शिक्षणाच्या आंतरराष्ट्रीयीकरणास फायदेशीर ठरतील असे योग्य सामंजस्य करार केले जातील.

शिक्षणासाठी वित्तपुरवठा

शैक्षणिक क्षेत्रामध्ये सार्वजनिक गुंतवणूक वृद्धीसाठी केंद्र आणि राज्य सरकारे एकत्रित काम करणार आहेत. शक्य तितक्या लवकर ही गुंतवणूक जीडीपीच्या सहा टक्क्यांपर्यंत पोहोचावी, असा उद्देश यामागे आहे.

◆

५

धोरणाची चिकित्सा

राष्ट्रीय शिक्षण धोरण, २०२० मध्ये भारतीय शिक्षणव्यवस्थेत अनेक नवीन गोष्टींचा समावेश केला आहे त्याचे स्वागत. तथापि, या धोरणाचा संपूर्ण भारताच्या शैक्षणिक पद्धतीवर आणि भारताच्या सर्वांगीण विकासावर परिणाम होणार असल्याने धोरणाचा वस्तुनिष्ठ विचार आणि विश्लेषण होणे गरजेचे आहे.

या धोरणात जशा जमेच्या बाजू आहेत तशा उणिवाही आहेत. एक महत्त्वाची बाब म्हणजे राष्ट्रीय शिक्षण धोरणात संकल्पनांची संदिग्धता / अस्पष्टता अनेक ठिकाणी आढळते. त्याचा परिणाम धोरणाच्या अंमलबजावणीवेळी होईल आणि अपेक्षित उद्दिष्टांपासून धोरण दूर जाण्याची शक्यता निर्माण होईल; कारण संकल्पनात्मक संदिग्धतेमुळे धोरणाची अंमलबजावणी करणारी यंत्रणा या संकल्पनांचा अर्थ त्यांना हवा तसा लावू शकेल. परिणामतः, अंमलबजावणीची रणनीती वस्तुनिष्ठतेपेक्षा व्यक्तिसापेक्ष होण्याची शक्यता जास्त असेल. उदाहरणच घ्यावयाचे झाले तर धोरणात सतत उल्लेख झालेल्या 'प्राचीन रूढी-परंपरांच्या शिक्षणाचे' घेता येईल. 'प्राचीन रूढी आणि परंपरा' ही संकल्पना. या संकल्पनेची निश्चित व्याख्या, त्यांची व्याप्ती, त्यामधील वैज्ञानिक दृष्टिकोन, इष्ट-अनिष्टता, व्यापक मानवतावादी दृष्टिकोन इत्यादीबाबत धोरणात स्पष्टता नाही. तसेच भारताच्या संविधानाच्या मूल्यात्मक चौकटीत त्यांचा समावेश होऊ शकेल का, याबाबत निःसंदिग्ध शब्दांत कोणतेही स्पष्टीकरण धोरणात आढळत नाही. ते तसे करता आले असते; परंतु तसे केलेले नाही हे वास्तव आहे. म्हणून मुद्दा असा आहे की, धोरणाच्या अंमलबजावणीच्या वेळी खूपच सावध राहावे लागेल. यात प्रामुख्याने अभ्यासक्रम विकसित करणारे आणि त्यानुसार अध्यापन करणारे या दोहोंवर मोठी जबाबदारी राहील. म्हणजे दोहोंनाही सर्वसमावेशक दृष्टिकोन स्वीकारावा लागेल. त्यांच्याकडे जिज्ञासूपणा,

संशोधकवृत्ती, तर्कशुद्ध विचारसरणी, व्यापक वैज्ञानिक दृष्टिकोन असावा तर लागेलच; पण त्याचबरोबर विश्लेषण, तार्किक विचार आणि संकल्पनात्मक सुस्पष्टता यांची पारख करता येणारी समृद्ध मानसिकता असावी लागेल. तरच भारताच्या संविधानास अभिप्रेत भारतीय समाजाची जडणघडण करण्यात शिक्षक महत्त्वाची भूमिका पार पाडील.

राष्ट्रीय शिक्षण धोरण, २०२०ची पार्श्वभूमी

१. जानेवारी, २०१५ मध्ये नवीन राष्ट्रीय शिक्षण धोरण तयार करण्याची प्रक्रिया सुरू झाली. मनुष्यबळ विकास मंत्रालयाने (MHRD) नव्या शिक्षण धोरणाच्या मांडणीसाठी २३ शैक्षणिक संकल्पना निश्चित केल्या होत्या. पैकी २० उच्च शिक्षण तर १३ शालेय शिक्षणाशी संबंधित होत्या. सहकारी संघवादाच्या (Co-operative Federalism) तत्त्वास अनुसरून घटक राज्ये/केंद्रशासित प्रदेश / मंत्रालये/ग्रामपंचायती / नगरपालिका / तज्ज्ञ व्यक्तीशी त्यावर चर्चा करून मनुष्यबळ विकास मंत्रालयाने एक अहवाल तयार केला.

२. हे काम करीत असताना ३१ ऑक्टोबर, २०१५ला श्री. टी.एस.आर. सुब्रह्मण्यम् यांच्या अध्यक्षतेखाली पाच सदस्यीय समिती नेमून नवीन राष्ट्रीय शिक्षण धोरणाची निर्मिती कशी करावी, याचा अहवाल तयार करण्याची जबाबदारी दिली. या समितीने आपला अहवाल मे, २०१६ मध्ये मंत्रालयास सादर केला.

३. या प्रक्रियेमधून प्राप्त झालेल्या माहितीच्या आधारावर मनुष्यबळ विकास मंत्रालयाने 'Some Inputs for Draft National Policy, 2016' हा अहवाल तयार केला.

४. भारत सरकारने सुरू केलेली ही शिक्षणविषयक धोरण निश्चितीची प्रक्रिया पुढे नेण्यासाठी भारत सरकारच्या मनुष्यबळ विकास मंत्रालयाने २४ जून, २०१७ रोजी विख्यात शास्त्रज्ञ पद्मविभूषण डॉ. के. कस्तुरीरंगन यांच्या अध्यक्षतेखाली नऊ सदस्यीय समितीचे गठण केले. या समितीने श्री. टी.एस.आर. सुब्रह्मण्यम् समिती अहवाल आणि मनुष्यबळ विकास मंत्रालय अंतर्गत गटाने तयार केलेला अहवाल यांच्या आधारावर आपले कामकाज सुरू केले. समितीस सूचित केल्याप्रमाणे सहा महिन्यांत अहवाल सादर करता आला नाही. अर्थात, एवढ्या कमी कालावधीत असे काम पूर्ण करणे शक्यही नव्हते. शेवटी समितीने राष्ट्रीय शिक्षण धोरण, २०१९ हा मसुदा १५ डिसेंबर, २०१८ रोजी तत्कालीन मनुष्यबळ विकासमंत्री श्री. प्रकाश जावडेकर यांना सादर केला.

५. पद्मविभूषण डॉ. के.कस्तुरीरंगन आयोगाने सादर केलेल्या मसुद्यावर ऑगस्ट, २०१९ अखेर प्रतिक्रिया सादर करण्याचे आवाहन करण्यात आले. त्यास अनुसरून

मंत्रालयाकडे दोन लाखांपेक्षाही जास्त प्रतिक्रिया प्राप्त झाल्या. (त्यापैकी किती सूचना स्वीकारल्या, किती नाकारल्या आणि का नाकारल्या, याबाबत काय कार्यवाही झाली त्याबाबत कोणतेही प्रसिद्धिपत्रक / माहिती देण्यात आलेली नाही.)

६. पद्मविभूषण डॉ. के. कस्तुरीरंगन आयोगाच्या मसुद्यास केंद्रस्थानी ठेवून मनुष्यबळ विकास मंत्रालयाने नवीन राष्ट्रीय शिक्षण धोरण तयार केले.

७. २९ जुलै, २०२० रोजी राष्ट्रीय शिक्षण धोरण, २०२०ला केंद्रीय मंत्रिमंडळाच्या बैठकीत मान्यता देण्यात आली. या धोरणाबाबतची भूमिका शासनाने पुढीलप्रमाणे स्पष्ट केली आहे.

'२१ व्या शतकातील हे पहिले शिक्षण धोरण असून, ३४ वर्षे जुन्या १९८६ च्या शिक्षणावरच्या राष्ट्रीय धोरणाची जागा या धोरणाने घेतली आहे. सर्वांना संधी, नि:पक्षपात, दर्जा, परवडणारे आणि उत्तरदायित्व या स्तंभावर या धोरणाची उभारणी करण्यात आली आहे. २०३०च्या शाश्वत विकास कार्यक्रमाशी याची सांगड घालण्यात आली आहे. शालेय आणि महाविद्यालयीन शिक्षण अधिक समग्र, बहुशाखीय, २१व्या शतकाच्या गरजांना अनुरूप करीत भारताचे, चैतन्यशील प्रज्ञावंत समाज आणि जागतिक ज्ञान महासत्ता म्हणून परिवर्तन घडवण्याचा आणि प्रत्येक विद्यार्थ्याच्या विशेष क्षमता पुढे आणण्याचा या धोरणाचा उद्देश आहे.'

धोरणाची चिकित्सा

राष्ट्रीय शिक्षण धोरण, २०२०चा मूलाधार पद्मविभूषण डॉ. के. कस्तुरीरंगन यांनी सादर केलेला मसुदा हाच आहे. त्यावर आधारित धोरण निश्चित करण्यात आले आहे. म्हणून धोरणाची चिकित्सा करीत असताना ड्राट राष्ट्रीय शिक्षण धोरण, २०१९ चा संदर्भ अपरिहार्यपणे घ्यावा लागतो.

१. २०२०च्या धोरणाच्या चिकित्सेमधील उणिवा या मसुद्याच्या उणिवांचा भाग असू शकतात. त्यासाठी मसुद्याकडील त्रुटींचा विचार करावा लागेल.

२. राष्ट्रीय शिक्षण धोरण, २०२० मधील काही बाबींचे विश्लेषण करीत असताना जिथे जिथे तरतुदींचे स्पष्ट आकलन होत नाही, तिथे तिथे त्याच्या स्पष्टीकरणार्थ मूळ मसुद्याचा आधार घ्यावा लागेल.

३. तात्पर्य, राष्ट्रीय शिक्षण धोरणाचा मसुदा आणि धोरण यांचा एकत्रित विचार केल्यावरच धोरणातील संदिग्धता कमी होण्यास मदत होईल.

४. धोरणाची चिकित्सा प्रामुख्याने संकल्पनात्मक संदिग्धता आणि अंमलबजावणी यांच्याभोवती गुंफली गेली आहे.

५. शिक्षण धोरणामध्ये मसुद्यातील काही गोष्टींकडे दुर्लक्ष करून त्यांची नोंद धोरणात घेतली नाही, अशा गोष्टी धोरणास मान्य नाहीत, असे गृहीत धरले आहे.

१. लोकशाहीचा विसर

राष्ट्रीय शिक्षण धोरण तयार करण्याची प्रक्रिया २०१५पासूनच सुरू झाली होती हे वर आलेच आहे. मनुष्यबळ विकास मंत्रालयाने देशभरातील विविध संस्थांशी मोठ्या प्रमाणात चर्चा केली, याची जंत्री या धोरणाच्या मसुद्याच्या परिशिष्ट पाचमध्ये दिली आहे. तथापि, त्यातून कोणता दृष्टिकोन स्वीकारला हे मात्र स्पष्ट होत नाही.

१९८६ चे राष्ट्रीय शिक्षण धोरण ठरविण्यापूर्वी 'Challenges of Education' हा अहवाल चर्चेसाठी उपलब्ध करून दिला होता. त्याप्रमाणे २०१५ साली झालेल्या चर्चांचा अहवाल चर्चेसाठी उपलब्ध करून दिला असता तर धोरण अधिक निर्दोष बनण्यास आणि डॉ. के. कस्तुरीरंगन आयोगास उपयुक्त ठरला असता. येथे २०१५चा अहवाल (अंतर्गत चुकांसह) आयोगाकडे गेल्याचे स्पष्टपणे आढळते.

अ) पद्मविभूषण डॉ. के. कस्तुरीरंगन समितीनेही सर्व संबंधितांशी चर्चा करण्याची प्रक्रिया सुरूच ठेवली होती; मात्र दुर्दैवाने ती सर्वसमावेशक नव्हती. आपण ठरविलेल्या उद्दिष्टानुवर्ती / उद्दिष्टपूरक व्यक्ती, संस्था इत्यादींशीच त्यांनी चर्चा केली असावी, असे मसुद्यास जोडलेल्या परिशिष्ट ७ मधील यादीवरून दिसते.

या समितीने ७४ संस्था / संघटना आणि २७४ तज्ज्ञ व्यक्तींशी चर्चा केल्याचे म्हटले आहे. त्याचे सखोल विश्लेषण केले तर पुढील निष्कर्ष निघतात.

१) शालेय शिक्षणाचे १०+२ ही जुनी संरचना बदलून त्या ठिकाणी ५+३+३+४ ही नवीन संरचना आणली. एवढा आमूलाग्र बदल करीत असताना मुळात हा बदल करण्याची गरज होती का? यावर चर्चा व्हावयास हवी होती. तथापि, आयोगाने शालेय शिक्षणची संरचना बदलायची हे ठरवलेलेच होते. त्यामुळे तो प्रश्न मागे पडतो. तथापि, जो बदल सुचवला आहे त्या शालेय शिक्षणाशी संबंधित किती घटकांशी कितपत चर्चा झाली? परंतु शिक्षण व्यवस्थेचा अत्यंत महत्त्वाचा घटक म्हणजे शिक्षक. शालेय शिक्षणात कार्यरत शिक्षकांच्या संघटना तालुका पातळीपासून राष्ट्र पातळीपर्यंत आहेत. त्यांची बाजू समजावून घेण्यासाठी किमान अखिल भारतीय शालेय शिक्षक संघटनेशी चर्चा करणे अपेक्षित होते; मात्र तसे झालेले नाही. अखिल भारतीय कनिष्ठ महाविद्यालय शिक्षक संघटनेशीही चर्चा झालेली आढळत नाही. अपवाद आहे तो अखिल भारतीय माध्यमिक शिक्षक संघटनेचा. याचाच अर्थ असा की, शालेय शिक्षणाशी संबंधित इयत्ता १ली ते ७वी आणि इयत्ता ११वी आणि १२वी यांच्याशी संबंधित शिक्षकांशी / त्यांच्या प्रतिनिधींशी चर्चा न करताच मूळच्या शैक्षणिक संरचनेत आमूलाग्र बदल केला.

२) जी गोष्ट शिक्षकांच्या बाबतीत तीच विद्यार्थ्यांसंदर्भातही आहे. विद्यार्थी हा शिक्षणव्यवस्थेचा केंद्रबिंदू आहे हे आयोगानेच मान्य केलेले आहे. शालेय शिक्षणापासून उच्च शिक्षणापर्यंत विद्यार्थ्यांसाठी काम करणाऱ्या विविध संघटना आहेत, त्यांची शिक्षणासंबंधी काही मते आहेत. विविध विचारांवर आधारित विद्यार्थी संघटनांशी बांधणी झाली आहे. अशा विद्यार्थी संघटनांमध्ये NSUI स्टुडन्ट्स फेडरेशन, पुरोगामी विद्यार्थी संघटना, अखिल भारतीय विद्यार्थी परिषद (अभाविप) इत्यादी संघटनांचा प्रामुख्याने समावेश होतो. या संघटना अखिल भारतीय पातळीवर काम करणाऱ्या विद्यार्थी संघटना आहेत. तथापि, त्यापैकी फक्त अभाविपशीच आयोगाने चर्चा केल्याची नोंद आहे. आयोगाने फक्त अभाविपचीच निवड का केली? इतर संघटनांशी चर्चा न करण्याची कारणे कोणती, हे मात्र कळत नाही.

३) भारतात उच्च शिक्षणाच्या उच्चतम गुणवत्ता सिद्ध करण्यासाठी विद्यापीठ अनुदान आयोगाच्या मार्गदर्शनाखाली विविध विद्यापीठांचे कुलगुरू प्रयत्न करीत असतात. कुलगुरू उच्च शिक्षण संस्थांचे ॲकॅडमिक लीडर असतात. उच्च शिक्षणाला नावीन्यपूर्ण दिशा देण्याचे काम त्यांचे असते. जेव्हा उच्च शिक्षणात आमूलाग्र बदल करण्याचा आयोगाचा मानस आढळतो त्यावेळी त्यावर कुलगुरूंची मते जाणून घेणे अत्यंत महत्त्वाचे ठरते. त्यासाठी सर्व कुलगुरूंबरोबर पाच-सहा झोनल बैठका घेऊन, त्यांची मते जाणून घेता आली असती. तथापि, तसे झालेले दिसत नाही. फक्त काही माजी आणि आजी कुलगुरूंशी आयोगाने (अशा व्यक्ती १०-१२ पेक्षा जास्त नाहीत) चर्चा करून कुलगुरूंची बाजू समजावून घेतली आहे. आयोगाने ही भूमिका का स्वीकारली हे मात्र गुलदस्त्यात ठेवले आहे.

४) कोणत्याही शिक्षण व्यवस्थेत असतो त्याप्रमाणे उच्च शिक्षण क्षेत्रातही शिक्षक हा महत्त्वाचा घटक असतो. किंबहुना, शिक्षकांच्या सहकार्य / सहभागातूनच विद्यार्थी घडत असतात. त्यादृष्टीने आयोगाने काही ठरावीक प्राचार्य / प्राध्यापकांशी व्यक्तिगत पातळीवर चर्चा केल्याचे जोडपत्रातून दिसून येते. तथापि, शिक्षकांचे सामूहिक पातळीवर नेतृत्व करणाऱ्या उच्च शिक्षण संबंधित अखिल भारतीय संघटनेशी (AIFUCTO) किंवा प्राचार्य संघटनांशी आयोगाने चर्चा केलेली दिसत नाही. यातून आयोगास महत्त्वपूर्ण आशय प्राप्त झाला असता. त्यांच्याशीही चर्चा करण्याची गरज आयोगास वाटली नाही, ही मात्र अत्यंत दुर्दैवी गोष्ट आहे.

खरे तर, सर्व संबंधित घटकांशी आयोगाने चर्चा केल्या असत्या तर नवीन राष्ट्रीय शिक्षण धोरण मसुदा, २०१९ आणि परिणामत:, राष्ट्रीय शिक्षण धोरण, २०२०मध्ये ज्या संभ्रम / अंतर्विरोध, कमतरता आढळून येतात त्या कमी होण्यास मदत झाली असती.

ब) वरील 'अ' मध्ये नमूद केलेल्या भारतीय शिक्षण व्यवस्थेतील संबंधित

प्रमुख संघटनांशी आयोगाने गांभीर्याने चर्चा केलेली नसली तरी परदेशातील काही संस्था / व्यक्ती, भारतातील तज्ज्ञ व्यक्ती / संस्था यांच्याशी आयोगाने चर्चा केली असल्याचे व्यक्ती / संस्था यांच्या यादीवरून स्पष्ट होते. तथापि, यामध्येही बंगळूरू (२५टक्के) आणि नवी दिल्ली (२०टक्के) येथील व्यक्ती / संस्था यांचीच जास्त संख्या आढळते. राहिलेल्या ५५टक्क्यांमध्ये भारतातील, जगातील संस्था/ व्यक्ती येतात. बंगळूरू आणि नवी दिल्ली या दोन शहरांवर आयोगाने का जास्त भर दिला आहे, हे मात्र स्पष्ट होत नाही.

क) शिक्षण हा विषय भारताच्या संविधानातील समवर्ती सूचीमधील आहे. भारताची संघराज्य शासनपद्धती विचारात घेता समवर्ती सूचीतील विषयासंदर्भात जे निर्णय घेतले जातात त्याच्या अंमलबजावणीची जबाबदारी संघ / राज्य सरकार यांची असते. त्यादृष्टीने राज्य / केंद्रशासित प्रदेशांची शिक्षणविषयक मते आयोगाने लक्षात घेणे गरजेचे होते; परंतु आयोगाने दिलेल्या माहितीत अशी कृती केल्याचे आढळत नाही. म्हणजे संघराज्य पद्धतीच दुर्लक्षित झाली आहे.

ड) आणखीन एका महत्त्वाच्या गोष्टीची नोंद येथे घेणे आवश्यक आहे. धोरणांची मांडणी करीत असताना आयोगाची आणि त्याचबरोबर २०२०चे धोरण यांची भूमिका समान आहे. त्यांनी भारतीय शिक्षणाची संरचना, नियमन आणि व्यवस्थापन यांची उजळणी आणि संपूर्ण फेररचना करून, २१व्या शतकातील महत्त्वाकांक्षी उद्दिष्टांशी सुसंगत शिक्षणाचे ध्येय साध्य करण्याचे निश्चित केले आहे. हे करीत असताना हे धोरण भारतीय परंपरा आणि मूल्य व्यवस्थेशी निगडित कसे राहील याचाही गांभीर्याने विचार केला आहे.

आयोगाचे हे म्हणणे लक्षात घेता त्यांनी उजळणीकडे फारसे लक्ष दिले नाही, असे आढळते. खरे पाहता डॉ. राधाकृष्णन, डॉ. कोठारी आणि १९८६ चे राष्ट्रीय शिक्षण धोरण हे भारतीय शिक्षण व्यवस्थेतील मैलाचे दगड ठरतात. त्यांनी भारतीय शिक्षणाचा आणि विकासप्रक्रिया यांचा अनन्यसाधारण संबंध लक्षात घेऊन शिफारशी केल्या होत्या आणि त्यानुसार राष्ट्रीय शिक्षण धोरणे तयार झाली होती. तथापि, पद्मविभूषण डॉ. के. कस्तुरीरंगन आयोगाने पूर्वसुरींच्या मतांकडे दुर्लक्ष केले आहे; कारण पूर्वीच्या धोरणाच्या उद्देशांशी या धोरणात निश्चित केलेले उद्देश हे बऱ्याच ठिकाणी परस्परविरोधी असल्याने त्या धोरणांकडे दुर्लक्ष करणेच सोयीचे ठरते, असे म्हणण्यास जागा आहे.

आयोगाने आपला अहवाल तयार करीत असताना युनेस्कोच्या 'Learning : The Treasure Within' या अहवालाचा संदर्भ घेतला आहे. तसेच, OEID जागतिक बँक, वर्ल्ड इकॉनॉमिक फोरम, SDG 4, ब्रुकिंग्ज इन्स्टिट्यूट इत्यादींचा आधार घेतला आहे. तथापि, उच्च शिक्षणावरील उत्कृष्ट अहवाल आणि मूल्य

शिक्षणावर मूलभूत, सर्वसमावेशक आणि पर्यायाने मानवतावाद हाच मूल्य शिक्षणाचा पाया असतो, हा विचार दृढ करणारा डॉ. राधाकृष्णन अहवाल मात्र लक्षात घेतलेला नाही. डॉ. कोठारी आयोगातील सोयीची असलेली 'शाळा संकुला'ची संकल्पना फेरफारासह स्वीकारली आहे. तर १९८६/९२च्या राष्ट्रीय शिक्षण धोरणाची बोळवण इंटरनेट क्रांती सुरू होण्यापूर्वीचे धोरण म्हणून केली आहे. मजेची गोष्ट म्हणजे १९९६ चा युनेस्कोचा अहवाल मात्र सविस्तरपणे लक्षात घेतलेला आहे आणि भारतातील पूर्वीच्या धोरणांकडे दुर्लक्ष केले आहे.

नवीन शिक्षण धोरण इंटरनेट क्रांतीला धरूनच झाले पाहिजे, ही भूमिका ज्यावेळी धोरण स्वीकारते त्यावेळी या क्रांतीने एका पर्यायी शिक्षण व्यवस्थेस जन्म दिला आहे, एवढाच त्याचा मर्यादित अर्थ होतो. मानवी जीवनाचे व्यवहार मानवीय पद्धतीने घडत असतात आणि त्यास यंत्र साहाय्यभूत ठरत असते. इंटरनेटसुद्धा मानवी विकासाचे साधन असून, ते साध्य नाही ही भूमिका लक्षात घ्यावी लागेल. मानवी जीवनाच्या प्रगतीसाठी आणि प्रामुख्याने मानसिक, भावनिक प्रगतीसाठी आवश्यक असलेल्या अनेकविध शिफारशी पूर्वीच्या धोरणात सुस्पष्टपणे नमूद केल्या आहेत. त्याची उजळणी करणे हे खऱ्या अर्थाने या आयोगाचे महत्त्वाचे काम होते. तथापि, ते त्यांनी केले नाही ही वस्तुस्थिती आहे.

नवीन राष्ट्रीय शिक्षण धोरण, २०२० जाहीर झाल्यापासून या धोरणाच्या अनेक जमेच्या बाजू. उदा. पूर्व प्राथमिकला / प्राथमिक शिक्षण प्रणालीला जोडून घेणे, गुणवत्तापूर्ण शिक्षणासाठी आवश्यक भौतिक आणि मानवी सुविधांचा योग्य पुरवठा, कौशल्याधारित शिक्षण, शिक्षण व्यवस्थेची लवचिकता, बहुविद्याशाखीय दृष्टिकोन, विद्यार्थ्यांचे नियमित मूल्यमापन, तंत्रज्ञानाचा भरपूर वापर, १०० टक्के प्रवेश नोंदणी, शिक्षण संस्थांचे मूल्यांकन, उत्तमोत्तम संशोधन, शिक्षणाचे भारतीयीकरण इत्यादीबाबत चर्चा सुरू आहे. संपूर्ण धोरण वाचले तर खूप मोठे स्वप्न पाहत आहोत, असे जाणवते. धोरणात हे स्वप्न प्रत्यक्षात आणण्याची ग्वाहीही दिली आहे. तथापि, ग्वाही देणे आणि ती प्रत्यक्षात येणे यात खूप मोठे अंतर असते. या धोरणात काहीसे तसेच आहे, याची सहज कल्पना यावी, यासाठी धोरणातील काही ठळक गोष्टी लक्षात घ्याव्या लागतील.

२. लवचिकता नावापुरतीच

विद्यार्थ्यांना विषय निवडीचे स्वातंत्र्य, अध्यापकांना अध्यापनशास्त्रीय पद्धतींच्या वापराचे स्वातंत्र्य, शिक्षण संस्थांना व्यवस्थापनाची स्वायत्तता, उच्च शिक्षणात विद्यार्थ्यांना शिक्षण घेणे / शिक्षणातून बाहेर पडणे आणि परत शिक्षणात प्रवेश घेण्याचे स्वातंत्र्य अशा गोष्टींचा समावेश या धोरणात आहे. शिक्षण व्यवस्थेत

जास्तीत जास्त लवचिकता आणण्याचा प्रयत्न करण्याची ही रणनीती आहे, असे धोरणातून जाणवत असले तरी प्रत्यक्षात ही लवचिकता नसून, तो केंद्रीकरणाचा प्रकार असल्याचे आढळते. या संदर्भात धोरणातील काही तरतुदींचा विचार करता येऊ शकेल.

१. मातृभाषेतून शिक्षण : इयत्ता ५वी पर्यंत आणि शक्यतोवर ८व्या इयत्तेपर्यंत मातृभाषेतून शिक्षण घेता येईल, ही तरतूद किंवा उच्च शिक्षणाच्या सुविधा प्रादेशिक भाषेतून उपलब्ध करून देणे ही तरतूद पाहता मातृभाषेतून शिक्षण घेण्यास प्राधान्य दिले आहे, असे जाणवते. तथापि, याचा अर्थ असाही निघतो की, इयत्ता ८वी नंतर शिकण्याचे माध्यम मातृभाषा राहणार नाही. शिकण्याच्या माध्यमाचा स्वीकार सर्व संबंधित घेतील. तेव्हा आजच्या बदललेल्या मानसिकतेचा परिणाम होऊन माध्यम भाषेचा कल इंग्रजीकडेच वळेल. इंग्रजीतून शिक्षण चांगले होते. इंग्रजी व्यवहार करण्यासाठी उपयुक्त ठरते, या न्यूनगंडापोटी अ-साक्षर लोकसुद्धा आपल्या पाल्यांना इंग्रजी माध्यमांच्या शाळांमध्ये प्रवेश घेताना आढळतात. या प्रवृत्तीमध्ये या धोरणातून भरच पडणार आहे. खरे शिक्षण मातृभाषेतून होते, या अनुभवजन्य ज्ञानाचा या धोरणाने विसर पडेल.

२. त्रिभाषा सूत्र : शालेय शिक्षणात मुलांना किमान तीन भाषा शिकता आल्या पाहिजेत, ही या सूत्रापाठीमागील शैक्षणिक आणि व्यावहारिक भूमिका. याचाच अर्थ असा की, मी ज्या प्रांतात राहतो त्या प्रांताची भाषा म्हणजेच मातृभाषा मला आली पाहिजे. तसेच, ज्या देशाचा मी नागरिक आहे त्या देशात संपर्कासाठी आवश्यक असलेली (जास्त वापरली जाणारी) भाषा मला येणे, ही माझी गरज आहे. तद्‌नंतर देश सोडून परदेशात गेल्यानंतर सुसंवादाची भाषा म्हणून एक परकीय भाषाही मला अवगत असावी, ही त्रिभाषा सूत्राच्या मागची भूमिका आहे.

या धोरणात राजकीय अपरिहार्यतेचा एक भाग म्हणून देशात आवश्यक असलेली संपर्क भाषा (हिंदी) त्रिभाषा सूत्रातून दूर जाऊन ती वैकल्पिक बनली. तथापि, तिची जागा मात्र संस्कृत भाषा घेईल असे धोरण आखले गेले आहे. एका बाजूस 'त्रिभाषा सूत्रात जास्त लवचिकता असेल आणि कोणत्याही राज्यावर कोणतीही भाषा लादली जाणार नाही. तसेच भाषांची निवड विद्यार्थी स्वत: करू शकतील,' असे म्हणत असतानाच आणि दुसऱ्या बाजूस 'संस्कृत भाषा शालेय शिक्षणाच्या स्तरांमध्ये, तसेच उच्च शिक्षणात एक महत्त्वाचा समृद्ध पर्याय, तसेच त्रिभाषा सूत्रातील एक पर्याय म्हणून उपलब्ध असेल' अशी तरतूद धोरणात केली आहे. तात्पर्य असे की, त्रिभाषा सूत्र निवडीत कोणत्याही प्रकारचे स्वातंत्र्य राज्ये अथवा विद्यार्थ्यांना मिळणार नाही. संस्कृत भाषाच एक भारतीय भाषा म्हणून त्रिभाषा सूत्राचा

एक भाग बनेल, असे धोरण ठरविले जाईल. त्यामुळे या संदर्भातील लवचिकता तकलादू ठरण्याची शक्यता जास्त आहे.

३. बोर्ड परीक्षा : 'आपल्या वैयक्तिक आवडीनुसार विद्यार्थ्यांना ज्या विषयांसाठी बोर्डाची परीक्षा द्यावयाची आहे, त्यातील बरेचसे विषय त्यांना निवडता येतील' ही धोरणातील तरतूद; पण खरंच विद्यार्थी आपणास आवडतील असे विषय निवडू शकतील का? उत्तर आहे 'नाही.' कारण, शाळांनी अनेक विषय शिकवण्याची सोय करावी हे झाले तत्त्वज्ञान. परंतु, प्रत्यक्षात अनेक विषय शिकवण्यासाठी विषयवार शिक्षक हवेत. संबंधित विषयास पुरेसे विद्यार्थी असतील तर शिक्षकांची नियुक्ती (पुरेसा वर्कलोड) होऊ शकेल. हे शक्य नसल्यास विद्यार्थ्यांना अभ्यास करण्यासाठी अनेक विषय उपलब्ध असले तरी जे विषय त्याच्या शाळेत शिकवले जातात त्याच विषयांची निवड त्यास करावी लागेल. बऱ्याचवेळा विषय निवडीचे स्वातंत्र्य विद्यार्थ्यास मिळतच नाही; कारण तशी संधी विषय निवडीत उपलब्ध नसतेच.

धोरणात निश्चित केल्याप्रमाणे कार्यवाही करावयाचे ठरवले तर शिक्षक नियुक्तीवर होणारा खर्च शासनमान्य होईल का? याचे उत्तर नकारार्थीच येईल. कारण, मुळात आवश्यक तेवढ्या शिक्षकांची भरती करण्यासाठी जे आर्थिक बळ शासनाकडे असावे लागते ते आढळत नाही किंवा तशी मानसिकता नाही. तात्पर्य असे की, हा प्रकार 'बोलाचीच कढी अन् बोलाचाच भात' असा ठरण्याची शक्यताच जास्त.

शालेय शिक्षणातील परीक्षांची संख्या कमी केली आहे, असे सांगत ३री, ५वी, ८वी इयत्तांच्या परीक्षांबरोबर बोर्डाच्या १०वी, १२वी इयत्तांच्या परीक्षा राहणार आहेत. तसेच इयत्ता ९वी ते १२वी मध्ये प्रत्येक शैक्षणिक वर्षात, प्रत्येक इयत्तेसाठी दोन याप्रमाणे आठ सेमिस्टर परीक्षा द्याव्या लागतील.

४. प्रवेश परीक्षा : विद्यापीठ प्रवेश परीक्षा सर्वत्र सारखीच असावी ही तरतूद करीत असतानाच ही परीक्षा पास होणे हे विज्ञान, मानव्यशास्त्रे, भाषा, कला आणि व्यावसायिक विषयांच्या प्रवेशांनाही लागू करण्यात आले आहे. असे केल्याने शेकडो विद्यापीठांनी वेगवेगळ्या परीक्षा घेतल्याने शिक्षण व्यवस्थेवर जो मोठ्या प्रमाणात भार पडतो तो कमी होण्यास मदत होईल, ही त्यामागची भूमिका. वरवर पाहता ही तरतूद खूपच चांगली वाटते. या तरतुदीत पुढे असेही म्हटले आहे की, NTA मूल्यांकन वापरण्याबाबतचा निर्णय विद्यापीठे आणि महाविद्यालयांवर सोपवण्यात आला आहे. विद्यापीठ अनुदान आयोगास राष्ट्रीय शिक्षण धोरणातील प्रवेश परीक्षेची अंमलबजावणी करण्याची एवढी घाई झाली आहे की, त्यांनी ४१ केंद्रीय विद्यापीठांमधील

२०२२-२३ चे प्रवेश घेण्याचे काम NTA कडून करण्यास सुरुवातही केली आहे.

खरे तर अशा प्रकारची प्रवेश परीक्षा घेण्याची देशातील केंद्रीय विद्यापीठांमध्ये पद्धती २०२० पासूनच अस्तित्वात आहे. इतर विद्यापीठांमध्ये मात्र सर्वच विद्याशाखांसाठी प्रवेश परीक्षा घेतली जात नाही. व्यावसायिक आणि काही विद्यापीठांमध्ये विज्ञान शाखेकडील पदव्युत्तर अभ्यासक्रमासाठी प्रवेश परीक्षा घेतल्या जातात. इतर पदवी अभ्यासक्रमाचे प्रवेश विद्यार्थ्यांच्या १२ वीच्या परीक्षेतील गुणांवर दिले जातात. तर पदव्युत्तर अभ्यासक्रमासाठी विद्यापीठाच्या पदवी परीक्षांचे गुण गृहीत धरले जातात. दुसऱ्या विद्यापीठातील विद्यार्थ्यास प्रवेश द्यावयाचा असेल किंवा पदवी स्तरावर जो विषय निवडला होता त्याशिवाय दुसऱ्या विषयात पदव्युत्तर अभ्यासक्रमात प्रवेश घ्यावयाचा असेल तर प्रवेश परीक्षा घेतली जात असे.

या धोरणातील NTA ची तरतूद पाहता देशातील सर्वच विद्यापीठांना सर्वच विषयांना प्रवेश परीक्षा घ्याव्या लागतील. येथे धोरणातील केंद्रीकरण लक्षात येईल.

१) सर्व विद्यापीठांना सर्व विद्याशाखांसाठी प्रवेश परीक्षा घ्याव्या लागतील.

२) अशा परीक्षा NTA पॅटर्नचा वापर करून घेता येतील. काही विद्यापीठे पदवी अभ्यासक्रमांच्या प्रवेशासाठी स्वतंत्रपणे परीक्षा आयोजित करू शकतील. विद्यापीठ अनुदान आयोगाने इतर विद्यापीठांनाही NTA पॅटर्न वापरावा, असे आवाहन केले आहे. तथापि, हे आवाहन नावापुरतेच असून, तो आदेशच ठरण्याची शक्यता मोठी आहे.

३) तथापि, '२' मधील दुसरी शक्यता खूपच कमी आहे; कारण प्रवेश परीक्षेची कोणतीही विशेष तयारी न करता ती आयोजित करण्याची सोय असताना त्यासाठी स्वतंत्र कष्ट घेण्याची शक्यता नाहीच. दुसरे असे की, अशा कृतीमधून आपण राष्ट्रीय पातळीवरील शैक्षणिक प्रवाहाचे घटक आहोत, हे त्यामधून आपोआपच सिद्ध होईल.

४) राष्ट्रीय शिक्षण धोरणात उच्च शिक्षण हे बहुशाखीय असेल हे तत्त्व मान्य केले गेले. त्यानुसार प्रवेश परीक्षेसाठी विद्याशाखानिहाय परीक्षा पद्धतीचा अवलंब होणार नाही. ती बहुशाखीय असेल.

५) परीक्षेसाठी राष्ट्रीय शैक्षणिक संशोधन आणि प्रशिक्षण परिषदेने (NCERT) निश्चित केलेला अभ्यासक्रम आधारभूत मानला जाईल.

६) काही काळाने पदव्युत्तर अभ्याक्रमांसाठीही NTA लागू होऊ शकते.

समान प्रवेश परीक्षेच्या धोरणातून एक महत्त्वाचा सैद्धांतिक प्रश्न निर्माण होतो त्याकडे धोरणकर्ते/अंमलबजावणी यंत्रणा यांचे दुर्लक्ष झाले आहे. राष्ट्रीय शिक्षण धोरण, २०२० देशातील उच्च शिक्षण संस्थांची पुनर्रचना करीत असताना या संस्था स्वायत्त असतील हे मान्य करते. आणि दुसऱ्या बाजूस देशातील सर्व HEIs

मधील प्रवेशाचे केंद्रीकरण केले जाते. तसेच प्रवेश परीक्षा कोणत्या विद्याशाखांसाठी लागू कराव्यात हा अधिकार HEIs कडे शिल्लक राहत नाही. म्हणजे प्रवेश परीक्षा घेण्याचे अधिकार नाहीत (धोरणात ते दिलेले असले तरी वापरले जाणार नाहीत असेच त्याचे स्वरूप आहे), अभ्यासक्रम ठरवण्यावर 'राष्ट्रीय दृष्टिकोन' या मुद्द्याखाली अनेक बंधने आणि इतरही काही तरतुदींमुळे उच्च शिक्षण संस्थांची स्वायत्तता नावापुरतीच राहण्याची शक्यता वाढते.

केंद्रीय विद्यापीठांना NTA कडून प्रवेश देण्याची प्रक्रिया सुरू करणे मान्य करता येऊ शकेल; कारण या विद्यापीठांमध्ये देशाच्या वेगवेगळया भागांतील विद्यार्थी प्रवेश घेऊ इच्छितात. त्यांनी वेगवेगळ्या परीक्षा मंडळाच्या परीक्षा दिलेल्या असल्याने त्यांच्या गुणवत्ता मापनात फरक पडू शकतो. तथापि, इतर विद्यापीठांमध्ये आणि प्रामुख्याने राज्य विद्यापीठांमध्ये येणारे विद्यार्थी हे त्या राज्यामधील असतात. त्यांना प्रवेश देण्याचे सध्याचे धोरणच पुढे चालू ठेवणे योग्य ठरणार आहे, याकडे दुर्लक्ष होत आहे; कारण राज्याराज्यांमधील १२वी पर्यंतच्या शिक्षणाचे अभ्यासक्रम, परीक्षा पद्धत, गुणदान पद्धती इत्यादींमध्ये फरक आहे. प्रवेश परीक्षांचे धोरण अमलात आणण्यात धोरणकर्त्यांपेक्षाही अंमलबजावणी यंत्रणांनाच जास्त स्वारस्य आहे असे दिसते.

यामुळे प्रत्येक राज्याच्या पातळीवर NCERT चा अभ्यासक्रम सुरू केला जाईल. सेन्ट्रल बोर्ड ऑफ सेकंडरी एज्युकेशनचे (CBSE) महत्त्व वाढून राज्यातील एच.एस.सी. बोर्ड्स CBSE च्या मार्गाने जातील किंवा देशातील १२ वी च्या परीक्षांचे आयोजन NTA प्रमाणे CBSE कडून होऊन राज्य पातळीवरील परीक्षा मंडळाचे अस्तित्व संपुष्टात येईल.

राष्ट्रीय शिक्षण धोरण, २०२० जाहीर झाले त्यावेळी देशात कोरोनाच्या महामारीने हाहाकार माजवला होता. त्यामुळे त्या धोरणाच्या अंमलबजावणीस सुरुवात होण्यासाठी २०२२ साल उजाडले. तथापि, ही महामारी कधी संपेल हे सांगणे कठीण आहे. तरीही असे गृहीत धरले की, सर्व काही ठीक असल्यास धोरणाचा अंमल २०२२-२३ पासून करण्यात येईल. त्यातून पुढील निष्कर्ष मिळतात.

१. २०२२-२३ पासून शालेय शिक्षणाचे ५+३+३+४ प्रारूप सुरू झाले. म्हणजेच या सालात शालेय शिक्षणाच्या पहिल्या टप्प्यात प्रवेश घेणारा विद्यार्थी १५ वर्षांनंतर इयत्ता १२ वी परीक्षा देईल/पास होईल. म्हणजेच जुने प्रारूप पुढील १४ वर्षांत क्रमाक्रमाने कमी होत जाईल.

२. उच्च शिक्षणाचे सध्याचे प्रारूप बदलण्यासही वेळ लागणार आहे. बहुशाखीय शिक्षणाची सुरुवात होत असताना देशातील HEIs ना बहुशाखीय

होण्यासाठी २०३०पर्यंतचा कालावधी धोरणात दिलेला आहे. तर २०४० पर्यंत बहुशाखीय संस्था बनण्याचे सर्व उच्च शिक्षण संस्थांचे उद्दिष्ट असेल, असेही स्पष्ट करण्यात आले आहे. याचाच अर्थ असा की, बहुशाखीय होण्यासाठी आणखीन किमान आठ वर्षांचा कालावधी HEIs कडे शिल्लक आहे.

३. प्रचलित व्यवस्थेतही प्रवेश परीक्षा आयोजित केल्या जातात. तथापि, त्या व्यावसायिक अभ्यासक्रम, पदव्युत्तर अभ्यासक्रमातील काही विषयांपुरत्या मर्यादित आहेत.

४. प्रवेशासाठी समान प्रवेश परीक्षा या गोंडस नावाखाली NTAकडून प्रवेश परीक्षा सुरू होण्याने विद्यापीठांची स्वायत्तता धोक्यात येतेच; परंतु त्याचबरोबर विद्यापीठांच्या उत्पन्नाचा एक स्रोतही कमी होतो. NTAची निर्मिती व्यापारीकरणास प्राधान्य देण्याचाच एक प्रकार आहे.

अशावेळी NTA पुरस्कृत प्रवेश परीक्षा घेण्याची घाई करण्यात अर्थ नाही (अर्थात केंद्रीय विद्यापीठे सोडून). कारण, २०३५ पर्यंत ५०टक्के GER साध्य करण्याचे उद्दिष्ट निश्चित करण्यात आले आहे. ते गाठण्यासाठी विद्यार्थी संख्या मोठ्या प्रमाणात वाढली पाहिजे. त्या दिशेने प्रवेश परीक्षेचा विचार करावा लागेल. भाषा, मानव्यशास्त्रे, वाणिज्य शाखा इत्यादीकडे प्रवेश घेण्याकडे विद्यार्थ्यांचा कल मुळात कमी आहे. त्यात या विद्याशाखांनाही प्रवेश परीक्षांच्या माध्यमातून प्रवेश देण्याची घाई केली तर पुरेसे विद्यार्थी मिळणार नाहीत. त्यामुळे त्याचा परिणाम पटनोंदणीवर होईलच; परंतु त्याचबरोबर ज्या विषयांना विद्यार्थी कमी आहेत म्हणून असे अभ्यासक्रम बंद होतील. म्हणजेच हळूहळू या विद्याशाखांकडील काही विषयांचे अस्तित्वच धोक्यात येईल. यामुळे सरसकट प्रवेश परीक्षा धोरण उच्च शिक्षणास हितकारक ठरण्याऐवजी अहितकारक ठरण्याची शक्यता जास्त आहे.

३. विस्कळीत भाषा धोरण

राष्ट्रीय शिक्षण धोरण, २०२० मध्ये मुलांना अनेकविध भाषांची ओळख व्हावी यासाठी बहुभाषावादाचे धोरण स्वीकारले आहे. त्यानुसार बोली भाषा / स्थानिक भाषा/ मातृभाषा/प्रादेशिक भाषा / इतर अभिजात भारतीय भाषा / परकीय भाषा इत्यादी शिकण्याच्या सुविधा उपलब्ध करून देण्यावर या धोरणात भर दिला आहे. 'दोन ते आठ वर्षे वयात मुले भाषा अतिशय लवकर शिकतात आणि या बहुभाषिकत्वाचा लहान मुलांना आकलनासाठी खूपच फायदा होतो' अशी धारणा असल्याने पायाभूत पायरीपासूनच मुलांना विविध भाषांची ओळख करून देण्यावर या धोरणात लक्ष केंद्रित केले आहे. तसेच भारतीय भाषांचा प्रचार/प्रसार/संवर्धन चांगल्याप्रकारे व्हावा यासाठी तरतुदीही करण्यात आल्या आहेत. तथापि, धोरणात

जी दिशा ठरवली आहे त्यात गोंधळ आढळतो. त्या दृष्टीने भाषेच्या संदर्भातील काही ठळक बाबींचा ऊहापोह करता येतो. त्यात मुख्यत: शिकण्याचे माध्यम/ त्रिभाषा सूत्र / शिक्षणाचे संस्कृतकरण आणि इंग्रजीकरण या ठळक बाबी लक्षात घेता येतील.

शिकण्याचे माध्यम

शिकण्याच्या माध्यमासंदर्भात धोरणातील तरतूद अशी आहे. 'जिथे शक्य आहे तिथे, किमान ५व्या इयत्तेपर्यंत आणि शक्यतोवर ८व्या इयत्तेपर्यंत शिक्षणाचे माध्यम स्तरातील भाषा / मातृभाषा/स्थानिक भाषा / प्रादेशिक भाषा असली पाहिजे.'

या गोष्टीचे पालन सरकारी आणि खाजगी दोन्ही प्रकारच्या शाळा करतील, अशीही तरतूद करण्यात आली आहे.

धोरण प्रसिद्ध झाले. शिकण्याचे माध्यम कोणती भाषा असावी, यावर साधकबाधक चर्चा झाल्यानंतर मूळ धोरणात बदल करून शिकण्याचे माध्यम कोणती भाषा असावी हे संबंधित राज्ये/प्रदेश ठरवू शकतील, असे घोषित करण्यात आले आहे. असे असले तरी मूळ धोरणातील वरील तरतुदीमधून शिकण्याचे माध्यम हे इंग्रजीकडे झुकू शकते असे मानता येईल. त्याची काही कारणे अशी -

१. पहिलीपासून इंग्रजी माध्यम करण्याचे धोरण काही राज्यांनी स्वीकारले देखील आहे. पालकांचा ओढा इंग्रजी माध्यमाकडे आहे; कारण वैश्विक स्पर्धेत टिकण्यासाठी इंग्रजी येणे आवश्यक म्हणजे 'मस्ट'च आहे ही पालकांची मानसिकता आहे. परिणामत:, प्रादेशिक भाषा शिकण्याचे माध्यम म्हणून स्वीकारताना त्याकडे पालकांचा ओढा किती राहील, हा प्रश्न वरील निदेशामुळे शिल्लक राहतो.

या पद्धतीची संदिग्ध तरतूद यापूर्वीच्या धोरणात आढळत नाही.

१९४८च्या शिक्षण आयोगाने प्रादेशिक भाषाच शिकण्याचे माध्यम असेल हे मान्य केले होते. एवढेच नव्हे तर उच्च शिक्षणासाठी शिकण्याचे माध्यम म्हणून इंग्रजीचा होणारा वापर लवकरात लवकर बंद करावा आणि त्याची जागा प्रादेशिक भाषेने (संस्कृत नाही) घ्यावी यासाठी खास प्रयत्न करण्याचे सुचवले होते.

कोठारी आयोगाने (१९६६) प्राथमिक शिक्षणापासून उच्च शिक्षणापर्यंत प्रादेशिक भाषा हेच शिकण्याचे माध्यम राहिले पाहिजे, अशी आग्रही भूमिका मांडली होती.

परिणामत:, शिकण्याचे माध्यम म्हणून प्रादेशिक भाषांचा वापर सर्वत्र होऊ लागला. शिकण्याबरोबर वाचणे, लिहिणेसुद्धा प्रादेशिक भाषांमधून होऊ लागले. पीएच.डी.चे प्रबंधसुद्धा प्रादेशिक भाषांमधून मान्यताप्राप्त झाले. तथापि, २०२० च्या धोरणातील तरतुदी, रोजगाराची भाषा म्हणून इंग्रजी भाषेकडे लोकांचा वाढलेला

ओढा, धोरणातील संदिग्धता, पालकांची मानसिकता, बाह्य परिस्थितीचा रेटा इत्यादी बाबी लक्षात घेता शिकण्याचे माध्यम म्हणून प्रादेशिक भाषा पाठीमागे पडतील. त्यामुळे त्या भाषांचा प्रसार/ प्रचार/संवर्धन कुंठित होऊन अनेक भारतीय भाषा 'संकटग्रस्त' होण्याची भीती राहते. याकरिता पूर्वीच्या शिक्षण धोरणांनी शिकण्याच्या माध्यमाबाबत जशी निश्चित भूमिका घेतली होती तशी याही धोरणात अपेक्षित होती. दुर्दैवाने तसे झालेले नाही.

दुसऱ्या बाजूस 'शिक्षणाची उपलब्धता आणि GER वाढवण्यासाठी आणि सर्व भारतीय भाषांची शक्ती, वापर आणि चैतन्य वाढवण्यासाठी उच्च शिक्षण क्षेत्रातील अधिक HEI आणि अधिक कार्यक्रम मातृभाषा/स्थानिक भाषा शिकवण्याची माध्यमे म्हणून वापरतील.' एवढेच नव्हे तर खाजगी संस्थांना देखील भारतीय भाषा शिकवण्याचे माध्यम म्हणून वापरण्यासाठी प्रोत्साहन दिले जाईल, असे धोरणात म्हटले आहे.

भाषा वापरासंदर्भात धोरणात 'भारतीय भाषांचा प्रसार तेव्हाच शक्य आहे जेव्हा त्यांचा नियमितपणे वापर केला जाईल, आणि अध्यापन व अध्ययनासाठी त्यांचा उपयोग होईल' असेही म्हटले आहे. त्यास अनुसरून उच्च शिक्षणात कार्यवाहीही सुरू केली आहे. अभियांत्रिकी विद्याशाखेसारख्या व्यावसायिक अभ्यासक्रमांसाठी प्रादेशिक भाषांचा वापर करता येईल, यादृष्टीने धोरणात्मक निर्णय घेतले जात आहेत.

तथापि, धोरणातील तरतुदींमुळे भारतीय भाषाविषयक धोरणात संदिग्धता जास्त प्रमाणात आढळते. त्यामुळे शिक्षण क्षेत्रात काम करणारे लोक/संस्था यांचा अर्थ आपल्या सोयीनुसार लावतील आणि त्याचा परिणाम भारतीय भाषांच्या विकासावर होऊ शकेल. आज जरी प्रादेशिक भाषांवर भर दिला जात असला तरी तो भविष्यकाळात कितपत टिकून राहील हे सांगणे अवघड आहे. धोरणाने ८वी पर्यंत शिकण्याचे माध्यम प्रादेशिक भाषा असेल असे स्पष्ट केले आहे. म्हणजेच ८ वी इयत्तेनंतर शिकण्याचे माध्यम दुसरी भाषाही असू शकते, हे अप्रत्यक्षपणे मान्य केले होते. २१व्या शतकात जग एक 'वैश्विक खेडे' बनले आहे. या खेड्यामधील सोयीची, रोजगाराची, संपर्काची भाषा म्हणून इंग्रजी भाषेकडे पाहिले जाते. त्यामुळे १) आज पहिलीमध्ये असणारी मुले आठव्या इयत्तेत येईपर्यंत, म्हणजेच आठ-नऊ वर्षांनंतर आठवी इयत्तेनंतरची शिकण्याची भाषा म्हणून इंग्रजीलाच पसंती दिली जाईल आणि हळूहळू शालेय आणि उच्च शिक्षणातील प्रादेशिक भाषेचे महत्त्व कमी होईल. व्यवहाराच्या रेट्यापुढे तत्त्व मागे पडेल, ही एक शक्यता उद्भवते. परिणामतः, प्रादेशिक भाषा मोठ्या प्रमाणात 'संकटग्रस्त' होतील आणि काही भाषा तर मृतवत् होतील. २) इंग्रजी इयत्ता पहिलीपासून शिकण्याची भाषा म्हणून

उपयोगात आणण्यासाठी एवढा काळ वाट पाहिली जाणार नाही. नजीकच्या काळात तिचा अंमल लगेचच होईल.

त्रिभाषा सूत्र

'घटनेतील तरतुदी, लोकांच्या, प्रदेशांच्या आणि केंद्र सरकारच्या आकांक्षा आणि बहुभाषावाद, तसेच राष्ट्रीय एकात्मतेला प्रोत्साहन देण्याची गरज या गोष्टी लक्षात घेऊन त्रिभाषा सूत्राची अंमलबजावणी करणे सुरूच राहील; मात्र त्रिभाषा सूत्रात जास्त लवचिकता असेल आणि कोणत्याही राज्यावर कोणतीही भाषा लादली जाणार नाही. मुले ज्या तीन भाषा शिकणार आहेत त्यांपैकी किमान दोन भाषा भारतीय असतील, तर या भाषांची निवड राज्ये, प्रदेश आणि अर्थातच विद्यार्थी स्वत: करू शकतील' असे धोरण सांगते.

या तरतुदींमधून पुढील बाबी समोर येतात.

१. भारतातील विविध भाषांचा अभ्यास करणे आणि राष्ट्रीय एकात्मतेस प्रोत्साहन देण्यासाठी त्रिभाषा सूत्राचा स्वीकार केला आहे.
२. त्रिभाषांमध्ये किमान दोन भाषा भारतीय असतील. म्हणजे तिन्हीही भाषा भारतीय असू शकतील किंवा एक भाषा परकीय असेल, असे म्हणता येईल.
३. भाषा निवडण्याचे स्वातंत्र्य संबंधितांना असेल.
४. तीन भाषांमध्ये संस्कृत भाषा हा एक समृद्ध पर्याय असेल.
५. संस्कृत भाषेला विशेष प्राधान्य देताना देशातील इतर भाषांचा 'इतर अभिजात भाषा' असा उल्लेख आहे. 'इतर अभिजात भाषा आणि साहित्यसुद्धा विद्यार्थ्यांना शिकण्यासाठी शाळांमध्ये पर्याय असेल.'
६. इयत्ता तिसरीपासून इतर भाषांचे लेखन आणि वाचन शिकवले जाईल.

या तरतुदींचा एकत्रित विचार केल्यास अशा निष्कर्षाप्रत पोहोचता येते की,

१. त्रिभाषा सूत्रातील एक भाषा स्वाभविकपणे मुलांची स्वत:ची मातृभाषा / प्रादेशिक भाषा असेल.
२. दुसरी भारतीय भाषा म्हणून इतर अभिजात भाषांचा पर्याय असला तरी समृद्ध पर्याय संस्कृत भाषेचा असेल.
३. कोणत्याही राज्यावर कोणतीही भाषा लादली जाणार नाही. अप्रत्यक्षपणे हिंदी भाषा लादली जाणार नाही, असा अर्थ ध्वनित होतो; कारण दक्षिणेकडील राज्यांचा हिंदी भाषेस विरोध आहे.
४. त्रिभाषा सूत्रात लवचिकता असली तरी सदर तरतुदींचा सखोल विचार

केला तर मातृभाषा/प्रादेशिक भाषा, संस्कृत (किंवा इतर अभिजात भाषांपैकी एक) आणि इंग्रजी असे त्रिभाषा सूत्र असू शकते. इंग्रजीशिवाय इतर परकीय भाषा वैकल्पिक विषयच राहतील.

५. त्रिभाषा सूत्रामध्ये मातृभाषा/प्रादेशिक भाषा त्रिभाषा सूत्रात अविभाज्य भाग असेल, असे आढळते; परंतु त्यासही छेद दिला आहे. संस्कृतला मात्र प्राधान्य दिले जात आहे. भारतातील १३५ आर्मी पब्लिक स्कूलमध्ये प्रादेशिक भाषा शिकवली जाणार नाही. एक व्यावहारिक अडचण म्हणून त्यास मान्यता देत असतानाच त्रिभाषा सूत्रानुसार या शाळांमध्ये, इंग्रजी, हिंदी आणि संस्कृत या भाषा शिकवल्या जातील, असे धोरण केंद्र सरकार/आर्मी वेलफेअर एज्युकेशन सोसायटी यांनी स्वीकारलेदेखील आहे. या धोरणाचा खास उल्लेख करण्याचे कारण असे की, या धोरणाने त्रिभाषा सूत्राचा आधार घेत संस्कृत भाषा अनिवार्य केली आहे.

या पार्श्वभूमीवर २०२० धोरणापूर्वी त्रिभाषा सूत्रासंदर्भात काय स्थिती होती ते पाहणे महत्त्वाचे ठरेल.

- १९४८च्या विद्यापीठ शिक्षण आयोगाने (डॉ. सर्वपल्ली राधाकृष्णन आयोग) त्रिभाषा सूत्राचा स्वीकार केला होता. त्यांच्या मते विद्यार्थ्यांची प्रादेशिक भाषा, संघराज्य भाषा आणि इंग्रजी यांचा त्रिभाषा सूत्रात समावेश होईल.
- १९६६ च्या शिक्षण आयोगाने (कोठारी कमिशन) त्रिभाषा सूत्र पुढीलप्रमाणे स्पष्ट केले.

१. मुलांची मातृभाषा / प्रादेशिक भाषा

२. संघराज्याची कार्यालयीन भाषा

३. वरील १ आणि २ मध्ये जिचा समावेश नाही आणि जी शिक्षणाचे माध्यम नाही, अशी आधुनिक भारतीय किंवा परकीय भाषा;

४. कनिष्ठ माध्यमिक स्तरावर (८वी ते १०वी) त्रिभाषा सूत्राचा अवलंब केला जाईल.

५. संस्कृत भाषेचा समावेश त्रिभाषा सूत्रात करता येणार नाही.

- १९८६च्या नवीन शैक्षणिक धोरणात १९६६ च्या धोरणातील त्रिभाषा सूत्राचा स्वीकार केला आहे.

या सर्व आयोगांनी एक विषय म्हणून संस्कृत भाषा शिकवण्यावर भर दिलेला आहे; कारण ही एक प्राचीन भारतीय भाषा असून, त्यामधील साहित्याचा अभ्यास होणे सर्व आयोगांना महत्त्वाचे वाटते. तथापि, त्रिभाषा सूत्रासाठी संस्कृतचा विचार केलेला नाही.

थोडक्यात, राष्ट्रीय शिक्षण धोरण, २०२० पूर्वीच्या शिक्षण आयोगाने केलेल्या

त्रिभाषा सूत्रात फरक केलेला आहे. संस्कृतकरण आणि इंग्रजीकरणास प्रोत्साहित केले आहे. यापैकी अतिसंस्कृतपणाने शिक्षणव्यवस्थेत आणि त्यामधून अपेक्षित विकासाभिमुख प्रक्रियेत काय भर पडणार याचा अर्थबोध होत नाही.

शिक्षणाचे संस्कृतकरण आणि इंग्रजीकरण

राष्ट्रीय शिक्षण धोरण, २०२०ने बहुभाषावादाचा पुरस्कार केलेला असला तरी या धोरणाचा विशेष कल प्रामुख्याने संस्कृत आणि त्यानंतर इंग्रजी भाषेकडे जास्त आढळतो.

प्रथम संस्कृतकरणाचा मुद्दा पाहू या

भारतात संस्कृत भाषा वर्षानुवर्षे शिकवली जात आहे. संस्कृत साहित्याचा अभ्यास व्हावा म्हणून संस्कृत विद्यापीठेही स्थापन केली गेली. जसे, महाराष्ट्रातील रामटेक स्थित (नागपूर) संत कालिदास संस्कृत विद्यापीठ. एक भाषा म्हणून संस्कृत भाषेला महत्त्व आहेच; परंतु संस्कृत ही बोली किंवा लेखनाची, संवादाची भाषा म्हणून वापरली जात नाही. त्यामुळे इतर बोली व लेखी, संवाद साधण्याच्या भाषांकडे खरे तर या धोरणात जास्त लक्ष द्यावयास हवे होते. तथापि, तसे न करता संस्कृतलाच झुकते माप या धोरणात दिले आहे. त्यासंदर्भात काही ठळक बाबी खालीलप्रमाणे -

१. संस्कृत भाषा शालेय शिक्षणाच्या सर्व स्तरांवर, म्हणजेच पायाभूत स्तरापासून (वय तीन-सहा) पुढे सर्वच स्तरांवर एक महत्त्वाचा समृद्ध पर्याय असेल.
२. उच्च शिक्षणातही संस्कृत भाषेचे महत्त्व पर्याय म्हणून अनन्यसाधारण असेल.
३. संस्कृतमधून संस्कृत शिकवण्यासाठी (STS) पायाभूत आणि पूर्वमाध्यमिक स्तरावरील संस्कृत पाठ्यपुस्तके सोप्या प्रमाणित संस्कृत भाषेत लिहिली जातील.
४. संस्कृत शिकण्यासाठी, इतर भाषांबरोबर ऑनलाईन मोड्युल्सही तयार केली जातील.
५. त्रिभाषा सूत्रातील एक समृद्ध पर्याय म्हणून संस्कृत उपलब्ध असेल आणि संस्कृतला मुख्य प्रवाहात आणण्यास प्राधान्य दिले जाईल.
६. संस्कृत भाषा फक्त एकशाखीय पाठशाळा किवा विद्यापीठांपुरती मर्यादित न ठेवता ती शिक्षण प्रक्रियेचा महत्त्वाचा घटक बनेल याकडे लक्ष दिले जाईल.
७. संस्कृत विद्यापीठे बहुशाखीय करण्यात येतील.

८. नवीन बहुशाखीय शिक्षण व्यवस्थेअंतर्गत संस्कृत अध्यापन, तसेच संस्कृत व संस्कृत ज्ञान व्यवस्थेमध्ये असामान्य आंतरशाखीय संशोधन करण्यात गुंतलेल्या विभागांची स्थापना/मजबूतीकरण करणे.
९. देशभरातील संस्कृतच्या शिक्षकांचे मोठ्या प्रमाणात मिशन मोडमध्ये व्यावसायिकीकरण करण्यात येईल. त्यासाठी संस्कृतमधील चार वर्षांच्या एकात्मिक बहुशाखीय बी.एड.च्या दुहेरी पदवी अभ्यासक्रमाची सुरुवात केली जाईल.
१०. संस्कृत सोडून जे इतर विषय अभ्यासक्रमात असतील त्या अभ्यासक्रमांमध्येही त्या विषयाशी संस्कृत भाषेतील साहित्यात उपलब्ध असलेल्या माहितीचा समावेश केला जाईल.

भारताच्या संविधानाच्या आठव्या परिशिष्टात २२ भाषांची नोंद असून, त्यापैकी एक संस्कृत आहे. तरीही वरील तरतुदी पाहता २०२०च्या धोरणात संस्कृत या भाषेस मातृभाषेपेक्षाही जास्त महत्त्व देण्यात आल्याचे आढळते.

संस्कृत भाषेचा आग्रह धरताना त्यामध्ये खूप मोठ्या प्रमाणात, श्रीमंत असे साहित्य आहे, त्याचा अभ्यास झाला पाहिजे, अशी भूमिका घेतली जाते. भारतीय संस्कृतीतील चांगल्या गोष्टींचे वर्णन प्राचीन संस्कृत ग्रंथांमध्ये आहे. त्यातील उतारेही सर्व विषयांच्या अभ्यासक्रमात समाविष्ट केले जातील. हा आग्रह कशासाठी? एक तर ही संवादाची (लेखी / तोंडी) भाषा नाही. दुसरे, संस्कृतमधील साहित्याचा अभ्यास करण्यासाठी एक विषय म्हणून तो शिकवला जातोच. एका बाजूस धोरणाचा संपूर्ण फोकस संस्कृतवर केंद्रित करून, राहिलेल्या २१ भाषांवर मात्र अन्याय होतो; कारण त्यापैकी बहुतांश भाषा व्यवहाराच्या भाषा आहेत. निरक्षर माणूसही त्या भाषांमधून प्रभावीपणे व्यक्त होत असतो; मात्र त्याबाबत या धोरणात वरवरच्या तरतुदी केल्या असून, त्या प्रत्यक्षात येण्याकडे दुर्लक्ष केले/झाले आहे. यामुळे बहुभाषावादाचा स्वीकार करणारे हे धोरण संस्कृत सोडून इतर भाषांचा विकास कसा साधणार, हा मोठा प्रश्न शिल्लक राहतो.

आता इंग्रजीकरणाविषयी

१. मातृभाषा हे शिक्षणाचे माध्यम फक्त पाचवी आणि जास्तीत जास्त आठवी पर्यंत असेल. म्हणजेच आठवी नंतर शिक्षणाचे माध्यम कोणतीही भाषा असू शकेल. त्यात इंग्रजीचा समावेश होऊ शकतो.
२. राष्ट्रीय पातळीवर उशिरात उशिरा आठवी नंतर इंग्रजी माध्यमाच्या वापराची शक्यता या धोरणात ध्वनित होते. त्यामुळे पुढील शिक्षणासाठी विद्यार्थी/पालक इंग्रजी माध्यमाचाच स्वीकार करू शकतात.

३. मुलांना मातृभाषा आणि इंग्रजी दोन्ही भाषांमधून क्रमिक पुस्तके उपलब्ध असतील. पालकांचा इंग्रजी माध्यमाकडील कल पाहता इंग्रजी भाषेतील क्रमिक पुस्तकांना प्राधान्य मिळेल.

४. सध्या देशात ज्या इंग्रजी माध्यमांच्या शाळा आहेत, त्यांचे माध्यम इंग्रजीच राहू शकते. काही राज्यांनी पायाभूत शिक्षणापासून इंग्रजीचा स्वीकार केला आहे, तिथेही इंग्रजीसच प्राधान्य मिळेल.
   तेलंगणामध्ये पहिली इयत्तेपासूनच इंग्रजीचा स्वीकार केला आहे. खाजगी शाळांमध्ये आधीपासूनच इंग्रजी माध्यमातून शिक्षण दिले जात आहे. महाराष्ट्र राज्याचा विचार केला तर येथेही इंग्रजी माध्यमांच्या शाळांचे पेव खेडोपाडीही फुटलेले आढळून येते. शहरी भागाचे इंग्रजीकरणाचे प्रमाण तर खूपच मोठे आहे. आता महाराष्ट्र राज्यानेही पहिली इयत्तेच्या पाठ्यक्रमातील मराठी शब्दांचे इंग्रजी पर्याय पाठ्यपुस्तकांमध्ये देण्याचे धोरण स्वीकारले आहे.

५. भारतीय समाजाची मानसिकता पाहिल्यास भारतीय भाषांपेक्षा इंग्रजी माध्यमाच्या शाळांनाच लोक प्राधान्य देतील/देत आहेत. त्या मानसिकतेतून त्यांना बाहेर काढून मातृभाषेकडे आणण्यासाठी काय करता येईल, यावर धोरण भाष्य करत नाही.

६. इंग्रजी भाषेचा संबंध हा रोजगाराच्या संधीच्या उपलब्धतेशी जोडला जात असल्याने लोकांचा ओढा इंग्रजी माध्यमांकडे जास्त प्रमाणात आहे. या धोरणामुळे तो आणखीन मोठ्या प्रमाणात वाढेल.

७. या धोरणाने ग्रामीण, दुर्गम भागातील, तसेच शहरी भागातील झोपडपट्टीत राहणाऱ्या मुलांच्या शिक्षणावर प्रभाव पडू शकतो. यातून बहुजनांच्या शिक्षणाचा प्रश्न निर्माण होऊन बहुजनांचे शिक्षणही खंडित होऊ शकेल.

हा विचार करता खरे तर संस्कृत भाषेवर अधिक भर आणि इंग्रजीचा अप्रत्यक्ष आग्रह या धोरणात आढळून येतो. हा भारतीय भाषांच्या संवर्धन / विकास / प्रचार / प्रसार यामधील मोठा अडथळा आहे.

एकूणच, संस्कृत आणि इंग्रजीच्या अतिरेकामुळे प्रादेशिक भाषा हळूहळू दुर्लक्षित होत जातील. संस्कृत ही धोरणकर्त्यांच्या आग्रहाची भाषा आणि इंग्रजी रोजगाराची भाषा म्हणून प्रबळ होतील. यामध्ये मुलांचे हाल होतील का? प्रथमत:, मुलास मातृभाषा चांगली येते का? किंबहुना, प्रचलित शिक्षण व्यवस्थेने त्या दिशेने प्रयत्न केलेत का? याचा विचाार केला तर उत्तर फारसे समाधानकारक मिळत नाही. मुलांना मातृभाषा शिकत असताना त्या भाषेतील अनेक प्रकारांपैकी कोणती भाषा योग्य हे ठरवणेच कठीण होऊन बसते. घरात बोलली जाणारी भाषा, मित्रांच्यामध्ये

वापरली जाणारी भाषा, व्यवहारात वापरली जाणारी भाषा आणि शिक्षण व्यवस्थेत वापरली जाणारी पारिभाषिक भाषा यामध्येच मुले गोंधळून जातात. त्यात संस्कृत आणि इंग्रजीचा भडिमार वाढल्याने भाषिक परिपक्वता येण्याऐवजी भाषिक विकास कुंठित होण्याची शक्यता जास्त राहील.

'संशोधनाने स्पष्टपणे दर्शवले आहे त्याप्रमाणे दोन ते आठ वर्षे या वयात मुले भाषा अतिशय लवकर शिकतात आणि या बहुभाषिकत्वाचा लहान मुलांना आकलनासाठी खूपच फायदा होतो' असे या धोरणाचे म्हणणे आहे. यापुढे असेही गृहीत धरले आहे की मुलांची आठव्या वर्षापर्यंत मातृभाषेतील लेखन/वाचन कौशल्ये विकसित होतात. त्यानुसार 'इयत्ता तिसरी पासून पुढे इतर भाषांचे लेखन आणि वाचन शिकवले जाईल.' धोरणाच्या मूळ मसुद्यातील बाबी धोरणात जशाच्या तशा स्वीकारलेल्या आहेत. तथापि, त्या संदर्भातील संशोधनाचा तपशील दिलेला नाही. तो दिला असता तर त्यावरही भाष्य करणे सोयीचे झाले असते.

भारताला स्वातंत्र्य मिळाल्यानंतर वेगवेगळे शिक्षण आयोग नेमण्यात आले. त्यापैकी डॉ. राधाकृष्णन आयोग, डॉ. कोठारी आयोग, १९८६चे राष्ट्रीय शिक्षण धोरण या सर्वांनी शालेय शिक्षणापासून उच्च शिक्षणापर्यंत मातृभाषा हे शिकण्याचे माध्यम राहावे असे म्हटले आहे. त्यांनी भाषा आकलनाच्याबाबत काहीच विचार केला नव्हता का? त्यांचे निष्कर्ष १५-२० वर्षांत एकदम निकाली कसे होतात, याचा मुळात विचार व्हावयास हवा. भाषेच्या धोरणकर्त्यांचा कल आणि जागतिक रेटा लक्षात घेऊन भाषाविषयक धोरण ठरवण्याचा घाट आयोगाने घातला असावा. याशिवाय देश / विदेशांतील अनेक भाषातज्ज्ञ / शिक्षणतज्ज्ञांनी मातृभाषेतून शिकण्यास दिलेले प्राधान्य आणि त्याची उपयोजिता याकडेही लक्ष द्यावयास हवे होते.

या भाषा धोरणाचा परिणाम बहुजन समाजाच्या शिक्षणावर पडण्याची मोठी भीती आहे. दुर्गम, डोंगराळ भागातील मुलांच्या शिक्षणावर त्याचा परिणाम होण्याचा मोठा धोका आहे; कारण या समाजघटकांच्या घरात बोलली जाणारी भाषा ही त्यांची मातृभाषा असणार आहे. मुले शाळेव्यतिरिक्तचा वेळ कुटुंब आणि समाजात व्यतीत करीत असतात. तिथे इंग्रजीचा / संस्कृतचा काडीचाही संबंध नसतो. इंग्लंडमधील निरक्षर व्यक्तीही चांगल्या इंग्रजीतून व्यक्त होत असते; कारण ती त्यांची मातृभाषा असते. समाजाचे सर्व व्यवहार त्या भाषेतून होत असतात. भारतीय मुलांना मात्र इंग्रजी/संस्कृत भाषांच्या आकलनासाठी शाळेवरच अवलंबून राहावे लागणार आहे. परिणामत:, त्यांना त्या विषयाचे आकलन किती प्रभावी होईल, हे सांगणे अवघड आहे; परंतु इतिहास असे सांगतो की, अशा पद्धतीतून पोपटपंची करणारी मुले तयार होऊ शकतात. इंग्रजी बोलणे वेगळे आणि इंग्रजी माध्यमातून शिकल्या जाणाऱ्या

विषयांचे संकल्पनात्मक पातळीवर आकलन होणे वेगळे.

तात्पर्य असे की, एका बाजूस शालेय शिक्षणात १०० टक्के पटनोंदणी आणि मुलांना २१व्या शतकातील आव्हानांना सामोरे जाण्यासाठी आवश्यक कौशल्ये देण्यावर भर देणारे हे धोरण आपल्याच भाषाविषयक तरतुदीतून त्या मार्गात अडथळा निर्माण करताना आढळते.

४. मूल्य शिक्षण (धर्मनिरपेक्षतेचा विसर)

शिक्षणातून मानवी मनाची जडणघडण व्हावी ही अपेक्षा आहे. या शैक्षणिक प्रक्रियेमध्ये मूल्य/नैतिक शिक्षण महत्त्वाची भूमिका पार पाडते. या धोरणात नैतिक शिक्षण देण्याच्या दिशेने विचार केला आहे. भारतीय पारंपरिक मूल्ये आणि सर्व मूलभूत मानवीय व घटनात्मक मूल्ये यांचा समावेश अभ्यासक्रमात करण्यावर धोरण लक्ष केंद्रित करते. याबाबत स्पष्टीकरण देताना धोरणात म्हटले आहे, 'सेवा, अहिंसा, स्वच्छता, सत्य, निष्काम कर्म, शांती, त्याग, सहिष्णुता, विविधता, बहुसत्तावाद, नैतिक आचरण, लैंगिक संवेदनशीलता, वडीलधाऱ्यांचा आदर करणे, लोकांची पार्श्वभूमी कोणतीही असली तरीही त्यांचा आणि त्यांच्यातील अंगभूत क्षमतेचा आदर करणे, पर्यावरणाचा आदर करणे, मदत करणे, शिष्टाचार, सहनशीलता, क्षमाशीलता, सहानुभूती, करुणा, देशभक्ती, लोकतांत्रिक दृष्टिकोन, अखंडता, जबाबदारी, न्याय, स्वातंत्र्य, समानता आणि बंधुत्व इ. मूल्यं विकसित केली जातील.'

मूल्य शिक्षणासंदर्भात धोरणात एवढी सविस्तर मांडणी केली असली तरी ती सर्वसमावेशक नाही. भारताचा पूर्वेतिहास पाहता स्वातंत्र्यापूर्वी भारत हा कधी एकसंघ देश नव्हता. स्वातंत्र्य मिळाले त्यावेळी देशात जवळजवळ ६०० संस्थाने राज्य करीत होती. अठरापगड जातींचा हा देश. या देशात हिंदू, मुस्लीम, ख्रिस्त, शीख इत्यादी धर्माचे लोक राहत होते / आहेत. अशा सर्वांना एकत्रित करून भारत देशाची निर्मिती झाली. त्यामुळे देशातील समाज एकसंघ राहावयाचा असेल तर त्यांच्यामधील जातीय, धर्मीय वादांपासून देशास वेगळे राहावे लागेल. यामुळेच भारताच्या संविधानात भारतीय नागरिकांना त्यांच्या धर्माचे पालन, प्रचार, प्रसार करण्याचे स्वातंत्र्य (अर्थात संविधानाच्या तरतुदी लक्षात घेऊन) दिलेले असले तरी देश हा धर्मनिरपेक्ष असेल, अशी ग्वाही देण्यात आली आहे. त्यासाठी भारतीय जनमानसातही धार्मिक संकल्पना सुस्पष्ट असल्या पाहिजेत. त्यादृष्टीने भारतीय मनांची जडणघडण होण्यासाठी भारतीय शिक्षणात धर्मनिरपेक्षतेस प्राधान्य पूर्वी दिलेले होते / देण्याची गरज आहे. यामधूनच समाजामध्ये मानवतावाद, शोधक बुद्धी, सुधारणावाद, वैज्ञानिक दृष्टिकोन विकसित होण्याचा मार्ग जात असतो.

डॉ. के. कस्तुरीरंगन आयोगाच्या अहवालात 'धर्मनिरपेक्षते'चा उल्लेख नसल्याचे मनुष्यबळ विकास मंत्रालयाच्या निदर्शनास मी स्वत: आणून दिले होते आणि 'धर्मनिरपेक्षता' या संकल्पनेचा समावेश धोरणात व्हावा यासाठी निवेदनही पाठवले होते. तथापि, नवीन शिक्षण धोरणात या मूल्यांचा समावेश झालेला नाही, हे अत्यंत दुर्दैवी आहे. 'धर्मनिरपेक्ष' संकल्पनेचा धोरणात समावेश करून त्यानुसार शिक्षण प्रक्रिया विकसित होणे हे संविधानाच्या मूळ उद्देशास धरून झाले असते.

तसे न केल्यास या धोरणातून ज्या पद्धतीचे शिक्षण दिले जाईल त्यामधून समाजात कडव्या धार्मिक प्रवृत्ती वाढतील / उच्छाद मांडतील. त्यामुळे धार्मिक भेदाभेद वाढतील; परंतु त्याचबरोबर बहुमतवादाच्या स्वयंस्वभावास अनुसरून अल्पसंख्य समाज नेमीच भययुक्त वातावरणात जीवन कंठतना आढळेल. धार्मिक तेढ वाढणे म्हणजे समाज विघटीकरण होण्यास सुरुवात होणे आणि परिणामत:, देशाचे ऐक्य आणि एकता धोक्यात येणे. याचाच सखोल विचार केल्यावर देशातील जाणकार मंडळींनी भारताच्या समाजरचनेचा 'धर्मनिरपेक्षता' हा मूलाधार असल्याचे फक्त मान्य केले नव्हते तर तिचा स्वीकार जीवनमार्ग म्हणून केला होता. शिक्षण धोरणास मात्र त्याचा विसर पडला आहे.

५. रूढी-परंपरांचे उदात्तीकरण

राष्ट्रीय शिक्षण धोरण, २०२० भारत केंद्रीय शिक्षणावर भर देते. म्हणूनच 'प्राचीन आणि सनातन भारतीय ज्ञान आणि विचारांची समृद्ध परंपरा लक्षात घेऊन हे धोरण तयार करण्यात आले आहे' असे धोरणाच्या सुरुवातीपासूनच स्पष्ट केलेले आहे. तसेच 'आपल्या भारतीय मुळांचा, भारताचा आणि भारताच्या समृद्ध, वैविध्यपूर्ण, प्राचीन आणि आधुनिक संस्कृती, ज्ञानव्यवस्था आणि परंपरांचा अभिमान असणे' हा या धोरणाच्या अनेक मूलभूत सिद्धान्तांपैकी एक सिद्धान्त आहे. या दृष्टिकोनातून अभ्यासक्रमांची पुनर्निर्मिती केली जाईल व त्यात प्रथा, परंपरा, वारसा इत्यादींचा समावेश केला जाईल, असे यामधून ध्वनित होते.

सर्वसामान्यपणे विशिष्ट समाजात राहत असताना वागण्याच्या विशिष्ट काळात, विशिष्ट ठिकाणी स्वीकारलेल्या गोष्टी म्हणजे रूढी होय. तर परंपरा म्हणजे पिढ्या न् पिढ्या चालत आलेल्या रूढीचे रूपांतरित रूप होय. आश्चर्य म्हणजे अशा रूढी-परंपरा यांचा खरेपणा सिद्ध न करताच किंवा त्या पडताळून न पाहताच समाजात अस्तित्वात असतात. बऱ्याच वेळा समाजजीवनातील अलिखित नियमांचे स्वरूप त्यांना प्राप्त होते. उदाहरणार्थ, देवाला नवस बोललो म्हणून बोकड बळी देणे किंवा मेलेल्या व्यक्तीसाठी त्याला आवडणाऱ्या गोष्टींचा नैवेद्य ठेवणे, किंवा एखाद्या समाजात दारू वाटप केल्याशिवाय लग्नसमारंभ पार न पडणे किंवा व्यक्ती/

कुटुंबाचे/ समाजाचे भले होण्यासाठी सत्यनारायण पूजा घालणे इत्यादी. याचा खरेपणा तपासता येत नाही, तरीही या रूढी-परंपरा समाजात पिढ्या न् पिढ्या चालू राहिलेल्या आढळतात.

समाजाने वर्तनाचे जे प्रकार जतन करून ठेवलेले असतात त्याचे सातत्य म्हणजे परंपरा होय. यात धार्मिक परंपरा तर परमेश्वराकडून / प्रेषिताकडून आल्या आहेत, असे मानल्याने त्या दृढ होत जातात. खरे तर यात देवाचा / प्रेषिताचा खरेपणा तपासला गेला आहे का, या प्रश्नाचे उत्तर होकारार्थी येऊ शकत नाही.

कालौघाबरोबर समाज बदलत असतो. त्यामुळे कालबाह्य ठरलेल्या जाचक, अनिष्ट, समाजहितास अपायकारक ठरलेल्या परंपरा बदलण्यासाठी चळवळी, आंदोलने झाल्याचा इतिहास आहे. सामाजिक चळवळी, आंदोलनातून विज्ञानाच्या कसोटीला न उतरणाऱ्या रूढी-परंपरा नाहीशा करण्याचा प्रयत्न झालेला आढळतो. असे असले तरी समाजात त्या त्या काळास अनुरूप अशा वर्तन नियमांचा स्वीकार केलेला असतो आणि कालांतराने त्यांचे परंपरेत रूपांतर होते.

भारतातील रूढी-परंपरांचा विचार केला तर त्या समाजवर्तनाचे नियम बनण्याच्या प्रक्रियेत समाजातील वर्णाश्रम पद्धतीपासून, समाजातील त्या त्या काळातील श्रेष्ठ घटकांच्या वर्तणुकीचाही प्रभाव पडलेला आहे. भारतात हितकारकपेक्षा अहितकारक परंपरांचाच भरणा मोठ्या प्रमाणात आढळतो. त्यामुळे राष्ट्रीय शिक्षण धोरण ज्या समृद्ध परंपरांचा विचार करते त्या नक्की कोणत्या? त्या ठरवण्याचे निकष कोणते? याबाबत धोरणात स्पष्टीकरण दिलेले दिसत नाही. या संदिग्धतेमुळे या शिक्षण धोरणास अनुसरून आखलेल्या अभ्यासक्रमांत कोणत्या समृद्ध परंपरांचा समावेश करावयाचा याची वस्तुनिष्ठ मांडणी करणे अवघड होईल. एवढेच घडेल की, या धोरणाचा कल लक्षात घेऊन, अभ्यासक्रम रचनाकार धोरणाच्या आपल्या आकलनानुसार, अभ्यासक्रमात रूढी-परंपरांचा समावेश करतील. सगळ्याच प्राचीन परंपरा मानवतावादी आणि सर्वसमावेशक आहेत असे आढळत नाही. रूढी- परंपरांचा वैज्ञानिक दृष्टिकोनातून विचार न करता त्यांचा पाठपुरावा केला गेला तर समाजात असमानता वाढवणाऱ्या, स्त्री-पुरुष भेदभावास वाव देणाऱ्या, धार्मिक ध्रुवीकरणाकडे कल असलेल्या, ब्राह्मणी ज्ञानपरंपरेला स्थान देणाऱ्या, वर्णाश्रम पद्धतीचे गोडवे गाणाऱ्या, सांप्रदायिक प्रवृत्तींना उत्तेजन देणाऱ्या, मानवतावादास नकार देणाऱ्या आणि मूठभर अभिजनांचे श्रेष्ठत्व मान्य करणाऱ्या आणि याच धर्तीवरील इतर रूढी-परंपरांचा अभ्यासक्रमात समावेश होईल. परिणामत:, समाजात सामाजिक अनारोग्याचे प्रश्न निर्माण होतील. देशाची एकता आणि एकात्मता धोक्यात येईल, याकडे राष्ट्रीय शिक्षण अहवालाने आणि धोरणानेही लक्ष द्यावयास हवे होते. भारतीय रूढी, परंपरा, वारसा इत्यादींची व्यापक व्याख्या करावयास हवी होती. किमान, राष्ट्रीय धोरण जाहीर करताना तरी याची

खातरजमा होणे आवश्यक होते. दुर्दैवाने तसे झाले नाही, ही वस्तुस्थिती आहे.

असे असले तरी धोरणाच्या अंमलबजावणीच्या टप्प्यावर रूढी, परंपरा, वारसा यांची व्याख्या करण्याची संधी आहे. भारतीय रूढी, परंपरांचा आग्रह धरीत असताना त्या भारताच्या संविधानात नमूद केलेल्या मूल्यव्यवस्थेस छेद देणाऱ्या असणार नाहीत, एवढे स्पष्टीकरणही पुरेसे ठरते. भारताच्या संविधानाच्या प्रास्ताविकात, मूलभूत अधिकारांत, राज्यांच्या मार्गदर्शक तत्त्वांत आणि मूलभूत कर्तव्यांच्या भागात बहुतांश वैश्विक मानवी मूल्यांचा समावेश झालेला आहे. तसेच, राष्ट्रीय शिक्षण धोरण, २०२० मध्ये 'आवश्यक विषय, कौशल्ये आणि क्षमतेचे अभ्यासक्रमिक एकात्मीकरण' या भागात ज्या भारतीय पारंपरिक मूल्ये आणि सर्व मूलभूत मानवीय व घटनात्मक मूल्ये (धर्मनिरपेक्षतेसह) यांचा उल्लेख केलेला आहे त्यांचाही संदर्भ रूढी-परंपरांच्या मर्यादा ठरवताना केला गेला पाहिजे. तरच हे धोरण व्यक्तीची प्रतिष्ठा, देशाची एकता आणि एकात्मता यांचे आश्वासन देणारी बंधुता प्रवर्धित करण्यास उपयुक्त ठरेल. किंबहुना, राष्ट्रीय शिक्षण धोरणाचा हा प्रमुख उद्देश असला पाहिजे; मात्र तसे झाले नाही तर नजीकच्या भविष्यात भारतीय समाज मनाने दुभंगला जाईल, अस्वस्थ राहील. यासाठी या धोरणावर राष्ट्रव्यापी चर्चेची गरज आहे आणि त्यास अनुसरून धोरणाची पुनर्मांडणी होणेही गरजेचे आहे.

६. शाळा संकुलाची व्यवहार्यता

सर्व शिक्षा अभियान, शिक्षणाचा अधिकार यामुळे एक किलोमीटरच्या आत शाळा हे धोरण स्वीकारल्याने शाळांमधील पटनोंदणी प्रमाण वाढले असले तरी त्यामधून काही प्रश्न आणि आव्हाने निर्माण झाली आहेत. यामुळे अतिशय छोट्या शाळांची निर्मिती झाली आहे. अशी छोटी युनिट्स आर्थिकदृष्ट्या सक्षम होऊ शकत नाहीत. त्याचबरोबर अशा शाळांमध्ये एक शिक्षकी शाळांची संस्था (१,१९,३०३ - २०१६-१७) होती, तर एकाच शिक्षकाला १ली-५वी या सर्व वर्गांना, अनेक विषय शिकवावे लागत होते (९२,०२४) अशी नोंद डॉ. के. कस्तुरीरंगन आयोगाच्या अहवालामध्ये केली आहे.

शालेय शिक्षण दर्जेदार व्हावे यासाठी वरील परिस्थिती बदलणे आवश्यक वाटल्याने आयोगाच्या अहवालात स्पष्ट करून त्यासाठी डॉ. कोठारी आयोगाने (१९६४-६६) शिफारस केलेले शाळा संकुल प्रारूप स्वीकारण्याची शिफारस आयोगाने केली आहे आणि तिचा स्वीकार करून त्याबाबतची तरतूद राष्ट्रीय शिक्षण धोरण, २०२० मध्ये पुढीलप्रमाणे केली आहे. 'शाळा संकुल नावाचा गट तयार करणाऱ्या रचनेची स्थापना करणे, ज्यामध्ये एक माध्यमिक शाळा असेल आणि त्याचबरोबर पाच ते दहा किलोमीटर परिघातील अंगणवाड्यांसहित आजूबाजूच्या

परिसरातील खालच्या इयत्तांना शिकवणाऱ्या इतर सर्व शाळा असतील. ही सूचना पहिल्यांदा शिक्षण आयोगातर्फे (१९६४-६६) करण्यात आली; पण तिची अंमलबजावणी झाली नाही. हे धोरण, जिथे शक्य असेल तिथे शाळा संकुल/क्लस्टर या कल्पनेचे जोरदार समर्थन करते.'

साधनांची अधिक कार्यक्षमता आणि क्लस्टरमध्ये अधिक प्रभावी कामकाज, समन्वय, नेतृत्व, शासन आणि व्यवस्थापन होणे हा शाळा संकुल स्थापनेमागील उद्देश असेल.

ही संकल्पना चांगली आहे. आणि 'जिथे शक्य असेल तिथे' असा शब्दप्रयोग करून शाळा संकुलांचा प्रायोगिक तत्त्वावर विचार केला जाईल, असेही सूचित केले आहे.

तथापि, ज्या १९६४-६६ च्या शिक्षण आयोगाचा संदर्भ देऊन या धोरणाचा स्वीकार केला आहे, त्या आयोगाने ही शिफारस करताना तत्कालीन परिस्थितीचा आधार घेतला होता.

त्यांच्या मते –

१. १९६४-६६ मध्ये प्राथमिक आणि माध्यमिक शाळांची संख्या कमी होती.
२. पाच ते दहा मैलांच्या परिसरात एक माध्यमिक शाळा, पाच उच्च माध्यमिक शाळा आणि २८ दुय्यम प्राथमिक शाळा आणि या सर्व शाळांमधील शिक्षकांची संख्या ८०-१००च्या दरम्यान होती. त्यामुळे या छोट्याशा शिक्षण समूहासाठी शाळा संकुल उपयुक्त ठरेल.
३. या गटामध्ये साधारणत: पाच ते सहा प्रशिक्षित पदवीधर शिक्षक उपलब्ध असल्याने शाळा संकुलास त्यांचा उपयोग होऊ शकेल.

या पार्श्वभूमीवर २०२० च्या धोरणात स्वीकारलेली शाळा संकुलाची संकल्पना तपासावी लागेल.

१. आज सर्व शिक्षा अभियान आणि शिक्षणाचा हक्क यामुळे शाळांची संख्या वाढलेली आहे. त्यापैकी कमी विद्यार्थी संख्या असलेल्या शाळा या प्रामुख्याने दुर्गम, डोंगराळ आदिवासी भागातील आहेत. तथापि, इतरत्र विचार केला तर अगदी चार ते पाच हजार लोकवस्ती असलेल्या गावात किमान एक आणि त्यापेक्षाही जास्त उच्च माध्यमिक / माध्यमिक शाळा आहेत, प्राथमिक शाळा आहेत. अंगणवाड्याही आहेत. याचा विचार करून शाळा संकुल सुरू करावयाचे झाले तर पाच ते दहा किलोमीटर परिघाची अट कालबाह्य ठरते. शाळा संकुल उभारणीचा दृष्टिकोनही धोरणात स्पष्ट केला आहे. त्यानुसार 'पाच ते दहा किलोमीटर परिघातील अंगणवाड्यांसहित आजूबाजूच्या परिसरातील खालच्या इयत्तांना शिकवणाऱ्या इतर सर्व शाळा' या संकुलात समाविष्ट होतील. म्हणजेच शाळा संकुल ही संकल्पना

व्यवहार्य व्हावयाची असेल तर परिसराची अट काढावी लागेल.

२. डॉ. कोठारी आयोगास शाळा संकुल योजनेतून प्रशिक्षित पदवीधर शिक्षकांच्या ज्ञानाचा फायदा इतर शाळांना व्हावा, हे साध्य करावयाचे होते. तथापि, आज शिक्षक नियुक्तीसाठी ती व्यक्ती प्रशिक्षित पदवीधारक असावी लागते. त्यामुळे हे गृहीतकही बाजूस पडते.

३. १९६४-६६ च्या काळात पाच ते दहा मैलांच्या परिसरात ८०-१०० शिक्षक कार्यरत असत. आज एकाच मोठ्या उच्च माध्यमिक (इयत्ता १ली ते १२वी पर्यंतची शाळा) शाळेतच शिक्षकांची संख्या १००च्या आसपास असते. म्हणजे ही शिक्षकांची अपुरी संख्या हा मुद्दाही येथे लागू होत नाही.

४. या बाबींचा विचार केला तर एकदम नजीकच्या परिसरातील शाळा एकत्रित करून शाळा संकुल उभे राहील. अशा संकुलाच्या उभारणीने 'शाळांचे अधिक प्रभावी कामकाज, समन्वय, नेतृत्व, शासन आणि व्यवस्थापन' साध्य होईल अशी अपेक्षा आहे. तथापि, वास्तव वेगळे आहे. आज गावागावांत शाळांची स्थापना करणारे लोक वेगवेगळे आहेत. बऱ्याच ठिकाणी एकाने शाळा सुरू केली म्हणून मीही शाळा सुरू करणार, या ईर्ष्येतून शाळा सुरू झाल्या आहेत. शिक्षण व्यवस्थेलाही राजकारणाची किनार आहे / अनाठायी ईर्ष्येची पार्श्वभूमी आहे / अति टोकाचा विरोध आहे. यातून शाळांमधील अपेक्षित समन्वय आणि नेतृत्व कसे विकसित होणार? अशा स्थितीत विशिष्ट भौगोलिक परिसरातील शाळा एकत्रित आणण्याने धोरणाच्या तात्त्विक भूमिकेस न्याय कसा मिळू शकेल?

७. शिक्षक भरती

शालेय शिक्षण

या धोरणाने प्रारंभिक बाल्यावस्था संगोपन आणि शिक्षण हा अध्ययनाचा पाया मानलेला आहे. तसेच, पायाभूत साक्षरता आणि संख्याज्ञान ही अध्ययनासाठी एक तातडीची आणि आवश्यक पूर्वअट असल्याचे स्पष्ट केले आहे. शिक्षणाच्या या दोन्ही स्तरांवर मोठ्या प्रमाणात गुंतवणूक आणि शैक्षणिक विकासाचे प्रयत्न करण्यासाठी धोरण कटिबद्ध आहे. हे स्वप्न साकार करीत असताना धोरणास या क्षेत्रापुढील आव्हानांची जाणीव आहे. सर्वांत महत्त्वाचे आव्हान म्हणजे शालेय शिक्षणातील पटनोंदणी १००टक्के करणे आणि शाळा सोडणाऱ्या मुलांचे प्रमाण कमी करणे आणि शिक्षण सर्वत्र आणि सगळ्या स्तरांवर पोहोचवणे हे आहे. कारण –

- २०१६-१७ मध्ये इयत्ता १ली ते ५वी मध्ये पटनोंदणी ९५.१ टक्के होती. ही चांगली प्रगती असली तरी १०० टक्के पटनोंदणीस पाच टक्के

कमी आहे.

- ६ ते १८ वयोगटातील शाळेत न जाणाऱ्या विद्यार्थ्यांची संख्या २०१५ मध्ये ६.२ कोटी होती. या मुलांना लवकरात लवकर शिक्षण प्रवाहात आणणे गरजेचे आहे.
- २०३०पर्यंत माध्यमिक स्तरावर १०० टक्के पटनोंदणी करणे.
- पहिलीच्या वर्गात १०० टक्के पटनोंदणी झाल्यानंतर इयत्ता ९वी आणि १० वी आणि ११-१२वीमध्ये गळतीचे प्रमाण अनुक्रमे २०.७ टक्के आणि ४३.५ टक्के होते, असे नमूद करून ही गळती थांबवण्याचे आव्हान असल्याचे धोरणाने मान्य केले आहे.

या परिस्थितीमध्ये सुधारणा करण्यासाठी एक महत्त्वाचा घटक ठरणार आहे, तो म्हणजे शिक्षक. गुणवत्तापूर्ण शिक्षणातील त्रुटी कमी करण्यास साहाय्यभूत ठरते. अशी हमी फक्त गुणवान शिक्षकच देऊ शकतात. यासाठी शिक्षकांची शिक्षकेतर कामे बंद करणे, त्यांच्या प्रशिक्षणाची सोय करणे, शिक्षक गुणवत्तावाढीच्या योजनांचा अंमल करणे, उत्कृष्ट काम करणाऱ्या शिक्षकांना प्रोत्साहन देणे इत्यादी गोष्टींकडे धोरणात लक्ष दिलेले आहे. त्याचबरोबर शिक्षकांवरील कामाचा ताण कमी व्हावा आणि त्यांना विद्यार्थ्यांकडे व्यक्तिगत लक्ष देता यावे, यासाठी शालेय शिक्षणात ३०:१ असे विद्यार्थी-शिक्षक प्रमाण आणि सामाजिक-आर्थिकदृष्ट्या मागासलेल्या विद्यार्थ्यांना शिकवणाऱ्या शाळांमध्ये २५:१ असे विद्यार्थी-शिक्षक प्रमाण आदर्शभूत मानले आहे. हे प्रमाण प्रत्येक शाळेत राहील याची खबरदारी घेण्यावरही भर दिला आहे.

विद्यार्थी-शिक्षक प्रमाणाचे स्वागत करत असतानाच हे धोरण अंमलबजावणी पातळीवर कसे प्रत्यक्षात येणार याविषयी मात्र शंका कायम राहते. डॉ. के. कस्तुरीरंगन आयोगाने शालेय स्तरावरील विद्यार्थी-शिक्षक प्रमाण ६०:१ यापेक्षाही जास्त असल्याचे मान्य केले आहे. २०१८-१९मध्ये देशात १०,२२,१९५ शिक्षकांच्या जागा रिक्त होत्या. त्या वाढतच गेल्या असणार; कारण शिक्षक भरती प्रक्रिया झालेली नाही. तर माध्यमिक शिक्षण स्तरावर २०१७-१८ मध्ये १,२९,३६६ जागा रिक्त होत्या. त्यापैकी ग्रामीण भागात रिक्त जागांचे प्रमाण जास्त आढळते. त्यामुळे एकच शिक्षक अनेक विषय शिकवताना / अनेक वर्ग सांभाळताना आढळतो. हे थांबवण्यासाठी शालेय शिक्षणात असलेली शिक्षकांची रिक्त पदे आणि त्याहीपेक्षा जादाची आवश्यक पदे युद्ध पातळीवर भरणे आवश्यक ठरते.

उच्च शिक्षण

उच्च शिक्षणासंदर्भातही शिक्षण आयोग आणि धोरण, दोहोतही, काही महत्त्वाच्या

गोष्टींची नोंद केली आहे. त्यानुसार –

- २०३५ सालापर्यंत उच्च शिक्षण GER ५० टक्के गाठणे हे उद्दिष्ट निश्चित करण्यात आले आहे.
  शालेय शिक्षणाप्रमाणे येथेही GER मध्ये उद्दिष्ट गाठण्यात शिक्षकांची जबाबदारी मोठी राहणार आहे. उच्च शिक्षणातही पुरेशी शिक्षक संख्या उपलब्ध नसल्याचे शिक्षण आयोगाने म्हटले आहे.
- आवश्यकतेप्रमाणे शिक्षकांच्या जागा भरलेल्या नाहीत.
- केंद्रीय विद्यापीठांमध्ये ५०टक्के तर नवीन आयआयटींमध्ये ३५ टक्के शिक्षकांच्या जागा रिक्त आहेत.
- इतर विद्यापीठांमधील स्थिती यापेक्षाही वाईट आहे, असे आयोगाचे निरीक्षण आहे.

त्याचप्रमाणे १) डिसेंबर, २०२१ मध्ये या संस्थांमध्ये शिक्षकांच्या दहा हजार जागा रिक्त होत्या, २) २०२० मध्ये राज्य विद्यापीठांमध्ये ६२ टक्के शिक्षकांच्या जागा रिक्त होत्या. संपूर्ण देशभर शिक्षकांच्या कायमस्वरूपी नेमणुका खूपच कमी प्रमाणात झाल्या असून, बहुसंख्य शिक्षक करार पद्धतीने / तासिका तत्त्वावर काम करत होते. कायमस्वरूपी शिक्षकांची जशी कमतरता आहे, तसेच बऱ्याच महाविद्यालयांना कायमस्वरूपी प्राचार्य नाहीत. विद्यार्थी-शिक्षक प्रमाण साधारणत: ५०:१ असे आढळते. तर शिक्षकांच्या जागा न भरल्यामुळे उपलब्ध शिक्षकांना आठवड्याला ३६ तासांपर्यंत अध्यापनाचे काम करावे लागते.

ही परिस्थिती स्पष्ट करताना दर्जेदार उच्च शिक्षण उपलब्धीसाठी शिक्षकांच्या जागा तातडीने भरल्या जाव्यात यावर आयोगाने भर दिला आहे आणि शिक्षण धोरणाने त्यास सकारात्मक प्रतिसाद दिला आहे.

शिक्षण आयोगाच्या मते ५०:१ हे विद्यार्थी-शिक्षक प्रमाण अयोग्य आहे. उच्च शिक्षणात हे प्रमाण किमान ३०:१ असे असले पाहिजे. विद्यापीठातील विद्यार्थी-शिक्षक प्रमाणाचा उल्लेख करताना शिक्षण धोरणामध्ये संबंधित शिक्षण उपक्रमांच्या गरजेनुसार हे प्रमाण १०:१ ते २०:१ असे असू शकेल, असे म्हटले आहे.

याचा अर्थ एकच की, अपेक्षित विद्यार्थी-शिक्षक प्रमाण गाठण्यासाठी उच्च शिक्षणातील शिक्षकांच्या रिक्त जागांबरोबरच अतिरिक्तच्या जादाच्या जागाही सत्वर भरल्या पाहिजेत.

काय होऊ शकते?

धोरणात्मक पातळीवर मांडले गेलेले शिक्षकांचे महत्त्व आणि दर्जेदार शालेय आणि उच्च शिक्षणासाठी पुरेशी शिक्षक संख्या उपलब्ध असणे हा विचार स्वागतार्ह

आहे. तथापि, हे वास्तवात कसे येणार?

शिक्षण आयोगाने शिक्षण हा समवर्ती सूचीमधील विषय आहे, हे लक्षात घेऊन घटकराज्यांशी जी चर्चा करायला हवी होती ती झाली नाही. राष्ट्रीय शिक्षण धोरण तयार करून प्रस्तुत करीत असताना केंद्र सरकारनेही घटकराज्यांकडे दुर्लक्ष केले. तथापि, धोरणाच्या अंमलबजावणीसाठी आवश्यक खर्चामध्ये घटकराज्यांनी आपला हिस्सा उचलावा, अशी अपेक्षा ठेवली आहे. हा एक तात्त्विक पातळीवरील मुद्दा आहे.

दुसरा मुद्दा असा की, केंद्र सरकार त्यांच्या अधिकारात येणाऱ्या शिक्षण संस्थांचा खर्च उचलू शकेल; परंतु जादाचा खर्च घटकराज्यांना करावा लागेल; कारण शालेय शिक्षण, तसेच घटकराज्यांच्या कायद्याने स्थापित झालेली राज्य विद्यापीठे येथील शिक्षकांच्या वेतनावरील खर्च घटकराज्यांना करावा लागतो. मुळातच घटकराज्यांकडे उपलब्ध असलेले आर्थिक स्रोत तोकडे असल्याने गेल्या २० वर्षांत शिक्षकांच्या जागा भरण्याकडे दुर्लक्ष झाले आहे. त्यात कोरोनासारख्या महामारीमुळे राज्यांची आर्थिक स्थिती पूर्वीपेक्षाही नाजूक झाली आहे. अशा स्थितीत राज्ये एवढ्या मोठ्या प्रमाणात शिक्षक नियुक्तीवर आर्थिक तरतूद करतील याबाबत शंका आहे. कदाचित हा एक वेळचा खर्च असता तर राज्यांनी सकारात्मक पावले टाकली असती; परंतु हा आवर्ती खर्च असून, तो प्रत्येक वर्षी वाढत जाणारा आहे. यात आणखीन भर म्हणजे केंद्र-राज्य वित्तीय संबंधामध्ये निर्माण झालेले तणाव याचा विचार केला तर राष्ट्रीय शिक्षण धोरणास अपेक्षित शिक्षक भरती होणे दिवास्वप्न ठरण्याचीच शक्यता जास्त आहे.

८. उच्च शिक्षण संस्थांची पुनर्रचना

उच्च शिक्षणाच्या संस्थात्मक प्रारूपात या धोरणात आमूलाग्र बदल सुचवले आहेत. या धोरणात प्रत्येक उच्च शिक्षण संस्थेत किमान तीन हजार विद्यार्थी असले पाहिजेत, असे म्हटले आहे. विद्यार्थी संख्येसंदर्भात डॉ. के. कस्तुरीरंगन आयोगाच्या अहवालात दिलेली सांख्यिकी माहिती यावरील चर्चेच्या दृष्टीने विचारार्थ घेऊ यात.

१. देशात ८०० पेक्षा जास्त विद्यापीठे आणि ४०,००० महाविद्यालये आहेत.
२. त्यापैकी ४० टक्के म्हणजेच १६,००० महाविद्यालये एक विद्याशाखीय आहेत.
३. २० टक्के म्हणजेच आठ हजार महाविद्यालयांत १०० पेक्षाही कमी पटनोंदणी आढळते.
४. फक्त चार टक्के म्हणजे ४०० महाविद्यालयांमधील विद्यार्थी संख्या तीन

हजार पेक्षा जास्त आहे (AISHE - २०१६-१७)

याचा अर्थ असा,

१. राष्ट्रीय शैक्षणिक धोरणानुसार स्वायत्त महाविद्यालये होण्याची क्षमता फक्त चार टक्के म्हणजे ४०० महाविद्यालयांकडे आहे.

२. १०० पेक्षा कमी विद्यार्थी संख्या असलेली आठ हजार महाविद्यालये बंद होणार आहेत.

३. १६,००० महाविद्यालयांना बहुशाखीय व्हावे लागेल.

या पुनर्रचनेने वरिष्ठ महाविद्यालयांना संलग्न असलेले इयत्ता ११वी आणि १२वीचे वर्ग बंद होतील.

कमी विद्यार्थी संख्या (साधारणत: ५००पेक्षा कमी विद्यार्थी) असलेली महाविद्यालये बंद होतील.

यामुळे अशा संस्थांमध्ये कायमस्वरूपी काम करीत असलेले शिक्षक, शिक्षकेतर कर्मचारी, संस्थात्मक नुकसान भरपाई, परिसंस्थेची विल्हेवाट कशी लावावयाची हे महत्त्वाचे प्रश्न उभे राहतील.

९. ५० टक्के GERसाठी काहीही...

या धोरणात निव्वळ नोंदणी गुणोत्तर (GER) २०३५ पर्यंत २६.३टक्के (२०१८) वरून ५० टक्क्यांपर्यंत वाढविण्याचे उद्दिष्ट निश्चित केले आहे, ही गोष्ट स्वागतार्ह आहे. २०१९-२०मध्ये GER २७.१ टक्के झाला. तात्पर्य, असे की, २०२०च्या धोरणाची अंमलबजावणी सुरू झाली त्यावेळी GER २७.१ टक्के होता. ही वस्तुस्थिती लक्षात घेता २०३५ पर्यंत GERमध्ये किमान २३ टक्के वृद्धी अपेक्षित आहे.

५० टक्के GERचे उद्दिष्ट साध्य करण्यासाठीची रणनीती जवळपास निश्चित करण्यात आली आहे. त्यानुसार पुढील उपाययोजना केल्या जातील.

१. अस्तित्वात असलेली विद्यापीठे / महाविद्यालये यांनी जास्तीत जास्त पटनोंदणी करणे.

२. पारंपरिक विद्यापीठांनी मुक्त आणि दूरस्थ अभ्यासक्रम सुरू करणे.

३. मुक्त आणि दूरस्थ विद्यापीठांनी जास्तीत जास्त नोंदणी करण्यासाठी प्रयत्न करणे.

४. ऑनलाईन अभ्यासक्रमांची संख्या वाढवणे.

५. प्रमाणपत्र, पदविका, पदवी इत्यादी पातळीवर अभ्यासक्रम (प्रमाणपत्रासह) उपलब्ध करून देणे.

या रणनीतीमध्ये कोविड-१९ काळात ऑनलाईन अभ्यासक्रमावर जास्त भर

देण्यात आला आणि त्यात सातत्याने वाढ करण्यात येत आहे. ही वस्तुस्थिती पाहता येणाऱ्या काळात ५० टक्के GERपर्यंत जाताना काय घडेल, याचा विचार करता काही ठळक बाबी लक्षात येतात, त्या खालीलप्रमाणे -

१. काही वर्षांनंतर किमान T! महाविद्यालये तीन हजार विद्यार्थी संख्या पूर्तता करू शकणार नसल्याने ती बंद होतील (अर्थात विद्यार्थी संख्या वाढण्यास २०४० पर्यंत संधी असेल).

२. बंद होणाऱ्या महाविद्यालयांत ग्रामीण, दुर्गम, डोंगराळ भागातील महाविद्यालये मोठ्या प्रमाणात राहतील. त्यामुळे ग्रामीण भागातील मुलांच्या आणि प्रामुख्याने मुलींच्या उच्च शिक्षणाचा प्रश्न निर्माण होईल. ग्रामीण भागातील उच्च शिक्षण प्रवेश कमी होतील.

३. सर्व महाविद्यालये बहुशाखीय अभ्यासक्रमानुसार शिक्षण पुरवठा करतील असे धोरण असल्याने एकशाखीय महाविद्यालयांना बहुशाखीय रचना स्वीकारावी लागेल. त्यासाठी आवश्यक सुविधा उपलब्ध कराव्या लागतील (अर्थात यासाठी २०३०पर्यंतचा कालावधी मिळेल).

४. जी महाविद्यालये अत्यंत गुणवत्तापूर्ण शिक्षण देत आहेत; परंतु त्यांच्याकडे केवळ विद्यार्थी संख्या कमी आहे, म्हणून ती बंद होतील; कारण उच्च शिक्षणात प्रवेश घेणे ही फक्त तांत्रिक बाब नसून, त्यामागे आर्थिक, सामाजिक, भौगोलिक इत्यादी कारणांचा समावेश असतो.

तात्पर्य असे की, कितीही मोठ्या प्रमाणात प्रयत्न झाले तरी उच्च शिक्षण संस्थेत काम करणारी आजची बहुसंख्य महाविद्यालये धोरणात निश्चित केल्याप्रमाणे विद्यार्थी संख्या गाठू शकणार नाहीत. अनुदान आयोगाने नॅकचे ३.२६ किंवा त्याहून जास्त गुणांकन असणाऱ्या ९०० महाविद्यालयांना ऑनलाईन पदवी अभ्यासक्रम सुरू करण्यास मान्यता दिली आहे. २०२०मध्ये विद्यापीठ अनुदान आयोगाने ३७ ऑनलाईन अभ्यासक्रमांना मान्यता दिली होती. ती संख्या २०२२मध्ये ३७५हून अधिक झाली.

उच्च शिक्षणात ५० टक्के GER साध्य करण्याच्या रणनीतीची चिकित्सा करता, येनकेन प्रकारे निश्चित लक्ष्याप्रत पोहोचण्याचा प्रयत्न करणे असाच दिसतो. त्यात गुणवत्तापूर्ण शिक्षण किती होणार, हा प्रश्न अनुत्तरित राहील अशी भीती वाटते. ते कसे ते पाहूया.

१. २०२१च्या आकडेवारीवरून भारतात ४५,००० महाविद्यालये, एक हजार विद्यापीठे आणि १५०० महत्त्वाच्या संस्था उच्च शिक्षण क्षेत्रात काम करीत होत्या.

२. ३२.६ टक्के महाविद्यालये एकशाखीय (Single Discipline) आहेत.

३. १६.६ टक्के महाविद्यालयांमध्ये विद्यार्थी संख्या १०० पेक्षा कमी होती.
४. ४८.९ टक्के महाविद्यालयांत ५०० पेक्षा कमी विद्यार्थीसंख्या आहे.
५. याचाच अर्थ असा होतो की, देशातील जवळजवळ दोन-तीन महाविद्यालयांमध्ये ५००पेक्षा कमी विद्यार्थी आहेत.
६. फक्त चार टक्के महाविद्यालयांमध्ये तीन हजार किंवा त्यापेक्षा जास्त विद्यार्थी संख्या आहे.
७. त्याचबरोबर शिक्षकांची मोठ्या प्रमाणात असलेली रिक्त पदे हा मुद्दाही येथे महत्त्वाचा ठरतो.

त्यामुळे उच्च शिक्षण संस्थांची संख्या कमी होणार हे निश्चित. त्यामुळे ५० टक्के GER २०३५पर्यंत पोहोचण्यात काही अडथळे येतील. तथापि, उद्योगधंद्याप्रमाणे शिक्षण क्षेत्रातही हे लक्ष्य गाठण्यासाठी प्रामुख्याने पुढील मार्गांचा अवलंब केला जाईल.

१. सध्या देशात मुक्त आणि दूरस्थ विद्यापीठांमार्फत उच्च शिक्षणात मोठे काम केले जात आहे. या विद्याशाखेचा वापर GERच्या लक्ष्यपूर्तीसाठी मोठ्या प्रमाणात केला जाऊ शकतो.
२. जी महाविद्यालये तीन हजार विद्यार्थीसंख्या पूर्ण करू शकत नाहीत, अशा वेळी जवळपासच्या महाविद्यालयांनी एकत्र येऊन कॉलेज हब्ज तयार करावे आणि त्यामधून कार्यरत राहावे.
३. डॉ. कस्तुरीरंगन आयोगाने सुचवल्याप्रमाणे १५०-३००-संशोधनकेंद्रित, तर एक हजार ते दोन हजार-अध्यापन-केंद्रित विद्यापीठे आणि दहा हजार स्वायत्त महाविद्यालये उभी करणे.
४. GERपर्यंत पोहोचण्यासाठी ऑनलाईन अभ्यासक्रम मोठ्या प्रमाणात सुरू करणे. त्यामुळेही GER वाढण्यास निश्चित मदत होईल.

यात प्रामुख्याने ODL आणि ऑनलाईन उच्च शिक्षणाच्या पर्यायांमुळे कुणालाही, कोठेही, कोणत्याही प्रकारचे शिक्षण (व्यावसायिक शिक्षण अपवाद असेल) मिळण्याची सोय होऊ शकेल; कारण या पर्यायी शिक्षण नीतीनुसार अध्ययनार्थीस नियमित हजेरीची आवश्यकता राहत नाही. ते स्वयंअध्ययनार्थी होतील, अशी माफक भूमिका यामध्ये आहे. जरी या पर्यायांचा उपयोग GER वाढविण्यास होणार असला तरी त्यातून मुख्यत: दोन प्रश्न निर्माण होऊ शकतात.

पहिला प्रश्न गुणवत्तापूर्ण शिक्षणाचा होय. २०२०च्या धोरणाने उच्च शिक्षणाकडून खूप मोठ्या अपेक्षा ठेवलेल्या आहेत. त्या अशा -

‘बौद्धिक, सौंदर्यविषयक, सामाजिक, शारीरिक, भावनिक आणि नैतिक या सर्व मानवी क्षमता एकात्मिकपणे विकसित करणे हे सर्वांगीण आणि बहुशाखीय

शिक्षणाचे उद्दिष्ट असेल. असे शिक्षण, कला, मानव्यशास्त्रे, भाषा, विज्ञान, सामाजिक शास्त्र आणि व्यावसायिक, तांत्रिक व व्यवसाय क्षेत्र अशा २१व्या शतकात आवश्यक असलेल्या विविध क्षेत्रांमधील क्षमता; सामाजिक सहभागाचे नीतिनियम; संवाद, चर्चा आणि वादविवाद यांसारखी व्यावहारिक कौशल्ये आणि निवडलेल्या क्षेत्रात किंवा क्षेत्रांमध्ये सखोल विशेषज्ञता, असलेल्या अष्टपैलू व्यक्ती विकसित करण्यास मदत करेल. दीर्घकालीन विचार करता, असे सर्वांगीण शिक्षण हा व्यावसायिक, तांत्रिक आणि व्यवसाय शाखांमधील विषयांच्या सर्व पदवीपूर्व शिक्षणाचा दृष्टिकोन असेल.'

या पातळीच्या गुणवत्ता सिद्ध करणे हे उच्च शिक्षणाचे आणि उच्च शिक्षण संस्थांचे सर्वोच्च प्राधान्य असेल. हे काम जिथे विद्यार्थी-शिक्षक यांचे दैनंदिन संबंध घट्ट असतात, ते एकमेकांच्या संपर्कात असतात आणि ज्यामुळे सहज संवाद शक्य होतो अशा पारंपरिक शिक्षण व्यवस्थेतही १०० टक्के पट नोंदणीत अनेक अडचणी येतात. मग ज्या ठिकाणी अध्यापक आणि अध्ययनार्थी दूरस्थ असतात (मुक्त विद्यापीठात समुपदेशन वर्ग असतात ते वेगळे. अर्थात ते कितपत प्रभावी होतात हा वेगळा चर्चेचा विषय आहे) तिथे उच्च शिक्षणात अपेक्षित गुणवत्ता सिद्ध करण्यात मुक्त / दूरस्थ, तसेच ऑनलाईन अभ्यासक्रम कितपत उपयुक्त ठरतील, हा मोठा प्रश्न आहे. यामधून फक्त GER वाढविण्यास मदत होईल हे निश्चित.

ऑनलाईन / दूरस्थ शिक्षण प्रक्रियेमधून प्रत्यक्ष कार्य कसे गुणवत्तापूर्ण ठरेल हा प्रश्नही उपस्थित होतो. ज्या विषयांमध्ये प्रात्यक्षिकांचा भाग मोठा असतो त्या ठिकाणी जी पर्यायी व्यवस्था उभी केली जाईल, ती किती प्रभावी/व्यवहार्य/ विश्वसनीय असेल हे सांगणे अवघड आहे. ऑनलाईन / दूरस्थ शिक्षण हे पारंपरिक शिक्षणापेक्षा गुणवत्तापूर्ण शिक्षण देण्यात बऱ्याच अंशी अपुरे ठरते, असा अनुभव असतानाही पर्याय म्हणून पुढे आलेली शिक्षणप्रणाली जर शिक्षणाचे प्रमुख अंग बनत असेल तर त्या शिक्षणातून २१व्या शतकाची आव्हाने समर्थपणे पेलणारे विद्यार्थी कसे तयार होणार, हा प्रश्न शिल्लक राहतो.

शिवाय ग्रामीण, दुर्गम, डोंगराळ भागात ऑनलाईन शिक्षणाचा उपयोग कितपत होईल? जिथे बहुतांश काळ विद्युत पुरवठा नसतो, ऑनलाईनसाठी आवश्यक सुविधा अपुऱ्या असतील आणि उपलब्ध सुविधांचा वापर करण्यात तांत्रिक अडचणी येत असतील तर त्याचा फायदा काय होणार?

एक मात्र नक्की होईल. ऑनलाईन शिक्षणाला हजेरीची अट नसेल, त्यामुळे कदाचित प्रवेश वाढतील; परंतु आर्थिकदृष्ट्या दुर्बल मुलांना त्याचा फारसा फायदा होईल का, ही शंका राहतेच; कारण अशा अभ्यासक्रमांचे शुल्क जादा राहील.

उच्च शिक्षणाच्या अभ्यासक्रमाच्या नव्या प्रारूपाप्रमाणे प्रवेशाचे आणि

अभ्यासक्रमातून बाहेर पडण्याचे अनेक बिंदू आहेत. त्यामुळे पदवीच्या पहिल्या वर्षी प्रमाणपत्र घेऊन बाहेर पडणारी, दुसऱ्या वर्षी डिप्लोमा घेऊन बाहेर पडणारी विद्यार्थी संख्या मोठी असू शकेल. म्हणजेच पदवी शिक्षणाचा प्रथम प्रवेश बिंदू (प्रथम वर्ष प्रवेश) असलेल्या निव्वळ गुणोत्तराप्रमाणे (GER) पुढच्या वर्षामध्ये टिकून राहणार नाही. त्यास गळती लागेल. म्हणजेच पदवी अभ्यासक्रमादरम्यान होणारी अपेक्षित गळती थांबवण्याच्या उपायांकडे फारसे लक्ष न देता, फक्त ५०टक्के GER वरच लक्ष केंद्रित केल्याने उच्च शिक्षणाचा लाभ मर्यादित लोकांनाच होईल.

दुसरा प्रश्न विद्यार्थ्यांच्या पारदर्शक मूल्यांकनाचा आहे. पारंपरिक उच्च शिक्षण संस्थांमधील मूल्यमापन पद्धतीत सुधारणा करून त्या जास्तीत जास्त पारदर्शक करण्यावर या धोरणाचा भर आहे. तथापि, दूरस्थ आणि ऑनलाईन व्यवस्थेमधील मूल्यमापन हे त्यांनी स्वीकारलेल्या वितरण प्रणालीप्रमाणेच राहील. म्हणजेच विद्यार्थ्यांचे मूल्यमापन ऑनलाईन पद्धतीने केले जाईल. त्यासाठी मुलांनाही ऑनलाईन परीक्षा घ्याव्या लागतील. हे सर्व काम तंत्रज्ञानाच्या वापराने होणार असल्याने तंत्रज्ञानाच्या पातळीवर त्या तंत्रज्ञानाच्या उपयुक्ततेबाबत / पारदर्शकतेबाबत शंका घेण्यास वाव राहणार नाही; कारण सर्वसमावेशक तंत्रप्रणाली ही ती ज्या पद्धतीने विकसित केली जाईल त्याप्रकारे रिझल्ट देत राहील. तथापि, शेवटी हे मूल्यमापन यांत्रिक होईल. त्यास व्यावहारिक, भावनिक, मानसिक, व्यक्तिगत, सामूहिक इत्यादी स्पर्शबिंदू असणार नाहीत. त्यामुळे या धोरणास, उच्च शिक्षणातून व्यक्तीच्या अष्टपैलू व्यक्तिविकासासाठी ज्या कौशल्याची, तज्ज्ञतेची अपेक्षा आहे त्याचे मूल्यमापन होण्यात अडचणी राहतील. यावर विचार करून ब्लेंडेड मोडमध्ये कसे येता येईल, यावर विचार करणे क्रमप्राप्त आहे.

१०. पदवी अभ्यासक्रमांची सदोष रचना

२०२०च्या धोरणात उच्च शिक्षणात प्रवेश / बाहेर पडण्याच्या पद्धतीचा स्वीकार केल्याचे नमूद केले आहे. त्यानुसार पदवी अभ्यासक्रमात प्रवेशाचे आणि बाहेर पडण्याचे अनेक मार्ग उपलब्ध करून दिले जाणार आहेत. 'पदवी अभ्यासक्रमाचे शिक्षण तीन किंवा चार वर्षं कालावधीचे असेल. या काळात अनेकवेळा योग्य प्रमाणपत्रासह बाहेर पडण्याचा पर्याय उपलब्ध असेल. उदा. व्यवसाय आणि व्यावसायिक क्षेत्रासह एखाद्या शाखेत किंवा क्षेत्रात एक वर्ष पूर्ण केल्यानंतर प्रमाणपत्र, दोन वर्षे अभ्यास पूर्ण केल्यानंतर डिप्लोमा, किंवा तीन वर्षांचा अभ्यासक्रम पूर्ण केल्यावर पदवी' तसेच, चार वर्षांची बहुशाखीय पदवी प्राप्त करण्याची संधी दिली जाईल (याची सविस्तर माहिती या पुस्तकात इतरत्र दिली आहे). याचबरोबर शिक्षणादरम्यान विद्यार्थ्यांनी क्रेडिट मिळतील त्यांची साठवणूक डिजिटल पद्धतीने

केली जाईल.

राष्ट्रीय शिक्षण धोरणात स्पष्ट केल्याप्रमाणे पदवी अभ्यासक्रमांची रचना, अत्यंत तत्परतेने, विद्यापीठ अनुदान मंडळाने तयार केली असून, २०२२-२३ या शैक्षणिक वर्षापासून तिचा अंमलही सुरू केला जाईल.

या संरचनेचा सखोल विचार होण्याची गरज आहे. यामधून पदवी शिक्षणात जास्तीत जास्त लवचिकता आणण्याचा प्रयत्न केला जाण्याचा दावा केला जात आहे. तथापि, त्यामधून अनेक महत्त्वाचे प्रश्न निर्माण होतील. पैकी काही महत्त्वाच्या प्रश्नांची नोंद पुढीलप्रमाणे घेता येईल.

१. या धोरणात २०३५पर्यंत ५० टक्के GER पर्यंत पोहोचण्याचे उद्दिष्ट ठेवले आहे. ते साध्य करण्यासाठीची रणनीती तर दोषविरहित नाहीच; परंतु अशा अभ्यासक्रम रचनेमुळे GER म्हणजे निश्चित कधी आणि कोणत्या टप्प्यावर गाठावयाचा आहे, हा प्रश्न उभा राहतो. GER प्रथम वर्ष प्रवेशापुरताच मर्यादित राहील की तो पदवीपर्यंत टिकवून ठेवावयाचा आहे? नवीन अभ्यासक्रम रचनेमुळे प्रथम वर्ष प्रवेश हाच GERचा उद्देश असेल; कारण पुढे प्रत्येक वर्षी विद्यार्थ्यांना बाहेर पडण्याची संधी असल्याने पदवी शिक्षणाच्या तिसऱ्या, चौथ्या वर्षापर्यंत गळतीचे प्रमाण मोठे राहील; कारण या चार वर्षांच्या काळात पुढील वर्षाचा अभ्यास नंतर करू, ही मानसिकता वाढत जाईल. परिणामतः, उच्च शिक्षणाचा लाभ विद्यार्थ्यांना मोठ्या प्रमाणात व्हावा, हा उद्देश पाठीमागे पडेल.

२. या धोरणानुसार विद्यापीठांबरोबर स्वायत्त महाविद्यालयेही पदवी देणारी उच्च शिक्षण संस्था होणार आहेत. याचाच अर्थ असा आहे की, सर्वच उच्च शिक्षण संस्था आता डिग्री ॲवॉर्डिंग संस्था होतील. या नवीन अभ्यास रचनेमुळे या संस्थांचा कामाचा वेळ, परीक्षांचे आयोजन, प्रमाणपत्रांची छपाई, त्यांचे वाटप, क्रेडिट साठवणूक, परत प्रवेशाचे वेळी क्रेडिटची फेरपडताळणी यातच मोठ्या प्रमाणात वापरला जाईल; कारण हे काम पदवीच्या सर्वच वर्षाच्या शेवटी करावे लागणार आहे. हे थोडे उदाहरणाने पाहू, 'क्ष' या महाविद्यालयात चार वर्षांचा पदवी अभ्यासक्रम सुरू आहे. धोरणातील तरतुदी पाहता चारही वर्षांच्या शेवटी विद्यार्थ्यांना अभ्यासक्रमातून प्रवेश घेण्याची / बाहेर पडण्याची संधी असणार आहे, हे निश्चित.

यामुळे अभ्यासक्रमांच्या अंमलबजावणीतून पुढील कामे करावी लागतील.

- प्रथम, द्वितीय, तृतीय आणि चतुर्थ वर्षात नव्याने प्रवेश द्यावे लागतील. या नियमित कामाबरोबर जे कोणत्यातरी एका वर्षातून बाहेर पडले त्यांना पुनर्प्रवेश घ्यावयाचा असेल तर ती यंत्रणा राबवावी लागेल.
- विद्यार्थ्यांनी प्राप्त केलेले क्रेडिट सात वर्षांपर्यंत त्यांना वापरता येतील. समजा, प्रथम वर्षातून बाहेर गेलेल्या विद्यार्थ्याने सहा वर्षांच्या गॅपनंतर ते

क्रेडिट वापरून प्रवेश घेतला आणि नंतर दोन वर्षांनी बाहेर पडला. म्हणजेच तो परत प्रवेशास पात्र राहील. मात्र दुसऱ्यांदा बाहेर पडताना आठ वर्षांपूर्वी प्राप्त केलेले क्रेडिट परत सात वर्षांपर्यंत साठवले जातील का? अर्थात याबाबत संदिग्धता असल्याने क्रेडिट साठवणूक हा उपक्रम कटकटीचा बनेल.

- संबंधित उच्च शिक्षण संस्थेस प्रत्येक वर्षी प्रमाणपत्र, पदविका, पदवी, परीक्षा घेणे, तसेच परीक्षांची प्रमाणपत्रे तयार करावी लागतील, त्यांचे वितरण करावे लागेल. तात्पर्य असे, उच्च शिक्षण संस्था अभ्यासकेंद्राऐवजी परीक्षा मंडळे बनतील.
- या सर्व प्रक्रियेच्या अर्थकारणाबाबत कोणतेही मार्गदर्शन धोरणात नाही. विद्यापीठ अनुदान मंडळाने तसे काहीही केलेले नाही.
- पीएच.डी. ही संशोधन क्षेत्रातील अत्युच्च पदवी. या पदवी प्रवेशासाठी पात्र होण्यासाठी पूर्वी एम.फिल., नेट, सेटची अट होती. तसेच प्रवेश परीक्षाही द्यावी लागत असे. म्हणजेच ज्यांनी किमान पदव्युत्तर पदवी प्राप्त केली आहे अशा व्यक्तीच पीएच.डी.साठी पात्र धरल्या जात होत्या. त्यामध्ये शिथिलता आणली आहे. विद्यापीठ अनुदान आयोगाने, ज्यांनी चार वर्षांची पदवी परीक्षा संशोधनासह उत्तीर्ण केली आहे त्यांनाही काही अटींसह पीएच.डी. संशोधनासाठी पात्र ठरविण्याचे धोरण प्रस्तावित केले आहे. भारतात उच्च दर्जाचे संशोधन होत नाही, म्हणून उत्कृष्ट संशोधन संस्कृती तयार करण्यावर भर देणाऱ्या धोरणाच्या अंमलबजावणीत संशोधनास पात्र होण्यासाठीच्या पात्रतेत अतीव लवचिकता आणली जात असेल, तर यात धोरणाचाच पराभव होण्याची दाट शक्यता आहे.
- नवीन अभ्यासक्रम रचनेस अनुसरून तज्ज्ञ शिक्षक उपलब्ध होणे महत्त्वाचे. उच्च शिक्षणात शिक्षक होण्यासाठी पदव्युत्तर पदवी बरोबर एम.फिल., पीएच.डी., नेट / सेट पास अशा अटी घातल्या जातात; मात्र विद्यापीठ अनुदान आयोगाने शिक्षक पदासाठी पात्रता म्हणून असलेली पीएच.डी.ची अट तर काढून टाकली आहेच; परंतु नेट/सेट, एम.फिल. (एम.फिल. अभ्यासक्रम तर बंदच केला आहे) या अटीही शिथील करण्याचे धोरण स्वीकारले आहे. एखाद्या विशिष्ट विषयामधील तज्ज्ञता या मुख्य आणि इतर किरकोळ गुणवत्तांवर आधारित उच्च शिक्षण क्षेत्रातील शिक्षकांच्या नियुक्त्या होऊ शकतील असेही प्रस्तावित आहे. अशाप्रकारे गुणवत्तांमध्ये शिथिलता आणून, ज्यांचे हितसंबंध गुंतलेले आहेत अशा, खास व्यक्तींची शिक्षक म्हणून नियुक्ती करण्याची ही खास विचारपूर्वक केलेली तरतूद

आहे काय, असा प्रश्न इथे उपस्थित होऊ शकतो.

११. विचार करण्याचे इतर मुद्दे

५+३+३+४ कशासाठी?

- १०+२ संरचनेत तीन-सहा वयोगटातील मुलांचा समावेश नव्हता. अधिक चांगले सर्वांगीण शिक्षण, विकास आणि हित यांना चालना देण्यासाठी राष्ट्रीय शिक्षण धोरण, २०२० ने ५+३+३+४ या नवीन अध्यापनशास्त्रीय आणि मुलांचे शिक्षण वयाच्या तिसऱ्या वर्षापासून सुरू होते ही त्यामागची भूमिका मान्य करून अभ्यासक्रमाची पुनर्रचना केली आहे. याव्यतिरिक्त कोणतेही सयुक्तिक कारण न देता ही नवीन संरचना स्वीकारली आहे.
- शिक्षणाचा हक्क कायद्यानुसार ६ ते १८ वयोगट हा शालेय शिक्षणाचा घटक मानण्यात आला आहे. याशिवाय ३ ते ६ वयोगटातील मुलांसाठी आवश्यक त्या चांगल्या सुविधा महिला बालकल्याण मंत्रालयाने पुरवाव्यात असे म्हटले आहे. त्यामुळे या शिक्षणाचे स्वरूप अनौपचारिक/सहज शिक्षणाचे राहू शकते. या धोरणाने तीन ते सहा वयोगटाचा समावेश औपचारिक शिक्षणात केल्याने जे शिक्षण बंधनमुक्त असावयास हवे, ते बंधनात अडकले जाईल. वयाचा विचार केला तर भारतात शालेय शिक्षणाचे वय सहा तर फिनलंडसारख्या देशात किमान वय सात योग्य मानले आहे. धोरणास वाटते त्याप्रमाणे मुलांचा शारीरिक, आरोग्यदायी, भावनिक, तसेच शैक्षणिक विकास होणे शिक्षणाच्या औपचारिकतेमुळे कितपत शक्य होईल, हा प्रश्नच आहे.

पर्यायी शाळा पद्धती

- शालेय शिक्षणात १०० पटनोंदणी होण्यासाठी पर्यायी शाळा पद्धतीचा स्वीकार या धोरणात केलेला आहे. यामध्ये प्रचलित शालेय शिक्षण पद्धतीबरोबरच मुक्त शिक्षण, दूरस्थ मुक्त शिक्षण, होम स्कूलिंग, पर्यायी शाळा, खाजगी शाळा, निवासी शाळा इत्यादींचा समावेश होतो.
- या धोरणाचे जे मूलभूत सिद्धान्त मान्य केले आहेत त्यांपैकी 'शिक्षण ही एक सार्वजनिक सेवा आहे' हा एक आहे. ज्यावेळी हा सिद्धान्त स्वीकारला जातो त्यावेळी या सार्वजनिक सेवा उपलब्धतेवरही मर्यादा येतात. २००९ च्या शिक्षण हक्क कायद्यातही अनौपचारिक / मुक्त शिक्षण या पर्यायास प्राधान्य दिलेले नाही. या कायद्यानुसार शिक्षणाचे सार्वत्रिकीकरण औपचारिक शिक्षण पद्धतीमधूनच होऊ शकले. त्यामुळे हे धोरण शिक्षण हक्क

कायद्याला फक्त छेदच देत नाही, तर कॉमन स्कूल पद्धतीसच धक्का देते.

- ज्यावेळी पर्यायी शिक्षण व्यवस्था स्वीकारली जाते त्यावेळी त्या त्या पर्यायानुसार प्रवेश होऊ शकतात. यामधून कोणत्या शाळेत कोण प्रवेश घेऊ शकतो (आर्थिक स्थिती), कोणत्या शाळेत दर्जेदार शिक्षण मिळते / कोणास मिळू शकते, असे अनेक प्रश्न उभे राहतात. यामधून प्रवेशाच्या पातळीवर मुलांमध्ये दुजाभाव निर्माण होऊ शकतो. तर समाजातील आर्थिक / सामाजिक / भौगोलिक समानतांचा प्रभावही या पर्यायी शिक्षण पद्धतीवर पडू शकतो, हा इतिहास आहे. ही बाब लक्षात घेऊन, आपण लोकशाही राष्ट्र आहोत, हे लक्षात घेतले तर शिक्षणाचे सार्वत्रिकीकरण औपचारिक सार्वजनिक शाळा पद्धतीतूनच चांगल्याप्रकारे होऊ शकते, हे लक्षात येईल.

बहुशाखीय म्हणजे नक्की काय?

- 'अधिक बहुशाखीय पदवीपूर्व शिक्षणाच्या दिशेने वाटचाल करणे' हा या धोरणाचा एक प्रमुख उद्देश आहे. याचाच अर्थ असा की, कालांतराने एकशाखीय HEIs हळूहळू बंद केल्या जातील. परिणामतः, एकशाखीय HEIs ना बहुशाखीय बनावे लागेल. तथापि, बहुशाखीय व्यापक व्याख्या धोरणात स्पष्ट होत नाही. उच्च शिक्षण अभ्यासक्रमासंदर्भात विद्यापीठ अनुदान आयोगाचे धोरण पाहता एकशाखीय HEIsनी दुसऱ्या विद्याशाखांमधील काही प्रमाणपत्र अथवा पदविका अभ्यासक्रम सुरू केल्यास त्यांना बहुशाखीय HEIs मानले जाईल, असे दिसते. यामुळे व्यवहाराच्या पातळीवर एकशाखीय HEIs बहुशाखीय होऊ शकतील. तथापि, दर्जेदार उच्च शिक्षणाच्या सुविधा त्यामधून उपलब्ध होतीलच असे नाही; मात्र हे धोरण संस्थात्मक समन्वय, दर्जेदार शिक्षणाचे वितरण, संस्थात्मक उत्तरदायित्व इत्यादी नवीन प्रश्नांना जन्म देईल.

तंत्रज्ञानाचा पुरेपूर वापर

- अलीकडे तंत्रज्ञान क्रांतीशिवाय कोणतीही व्यवस्था पुढे जाऊ शकत नाही. म्हणून शिक्षणाचा एक समृद्ध पर्याय म्हणून अलीकडे तंत्रज्ञानाचा पुरेपूर वापर करण्यावर भर दिला जात आहे. या प्रक्रियेत शिक्षणाचा मानवीय चेहरा मागे पडू नये म्हणजे झाले. पारंपरिक शिक्षण पद्धतीतून, म्हणजेच विद्यार्थी-शिक्षक यांच्या प्रत्यक्ष संवादातून, होणाऱ्या शिक्षणामध्ये विद्यार्थ्यांचे शिक्षण होते ते दूर किंवा ऑनलाईन शिक्षणातून घडू शकत नाही.

तंत्रज्ञानातून माहिती मिळू शकेल; पण शिक्षण घडू शकेल का हे सांगता येत नाही. कोरोनाच्या काळातील ऑनलाईन शिक्षणाचे विश्लेषण केले, तर त्यामधून शिक्षण न होता माहितीचे वितरण झाले, बहुसंख्य मुलांना त्याचाही लाभ झाला नाही, जो लाभ झाला तो शहरी भागातील (झोपडपट्टी सोडून) काही मुलांना झाला; मात्र यात सगळ्यात जास्त तोटा ग्रामीण, दुर्गम, डोंगराळ, आदिवासी भागातील मुलांचा झाला, असा अनुभव आहे. सर्वांना शिक्षण देणाऱ्या लोकशाही शिक्षण प्रणालीचा हा खरे तर पराभवच म्हणावा लागेल. खरे तर तंत्रज्ञान हे साधन आहे, साध्य नाही, याचे भान ठेवून तंत्रज्ञानाचा वापर होणे गरजेचे. तथापि, उच्च शिक्षणाचे, ऑनलाईन शिक्षणाचे धोरण पाहता तंत्रज्ञान हे प्रचलित शिक्षणव्यवस्था सुदृढ करण्याचे साधन न राहता एक समृद्ध पर्याय म्हणून पुढे येत आहे, ही चिंता करण्यासारखी बाब आहे.

मुक्त / दूरस्थ शिक्षण

- सामाजिक-आर्थिक परिस्थितींमुळे किंवा इतर कारणांमुळे शिक्षणापासून वंचित राहिलेल्या व्यक्तींना शिक्षणाच्या प्रवाहात आणण्याचे, त्यांना त्यांच्या सोयीनुसार शिक्षण घेण्याच्या सुविधा उपलब्ध करून देणारी शिक्षणव्यवस्था म्हणून मुक्त/दूरस्थ शिक्षणाकडे पाहिले जाते. आज ती पर्यायी शिक्षणपद्धती म्हणून पुढे येत आहे. उच्च शिक्षणातील निव्वळ नोंदणीप्रमाणे ५०टक्के (२०३५ पर्यंत) गाठण्यासाठी मुक्त / दूरस्थ शिक्षणाचे उपक्रम HEIs ना हाती घेता येतील अशी धोरणाची धारणा आहे. असे मुक्त / दूरस्थ शिक्षणाचे प्रचलित स्वरूप पाहिले तर ते शुल्काधारित असते. त्यामुळे एक महत्त्वाचा उत्पन्नाचा आर्थिक स्रोत म्हणून या शिक्षणाकडे पाहिले जाईल. कदाचित औपचारिक उच्च शिक्षणापेक्षाही जास्त विद्यार्थी या प्रवाहात सामील होतील; परंतु मुक्त / दूरस्थ शिक्षण व्यवस्थेचे व्यवस्थापन पाहता त्यामधून दर्जेदार उच्च शिक्षणाची हमी देता येईलच असे सांगता येत नाही.

प्रवेशाचे विविध बिंदू

- २०२२-२३ या शैक्षणिक वर्षापासून देशात ३+४ वर्षे कालावधीचा पदवी अभ्यासक्रम सुरू करण्यात येणार आहे. त्यामध्ये विद्यार्थ्यांस प्रवेश, अभ्यासक्रमातून बाहेर पडणे आणि परत प्रवेश घेणे अशा सुविधा पुरवल्या जाणार आहेत. या प्रत्येक टप्प्यावर त्यास प्रमाणपत्रही दिले जाणार आहे.

दीर्घ काळात हा महत्त्वाकांक्षी निर्णय देशातील उच्च शिक्षणासाठी अहितकारक ठरण्याची शक्यताच जास्त असेल; कारण प्रवाहातून एकदा बाहेर गेलेली व्यक्ती परत त्या प्रवाहात सामील होण्याची खात्री ती व्यक्ती स्वत:ही देऊ शकत नाही.

अध्यापनाची पर्यायी नीती

- शालेय शिक्षणात अध्यापनाचे काम प्रशिक्षित शिक्षकांमार्फत केले जाणार आहे; परंतु त्याचबरोबर अध्यापनाच्या पर्यायी नीतीही धोरणात स्पष्ट केल्या आहेत. त्यामध्ये सहअध्ययनार्थींकडून शिक्षण (वरिष्ठ वर्गातील/माजी विद्यार्थी), मास्टर प्रशिक्षकांकडून अध्यापन; एकाने एकास शिकवणे (प्रौढ साक्षरता कार्यक्रमात सपशेल अपयशाची झालेली संकल्पना) इत्यादींचा समावेश केलेला आहे. त्याचबरोबर अध्यापन प्रक्रियेत सामाजिक कार्यकर्ते/समुपदेशक यांनाही स्थान दिले आहे. तथापि, या प्रत्येक घटकाची कोणतीही स्पष्टपणे व्याख्या केलेली नाही. विद्यार्थी व्यावसायिक शिक्षण (इंटर्नशिप) गावातील सुतार, माळी, कुंभार इत्यादींकडे करतील असे म्हटले आहे; परंतु गावातील विद्यार्थी ज्या प्रमाणात असतील तेवढ्या प्रमाणात या कुशल व्यक्ती उपलब्ध असतील का? शहरी भागात यांचा शोध कसा घेतला जाईल, याविषयी साशंकताच जास्त आहे. आज खेड्यापाड्यातही व्यवसाय म्हणून अशी कामे करणारी मंडळी आढळत नाहीत. खरे तर ही एक आदर्शवादी कल्पना असून ती प्रत्यक्षात येणे केवळ अशक्य आहे.

१२. शिक्षणातील गुंतवणुकीचे काय?

राष्ट्रीय शिक्षण धोरण, २०२० हे एक महत्त्वाकांक्षी धोरण असून, ते प्रत्यक्षात आणण्यासाठी मोठ्या प्रमाणात निधीची आवश्यकता लागणार आहे. या धोरणाच्या अंमलबजावणीत ज्या खर्चाच्या बाजू आहेत, त्यांची कल्पना धोरणातील पुढील दोन तरतुदींमधून सहज लक्षात येते. त्यासाठी या तरतुदी मुळातच पाहाव्या लागतील. त्या तरतुदी अशा आहेत –

'विशेषत:, शिक्षणाच्या विविध महत्त्वाच्या भागांना आणि घटकांना आर्थिक साहाय्य प्रदान केले जाईल, सार्वत्रिक उपलब्धता, शैक्षणिक संसाधने, पोषणविषयक साहाय्य, विद्यार्थ्यांच्या सुरक्षिततेच्या आणि हिताच्या बाबी, शिक्षक आणि कर्मचाऱ्यांची पुरेशी संख्या, शिक्षकांचा विकास आणि वंचित व सामाजिक-आर्थिकदृष्ट्या मागास गटांसाठी न्याय्य व उच्च गुणवत्तेसाठीच्या शिक्षणाकरता सर्व महत्त्वपूर्ण उपक्रमांना

पाठबळ, या गोष्टी सुनिश्चित करणे.'

'प्रामुख्याने पायाभूत सुविधा आणि संसाधनांशी संबंधित एकदाच केल्या जाणाऱ्या खर्चाव्यतिरिक्त, हे धोरण शिक्षण व्यवस्थेचा विकास साधण्याच्या हेतूने वित्तपुरवठा करण्यासाठी खालीलप्रमाणे दीर्घावधीत भर देण्याची प्रमुख क्षेत्रे निश्चित करते : a) दर्जेदार प्रारंभिक बाल्यावस्था संगोपन व शिक्षणाची सार्वत्रिक तरतूद b) पायाभूत साक्षरता आणि संख्याज्ञान सुनिश्चित करणे c) शाळा संकुल / क्लस्टर्सना पुरेशी आणि योग्य संसाधने प्रदान करणे d) अन्न आणि पोषण प्रदान करणे (नाष्टा आणि माध्यान्ह भोजन) e) अध्यापकांच्या शिक्षणामध्ये आणि शिक्षकांचा सतत व्यावसायिक विकास यात गुंतवणूक करणे f) उत्कृष्टतेस उत्तेजन देण्यासाठी महाविद्यालये आणि विद्यापीठांमध्ये सुधारणा करणे g) संशोधन जोपासणे आणि h) तंत्रज्ञान आणि ऑनलाईन शिक्षणाचा व्यापक वापर करणे.'

अ) खर्चाच्या बाजू

- पायाभूत सुविधा (एकदाच करावयाचा खर्च)

१) शालेय शिक्षण

राष्ट्रीय शिक्षण धोरण विद्यार्थिकेंद्रित विकासाचा पुरस्कार करते आणि ते अमलात आणण्यासाठी आवश्यक त्या सर्व प्रकारच्या पायाभूत सुविधा आणि प्रशिक्षित मनुष्यबळाच्या उभारणीस कटिबद्ध असल्याचेही मान्य करते. प्रशिक्षित आणि विकासात्मक दृष्टिकोन तयार होण्यासाठीच्या प्रक्रियेत नवीन राष्ट्रीय शिक्षण धोरणास अनुसरून प्रशिक्षण, उद्‌बोधन वर्गाची वारंवारिता, आरोग्यदायक शैक्षणिक वातावरण, शिक्षकांना बढतीच्या संधी, विद्यार्थी-शिक्षक प्रमाणावरील फेरविचार या आणि इतर बाबींवर धोरणात भर दिला आहे.

मनुष्यबळाप्रमाणे सर्वांगीण शिक्षणासाठी आवश्यक पायाभूत सुविधांकडेही धोरणाचे दुर्लक्ष झालेले नाही. बालकांच्या शिक्षणासाठी नव्याने स्थापन करावयाच्या-एकटेपणाने चालणाऱ्या अंगणवाड्या, प्राथमिक शाळेशी संलग्नित अंगणवाड्या, तसेच पाच ते सहा वयोगटातील मुलांच्या प्राथमिक आणि त्यांच्याशी संलग्न पूर्व प्राथमिकचे वर्ग किंवा एकाकी प्रमाणे चालणारे पूर्व प्राथमिक वर्ग या सशक्त करण्यासाठी आवश्यक त्या सर्व पायाभूत सुविधा पुरवल्या जातील. उदाहरणार्थ, अंगणवाडया, पूर्व-प्राथमिकचे आदर्श शैक्षणिक संकुल उभे करण्यासाठी वर्ग खोल्या, क्रीडांगणे, क्रीडा साहित्य, हेल्थ चेकअप, शैक्षणिक साहित्याचा पुरवठा इत्यादी केले जाईल. सर्व शैक्षणिक संस्थांमध्ये उच्च प्रतीच्या इमारती, क्रीडा साहित्य, आरोग्याच्या सुविधा, क्रीडांगणे आणि त्याची देखरेख आदी सुविधा

पुरवल्या जातात. सध्या ज्या शाळांच्या इमारती कमी पडताहेत तिथे जेवढ्या आवश्यकता आहेत तेवढ्या वर्गखोल्या आणि इतर सुविधा यांची नव्याने वाढ करणे, दूरच्या विद्यार्थ्यांना शाळेत घेण्यासाठी दळणवळणावर होणाऱ्या खर्चापोटी रक्कम देणे, पुरेशा वसतिगृहांचे (अत्याधुनिक सुखसोयींसह) बांधकाम करणे, स्वच्छ पिण्याच्या पाण्याची सोय, स्वच्छतागृहांची सोय, प्रत्येक शाळेत आरोग्य सेवकांची नियुक्ती, सार्वजनिक आणि खाजगी ग्रंथालयांची उभारणी, स्मार्ट क्लासरूम्स, डिजिटल लायब्ररी, कौशल्य विकासास आवश्यक प्रयोगशाळा इत्यादी म्हणजेच आदर्शवत् आणि २१व्या शतकाच्या शिक्षणाच्या गरजा भागविणाऱ्या सुविधा पुरवण्यावर हे धोरण भर देत आहे.

शाळा सोडणाऱ्या विद्यार्थ्यांचे प्रमाण कमी करणे, शिक्षण सर्वत्र आणि सगळ्या स्तरांवर पोहोचेल हे सुनिश्चित करण्यासाठी प्रयत्न केले जाणार आहेत. त्यानुसार–

'कोणत्याही शाळेत पायाभूत सुविधांची कमतरता राहणार नाही, याची विशेष काळजी घेतली जाईल. सरकारी शाळांची विश्वासार्हता पुनर्प्रस्थापित केली जाईल आणि आधीपासून अस्तित्वात असलेल्या शाळांची गुणवत्तावाढ आणि विस्तार करून, जिथे शाळा अस्तित्वात नाहीत, अशा ठिकाणी अतिरिक्त दर्जेदार शाळा बांधून आणि सुरक्षित व व्यवहार्य वाहतूक सुविधा आणि / किंवा वसतिगृहे पुरवून, विशेषत:, मुलींसाठी, हे साध्य केले जाईल, जेणेकरून सर्व मुलांना गुणवत्तापूर्ण शाळेत जाण्याची आणि योग्य स्तरावर शिकण्याची संधी मिळेल. स्थलांतरित मजुरांची मुले आणि विविध परिस्थितीमुळे शाळा सोडणाऱ्या इतर मुलांना शिक्षणाच्या मुख्य प्रवाहात परत आणण्यासाठी नागरिकांच्या सहकार्याने पर्यायी आणि नावीन्यपूर्ण केंद्रे स्थापन केली जातील.'

२) उच्च शिक्षण

या धोरणात उच्च शिक्षणाच्या संरचनेत बदल सुचवण्यात आले आहेत. त्यास अनुसरून संस्थांची पुनर्रचना आणि बळकटीकरणावर भर दिलेला आहे. 'व्यावसायिक शिक्षणासह उच्च शिक्षणामधील सकल नोंदणी गुणोत्तर २०३५ पर्यंत २६.३ टक्के (२०१८) वरून ५० टक्क्यांपर्यंत वाढविण्याचे उद्दिष्ट असेल. ही उद्दिष्टे गाठण्यासाठी अनेक नवीन संस्था विकसित केल्या जातीलच; पण विद्यमान संस्थांचे एकत्रीकरण, त्यांचा लक्षणीय विस्तार, तसेच सुधारणा करूनदेखील क्षमतानिर्मितीचा एक मोठा भाग साध्य केला जाईल.'

उच्च शिक्षणात पायाभूत सुविधा वृद्धीवर या धोरणात भर दिल्याचे वरील तरतुदींवरून लक्षात येते. काही पायाभूत सुविधा अशा सांगता येतील.

१. सरकारी आणि खाजगी अशा दोन्ही संस्थांमध्ये वाढ होईल, सोबतच

मोठ्या संख्येने उत्कृष्ट सरकारी संस्था विकसित करण्यावर भर दिला जाईल.

२. २०२०पर्यंत प्रत्येक जिल्ह्यात किंवा जवळपास, किमान एक मोठे HEI असेल.
३. २१व्या शतकाच्या गरजा लक्षात घेऊन नवीन शैक्षणिक केंद्रांची उभारणी केली जाईल.
४. सर्व उच्च शिक्षण संस्था पायाभूत सोयीसुविधांसह सुसज्ज ठेवल्या जातील, ज्यात, पिण्याचे स्वच्छ पाणी, स्वच्छ आणि वापरात असलेली शौचालये, भित्ती फळे, कार्यालये, अध्यापन साहित्य पुरवठा, ग्रंथालये, प्रयोगशाळा आणि सुखदायी वर्गखोल्या आणि कॅम्पस यांचा समावेश असेल. प्रत्येक वर्गखोलीत अद्ययावत शैक्षणिक तंत्रज्ञान उपलब्ध असेल.
५. भारताच्या संविधानाच्या अनुसूची आठमध्ये नमूद भाषांच्या विकासासाठीच्या पायाभूत सुविधा पुरवल्या जातील.
६. जागतिक दर्जाच्या डिजिटल पायाभूत सुविधा उपलब्ध करून दिल्या जातील. याबाबत धोरणातील तरतूद अशी आहे. 'भारताचा मोठा आकार, विविधता आणि उपकरणांची उपलब्धता यावर उपाय म्हणून एकाहून अधिक प्लॅटफॉर्मद्वारा आणि विशिष्ट उपायांद्वारे वापरात येईल अशा, मुक्त, आंतरकार्यक्षम (इंटरऑपटेबल), विकसनक्षम, सार्वजनिक डिजिटल पायाभूत सुविधा शिक्षण क्षेत्रात निर्माण करण्यासाठी गुंतवणूक केली जाईल.'

शालेय अणि उच्च शिक्षणात ज्या पायाभूत सुविधांची आवश्यकता धोरणात घेतली आहे त्याची नोंद वरीलप्रमाणे घेता येईल. हा खर्च खूप मोठा असला तरी तो अत्यावश्यक असल्याने टाळता येणारा नाही. त्यासाठीचा निधी एकदाच उपलब्ध करावा लागेल (पुढील काळात फक्त देखभालीचा (मेन्टेनन्स) खर्च करावा लागेल). यासाठी शासनास शिक्षणावरील नियमित सार्वजनिक गुंतवणुकीव्यतिरिक्त आर्थिक तरतूद करावी लागेल.

दर्जेदार प्रारंभिक बाल्यावस्था संगोपन व शिक्षणाची सार्वत्रिक तरतूद

शालेय शिक्षणाचा १९८६च्या धोरणातील आराखडा १०+२+३ असा होता. म्हणजेच शालेय शिक्षणाची सुरुवात इयत्ता पहिलीच्या वर्गापासून सुरू होत असे. आता २०२० च्या धोरणाने शालेय शिक्षणाची सुरुवात मुलाच्या वयाच्या तिसऱ्या वर्षापासून गृहीत धरून तीन ते अठरा वयोगटाला समाविष्ट करणारी ५+३+३+४

अशी अभ्यासक्रमाची पुनर्रचना स्वीकारल्याने तीन ते सहा वयोगटासाठीच्या म्हणजेच प्रारंभिक बाल्यावस्था संगोपन आणि शिक्षण पायाभूत घटक मानण्यात आला आहे. त्यामुळे या शिक्षणावर होणाऱ्या सर्व खर्चाचा समावेश आर्थिक तरतुदींमध्ये करावा लागणार आहे. मुख्य खर्चाच्या बाजू पुढीलप्रमाणे असतील.

१. प्रारंभिक बाल्यावस्था संगोपन शिक्षणासाठी आवश्यक त्या पायाभूत सुविधा, अध्ययन संसाधने विकसित करणे, यामध्ये होणारी गुंतवणूक.

२. पायाभूत सुविधा दोन पातळ्यांवर पुरवाव्या लागतील. प्रथम, जिथे अंगणवाड्या / बालवाडी / पूर्वप्राथमिक वर्ग असतील त्यामध्ये पर्याप्त सुधारणा करणे आणि ज्या भागात या सुविधा नाहीत तिथे त्या सुविधा नव्याने उभ्या करणे.

३. प्रारंभिक बाल्यावस्था संगोपन शिक्षणासाठी जी केंद्रे कार्यरत राहतील तेथील इमारती हवेशीर, सुसज्ज, मुलांसाठी अनुकूल, योग्य बांधकाम असलेली आणि समृद्ध अध्ययन वातावरण असलेली राहतील.

४. प्रत्यक्षात कार्यरत असलेल्या अंगणवाडी सेविका / शिक्षकांना बालसंगोपन कार्यक्रमानुवर्ती कार्य करण्याच्या क्षमता विकसित करण्यासाठी प्रशिक्षण द्यावे लागेल.

५. अंगणवाड्या / बालवाड्यांची संख्या वाढणार असल्याने त्या सक्षमपणे चालवण्याकरिता नवीन शिक्षकांच्या नियुक्त्या कराव्या लागतील.

६. अंगणवाडी केंद्रात शिकणाऱ्या मुलांना माध्यान्ह भोजनाचा कार्यक्रम लागू केला जाणार आहे. मुलांची नियमित आरोग्य तपासणी केली जाईल.

७. प्रारंभिक बाल्यावस्था शैक्षणिक संस्थांचा लक्षणीयरीत्या विस्तार आणि बळकटीकरण करण्यावर जास्त भर दिला जाणार आहे.

• पायाभूत साक्षरता आणि संख्याज्ञान सुनिश्चित करणे

प्राथमिक शाळेत असलेल्या अंदाजे पाच कोटींपेक्षा जास्त विद्यार्थ्यांनी मूलभूत साक्षरता आणि संख्याज्ञान याची क्षमता प्राप्त केलेली नाही. त्यामुळे सर्व मुलांसाठी मूलभूत साक्षरता आणि संख्याज्ञान साध्य करणे हे एक तातडीचे राष्ट्रीय अभियान बनवले जाणार आहे. त्यासाठी –

१. राष्ट्रीय मूलभूत साक्षरता आणि संख्याज्ञान मिशनची प्राधान्याने स्थापना केली जाईल.

२. शिक्षकांच्या रिक्त जागा लवकरात लवकर कालबद्ध पद्धतीने भरल्या जातील.

३. शिक्षकांच्या जागा भरत असताना ३०:१ विद्यार्थी-शिक्षक प्रमाण पाळले जाईल. तसेच, सामाजिक, आर्थिकदृष्ट्या वंचित विद्यार्थी असलेल्या भागात

२५:१ विद्यार्थी-शिक्षक प्रमाण लक्षात घेतले जाईल.

४. सर्व स्तरावरील विद्यार्थ्यांसाठी मनोरंजक आणि प्रेरणादायी पुस्तके विकसित केली जातील.

५. सार्वजनिक आणि शालेय वाचनालयांचा लक्षणीयरीत्या विस्तार केला जाईल.

६. डिजिटल वाचनालयेसुद्धा स्थापन केली जातील.

• शाळा संकुल / क्लस्टर्सना पुरेशी आणि योग्य संसाधने प्रदान करणे

छोट्या शाळा आर्थिकदृष्ट्या कमी दर्जाच्या ठरतात. छोट्या शाळांना पुरेशा पायाभूत सुविधा आणि मानवी संसाधने पुरेशा प्रमाणात मिळत नसल्याने शिक्षणाच्या गुणवत्तेवर त्याचा परिणाम होतो. तसेच, छोट्या शाळा या शासन आणि व्यवस्थापनासाठी व्यवस्थात्मक आव्हान ठरतात, असे २०२० चे राष्ट्रीय शिक्षण धोरण मानते. यावर उपाय म्हणून शाळा संकुल या संकल्पनेचा स्वीकार या धोरणाने केला आहे. यामध्ये एक माध्यमिक शाळा असेल आणि त्याचबरोबर पाच ते दहा किलोमीटर परिसरातील अंगणवाड्यांसहित आजूबाजूच्या इतर शाळा असतील. या यंत्रणेच्या माध्यमातून प्रत्येक शाळेला पुढील गोष्टी पुरवण्याचे आश्वासित केले आहे.

‘शाळांचे गट तयार करण्यासाठी किंवा त्यांना तर्कसंगत स्वरूप देण्यासाठी, राज्य / केंद्रशासित प्रदेशांकडून नावीन्यपूर्ण यंत्रणेचा अवलंब करून, सन २०२५ पर्यंत या आव्हानांचे निराकरण केले जाईल. प्रत्येक शाळेला पुढील गोष्टी उपलब्ध असतील याची सुनिश्चिती करणे हा या हस्तक्षेपामागचा उद्देश असेल. (अ) पुरेशा प्रमाणात समुपदेशक, प्रशिक्षित समाजसेवक, तसेच कला, संगीत, शास्त्र, क्रीडा, भाषा, व्यावसायिक विषय इत्यादींसह सर्व विषय शिकवण्यासाठी शिक्षक (सामायिक किंवा अन्यथा) (ब) पुरेशा प्रमाणात साधने (सामायिक किंवा अन्यथा) उदा. ग्रंथालय, शास्त्र प्रयोगशाळा, संगणक प्रयोगशाळा, कौशल्यांसाठी प्रयोगशाळा, खेळाचे मैदान, क्रीडा साहित्य आणि सुविधा इत्यादी (क) शिक्षक, विद्यार्थी आणि शाळा यांच्यात असलेल्या विभक्तपणाच्या समस्येवर मात करण्यासाठी, एकत्रित व्यावसायिक विकास कार्यक्रम, अध्यापन-अध्ययन आशयाची देवाण-घेवाण, एकत्रितपणे आशयनिर्मिती, कला आणि शास्त्र प्रदर्शने, क्रीडा स्पर्धा, प्रश्नमंजूषा, वादविवाद आणि मेळावे यांसारखे उपक्रम एकत्रितपणे भरवून, समुदायाचा भाग असल्याची भावना निर्माण करणे (ड) दिव्यांग मुलांच्या शिक्षणासाठी सर्व शाळांमधून सहयोग आणि साहाय्य (इ) सर्व बारीकसारीक निर्णय प्रत्येक शाळेच्या गटामधील मुख्याध्यापक, शिक्षक आणि इतर हितसंबंधींकडे सुपूर्द करून, पायाभूत स्तर ते माध्यमिक स्तर

यामधील अशा सर्व गटांना एकात्मिक गटांना एकात्मिक अर्ध-स्वायत्त संस्था / युनिटचा दर्जा देऊन, शालेय प्रणालीच्या शासनामध्ये सुधारणा करणे.'

या सुविधा उपलब्ध करून देण्यासाठी मोठ्या प्रमाणात आर्थिक तरतूद करावी लागेल.

नाष्टा आणि माध्यान्ह भोजन

शाळांमध्ये शिकणाऱ्या मुलांना दुपारचे जेवण देण्याची योजना पूर्वीपासून अस्तित्वात आहे. विद्यार्थ्यांच्या उत्कृष्ट आरोग्यासाठी उपयुक्त असा हा उपक्रम ठरला. तथापि, अपुऱ्या आर्थिक तरतुदीमुळे आणि अंमलबजावणीमधील काही मानवी कमतरतांमुळे दुपारचे जेवण देण्याच्या उपक्रमावर टीका होऊ लागली. ही बाब लक्षात घेता या धोरणात यथायोग्य सुधारणा करणे निश्चित केले. जर सकाळी वेळेत पौष्टिक नाष्टा मिळाला तर अवघड विषयांचे आकलनही उत्तम होण्यास त्याची मदत होते, ही गोष्ट लक्षात घेऊन दुपारच्या जेवणाव्यतिरिक्त एक साधा पण पौष्टिक नाष्टा मुलांना देण्याचे निश्चित करण्यात आले आहे. ही योजना शालेय शिक्षणातील सर्व स्तरांवरील विद्यार्थ्यांना (१२ वी पर्यंत) लागू करण्याची शिफारस डॉ. के. कस्तुरीरंगन आयोगाने केली आहे. तिचा आधार घेऊन या शिफारशीची प्रत्यक्ष अंमलबजावणी कशी करावी यावर विचार होईल. या योजनेचे यश, अर्थातच, सुरक्षित आणि उत्तम दर्जाचा पौष्टिक नाष्टा आणि जेवण वेळेवर पुरवठा करणे यावर अवलंबून आहे. या योजनेची आर्थिक बाजू पाहिली तर सकाळच्या नाष्ट्याचा जादाचा खर्च करावा लागणार आहे. याचबरोबर वाढत्या महागाईबरोबर अन्नधान्याच्या दरात वारंवार होणारी वाढ लक्षात घेता त्यावर होणारा आवर्ती खर्च वाढत जाणार हे स्वाभाविक आहे. याचा परिणामही आर्थिक गुंतवणुकीवर होईल.

अध्यापकांचे शिक्षण ...

राष्ट्रीय शिक्षण धोरण, २०२० ने शालेय शिक्षणापासूनच बहुशाखीय शिक्षण पद्धतीचा स्वीकार केलेला आहे. म्हणजेच शिक्षण वितरण व्यवस्थेत आमूलाग्र बदल अपेक्षित आहेत. या धोरणाची स्वीकृती करीत असताना जी उदात्त ध्येये डोळ्यांसमोर ठेवली आहेत ती प्रत्यक्षात आणण्याचे काम शिक्षकांना करावे लागेल. 'शिक्षकांच्या प्रशिक्षणाची गुणवत्ता, भरती, नेमणूक, सेवेच्या अटी आणि शिक्षकांचे सक्षमीकरण या बाबी जशा असायला हव्यात तशा नाहीत आणि त्यामुळे शिक्षकांची गुणवत्ता आणि प्रेरणा अपेक्षित निकषांपर्यंत पोहोचत नाही' असे या धोरणात नमूद केले आहे. त्यादृष्टीने अध्यापकांच्या शिक्षणाकडे लक्ष देण्यात येईल.

या धोरणाच्या अंमलबजावणीतील शिक्षकांचा सकारात्मक, अर्थपूर्ण सहभाग

वाढावा यासाठी अध्यापकांच्या शिक्षणावर दुहेरी विचार केला आहे.

१. मनुष्य हा सतत शिकत असतो. त्यास आजीवन शिक्षण म्हटले आहे. शिक्षक हा शैक्षणिक प्रक्रियेचा अत्यंत महत्त्वाचा घटक असल्याने तो अनौपचारिक पद्धतीने सतत शिकत राहील हे गृहीत धरले तरीही, त्यास त्याची व्यावसायिक कौशल्ये विकसित करण्यासाठी आणि ज्ञानक्षेत्रात सतत होत असलेल्या क्रांतीशी जोडले जाण्यासाठी, उद्‌बोधनाची गरज असते. अशी उद्‌बोधने सातत्यपूर्ण असावी लागतात. सध्या आठ दशलक्ष शिक्षकांचे उद्‌बोधन २०२० धोरणानुवर्ती होण्याची गरज आहे.

२. या धोरणाचा भर एकात्मिक बहुशाखीय शिक्षणावर केंद्रित झालेला आहे. त्यामुळे ज्या व्यक्ती नव्याने शिक्षकी पेशात येऊ इच्छितात त्यांना बहुशाखीय इनपुट्स देणे आवश्यक असल्याने त्यांना त्या दिशेने शिक्षण देणे गरजेचे ठरते. त्यादृष्टीने सर्व शिक्षक शिक्षण कार्यक्रम संयुक्त बहुशाखीय संस्थांमध्ये राबवले जातील. याचाच एक भाग म्हणून देशामधील शिक्षक शिक्षण कार्यक्रम म्हणजेच एकात्मिक बी.एड. कार्यक्रम, चार वर्षे कालावधीचा केला जाईल. यामधून अपेक्षित असलेल्या उच्च दर्जाच्या शिक्षक शिक्षण कार्यक्रमासाठी नव्याने पायाभूत, शैक्षणिक सुविधा उपलब्ध करणे आवश्यक आहे.

विद्यापीठे आणि महाविद्यालये

उत्कृष्टतेस उत्तेजन देण्यासाठी महाविद्यालये आणि विद्यापीठांमध्ये सुधारणा करण्याच्या दृष्टीने देशात प्रचलित असलेल्या उच्च शिक्षण संस्थांच्या पुनर्रचनेचे धोरण स्वीकारले आहे. संलग्न विद्यापीठ ही संकल्पना हळूहळू नष्ट होईल. संलग्न विद्यापीठाशी 'संलग्नित महाविद्यालये' ही व्यवस्था २०३५ला बंद होईल. त्यानंतर उच्च शिक्षण क्षेत्रात 'संशोधनकेंद्रित विद्यापीठे', 'अध्यापनकेंद्रित विद्यापीठे' आणि 'स्वायत्त महाविद्यालये' अशी संस्थात्मक संरचना असेल. या सर्व संस्था बहुशाखीय असतील. या नवीन संस्थात्मक संरचनेचे बळकटीकरण करण्यासाठी मोठ्या प्रमाणात गुंतवणूक अपेक्षित आहे. डॉ. के. कस्तुरीरंगन आयोगाने सूचित केल्याप्रमाणे नव्याने स्थापन होणारी १५०-३०० संशोधनकेंद्रित विद्यापीठे, एक हजार - दोन हजार अध्यापनकेंद्रित विद्यापीठे आणि पाच हजार - दहा हजार स्वायत्त महाविद्यालये सशक्त करण्यासाठी म्हणजे शिक्षक, अध्ययनसामुग्री, पायाभूत सुविधा आणि देखभाल इत्यादीवर जादाचा खर्च करावा लागेल. याचबरोबर या संस्थांमध्ये होणारे संशोधन आणि व्यावसायिक शिक्षण या शाखा समृद्ध करण्यासाठी पुरेशी गुंतवणूक अपरिहार्य ठरते.

याशिवाय अस्तित्वात असलेली विद्यापीठे आणि महाविद्यालये पुनर्रचित

व्यवस्थेत प्रवेश करतील. त्यावेळी त्यांच्यावरही काही प्रमाणात खर्च करावा लागेल. दर्जेदार शिक्षणाच्या सर्व भौतिक सुविधा उपलब्ध करून द्याव्या लागतील. शिवाय या संस्थांमध्ये रिक्त असलेली शिक्षकांची पदे भरावी लागतील. हा खर्च आवर्ती खर्च (Recurring Expenditure) असेल.

संशोधन

राष्ट्र विकासात संशोधनाचे महत्त्व लक्षात घेऊन या धोरणात संशोधनावर खास लक्ष केंद्रित केले आहे. जगातल्या मोठ्या तीन अर्थव्यवस्थांपैकी एक बनण्यासाठी संशोधनास बळकटी देण्यात आली आहे. त्यासाठी राष्ट्रीय संशोधन फाउंडेशनची स्थापना केली जाणार आहे.

राष्ट्रीय संशोधन फाउंडेशनला शास्त्र, तंत्रज्ञान या क्षेत्रांमधील संशोधनास चालना देण्यासाठी अत्याधुनिक संशोधन उपकरणांनी सज्ज प्रयोगशाळा उभी करण्यावर खर्च करावा लागेल. मानव्यशास्त्र शाखेकडील संशोधन हा दुर्लक्षित घटक राहिला असल्याने तो सशक्त बनविण्यासाठी या शाखेकडील संशोधकांना मोठ्या प्रमाणात संशोधन निधी उपलब्ध करून दिला जाईल. याशिवाय संशोधनात नावीन्यपूर्णता यावी यासाठी संशोधकांची संख्या वाढणे, विविध विद्याशाखांमधील संशोधनात वाढ होणे, बहुशाखीय संशोधनास गती देणे आणि हे करण्यासाठी विविध क्षेत्रांतील संशोधकांना संशोधन हाती घेण्यासाठी प्रोत्साहित करण्याकडे लक्ष दिले जाईल. राष्ट्रीय संशोधन फाउंडेशनकडून शैक्षणिक संस्था, विद्यापीठे, महाविद्यालये, शाळा, संशोधन संस्था इत्यादींना संशोधन साहाय्य पुरवले जावे, अशी अपेक्षा आहे. याशिवाय गुणवत्तापूर्ण संशोधनात भरीव कामगिरी करणाऱ्या संशोधकांना प्रोत्साहनपर आर्थिक अनुदान, ॲवॉर्ड, स्कॉलरशिप्स इत्यादीही पुरवल्या जातील.

याचाच अर्थ असा की, संशोधनासाठी मोठ्या प्रमाणात आर्थिक साहाय्य उपलब्ध करून द्यावे लागेल. संशोधन निधी उभा करण्याबाबत धोरणात दिशा स्पष्ट केली आहे. त्यानुसार 'विज्ञान आणि तंत्रज्ञान विभाग (DST), अणु ऊर्जा विभाग (DAE), जैव तंत्रज्ञान विभाग (DBT), भारतीय कृषी संशोधन परिषद (ICAR), भारतीय वैद्यकीय संशोधन परिषद (ICMR), भारतीय इतिहास संशोधन परिषद (ICHR) आणि विद्यापीठ अनुदान आयोग (UGC) सारख्या सध्या काही पातळीवर संशोधनास अर्थसाहाय्य देणाऱ्या संस्था, तसेच विविध खाजगी आणि धर्मादाय संस्था, त्यांच्या प्राधान्यक्रम आणि गरजांनुसार संशोधनास स्वतंत्रपणे अर्थसाहाय्य पुरवणे सुरू ठेवतील.'

राष्ट्रीय संशोधन फाउंडेशनकडून गुणवत्तापूर्ण संशोधनात वेगाने वाढ करण्यासाठी सध्याच्या ०.६९ टक्के GDP गुंतवणुकीत (२००८ला ही गुंतवणूक GDPच्या

०.८४टक्के होती) वाढ झाली पाहिजे. डॉ. के. कस्तुरीरंगन आयोगाने राष्ट्रीय संशोधन फाउंडेशनला सुरुवातीच्या काळात वर्षाला २०,००० कोटी रुपये उपलब्ध करून द्यावेत आणि ही रक्कम कालौघाबरोबर वाढवली पाहिजे, असे म्हटले आहे.

◗ तंत्रज्ञान आणि ऑनलाईन शिक्षण

दर्जेदार शिक्षणाचे एक पर्यायी माध्यम म्हणून ऑनलाईन आणि डिजिटल शिक्षण तंत्रज्ञानाचा समान वापर करण्याचे या धोरणात ठरविले आहे. या पर्यायाचा उपयोग शालेय शिक्षणापासून केला जाईल. तथापि, उच्च शिक्षणातील हा एक सशक्त पर्याय म्हणून वापरला जाण्याची मोठी शक्यता आहे. विद्यापीठ अनुदान आयोगाने देशातील विद्यापीठांव्यतिरिक्त 'अ' श्रेणीप्राप्त महाविद्यालयांपैकी ९०० महाविद्यालयांना ऑनलाईन अभ्यासक्रम देण्याबाबत मान्यता दिली आहे. तसेच ऑनलाईन अभ्यासक्रम विकसित करण्यासाठी काही खाजगी कंपन्यांना कामही दिले आहे. तंत्रज्ञानाचा वापर आणि ऑनलाईन या पर्यायांचा वापर करण्यासाठी अनेक पूरक सुविधांची उपलब्धता आवश्यक आहे. त्यामध्ये ऑनलाईन अध्यापन प्लॅटफॉर्म आणि साधने, मजकूरनिर्मिती, डिजिटल भांडार आणि प्रसार, व्हर्च्युअल प्रयोगशाळा, शिक्षकांना प्रशिक्षण आणि प्रोत्साहन, अध्ययनाची विविध मॉडेल्स विकसित करणे इत्यादींचा समावेश होईल. यासाठीही आर्थिक गुंतवणुकीची आवश्यकता राहणार आहे.

ब) निधी कसा उपलब्ध होऊ शकेल?

राष्ट्रीय शिक्षण धोरणातील शैक्षणिक उपक्रम अमलात आणण्यासाठी आवश्यक निधी कसा उपलब्ध केला जाईल यावरही या धोरणात विचार केला आहे.

देशातील शिक्षण व्यवस्थेवर GDP च्या सहा टक्के एवढा खर्च करण्यासाठी केंद्र आणि राज्ये एकत्रपणे काम करतील.

याशिवाय निधी उभारणीसाठी इतरही मार्गांचा अवलंब केला जाईल. त्यानुसार हे धोरण शिक्षण क्षेत्रातील खाजगी धर्मादाय कार्याचे पुनरुज्जीवन, सक्रिय प्रसार आणि साहाय्य यांचेही समर्थन करते. विशेषत:, जे सार्वजनिक अर्थसंकल्पीय साहाय्य त्यांना अन्यथादेखील मिळाले असते, त्याव्यतिरिक्त शैक्षणिक अनुभव सुधारण्याच्या हेतूने, कोणतीही सार्वजनिक संस्था खाजगी धर्मादाय निधी उभारण्यासाठी पावले उचलू शकते.'

यावरून असे स्पष्ट होते की,

१. निधी उभारणीमध्ये केंद्र आणि राज्य सरकारे या प्रमुख संस्था असतील.

२. दि कंपनीज ॲक्ट, २०१३ नुसार व्यावसायिक आणि औद्योगिक महामंडळे

यांनी सामाजिक जबाबदारी म्हणून आपल्या नफ्यातील काही भाग सामाजिक उपक्रमांवर खर्च करावा, असे स्पष्ट करण्यात आले आहे. या प्रकारचा खर्च करण्याच्या बाबींची यादीही तयार करण्यात आली आहे. या यादीत शिक्षणावरील खर्चास प्राधान्य देण्यात आले आहे. या धोरणानुसार खाजगी/ सार्वजनिक संस्था या दिशेने धर्मादाय निधी उभारण्यासाठी पावले उचलतील.

३. विद्यार्थ्यांच्या माजी संघटना आणि स्थानिक सामाजिक संस्थांकडून निधी उभा करणे. जुन्या आणि मान्यताप्राप्त संस्था या माध्यमातून चांगला निधी उभारू शकतात.

   याशिवाय हिंदू मठ / आश्रम, ख्रिश्चन मिशनरी संस्था, इस्लामिक ट्रस्ट, बौद्ध आणि जैन समाज, गुरुद्वारा इत्यादी संस्था शिक्षण प्रसारासाठी साहाय्य करीत आल्या आहेत. ही परंपरा सुदृढ करण्यावर भर देऊन शैक्षणिक निधीची उपलब्धता केली जाईल.

४. ज्या विद्यार्थ्यांची शैक्षणिक शुल्क भरण्याची क्षमता आहे त्यांना त्यांच्या शिक्षणासाठी शुल्क भरण्यास प्रोत्साहित करणे/त्यांच्याकडून शैक्षणिक शुल्क घेऊन शिक्षणाची संधी उपलब्ध करून देणे.

निधी उभारणीच्या या पर्यायांपैकी शासनाकडून GDPच्या सहा टक्के निधी, तसेच व्यावसायिक आणि औद्योगिक महामंडळाकडून उभारावयाचा निधी हे महत्त्वाचे स्रोत आहेत. अर्थात अपेक्षित निधी यातून उभा राहतो, असा इतिहास नाही. विद्यार्थ्यांच्या फीमधून काही रक्कम उभी राहील. क्रमांक ३ मधील संघटना आणि संस्थांकडून जो निधी प्राप्त व्हावा अशी अपेक्षा आहे ती वैयक्तिक स्वरूपाची आहे. त्यामुळे हे पर्याय फारसे लक्षात घेण्यासारखे वाटत नाहीत. पैकी धार्मिक विश्वस्तांकडून निधी प्राप्त व्हावा हा तर एक सदिच्छात्मक प्रकार वाटतो; कारण त्यांच्याकडून निधी प्राप्त व्हावा यासाठी कंपनीज ॲक्ट, २०१३ प्रमाणे कोणताही कायदा कोणतेही सरकार करणार नाही.

क) अपुरी गुंतवणूक

राष्ट्रीय शिक्षण धोरण, २०२० मध्ये शिक्षणासाठी अत्यावश्यक खर्चाच्या बाजू आणि त्यासाठी अपेक्षित निधी उपलब्ध करण्याचे मार्ग पाहिल्यानंतर गुंतवणुकीचे वास्तव काय आहे ते पाहिले तरच या धोरणात निश्चित केलेली उद्दिष्टे साध्य होण्यात कोणते अडथळे येण्याची शक्यता आहे याचा अंदाज बांधता येऊ शकेल.

प्रथमत:, धोरणात्मक पातळीवरील गोष्ट पाहिली तर १९६८, १९८६ ची शिक्षण धोरणे यांनी GDPच्या किमान सहा टक्के खर्च शिक्षणावर केला पाहिजे असे धोरण स्वीकारले होते. त्याचाच पुनरुच्चार राष्ट्रीय शिक्षण धोरण, २०२० ने

आहेच. तसेच, एक व्यावहारिक मार्गदेखील सांगितला आहे. तो म्हणजे सार्वजनिक खर्चाच्या २० टक्के खर्च. हा आकडा सहा टक्के GDPच्या कमी प्रमाणात येतो. आयोगाच्या म्हणण्यानुसार सध्या सार्वजनिक खर्चाच्या दहा टक्के खर्च शिक्षणावर केला जातो. यावेळी GDPच्या २.७ टक्के हा खर्च राहतो. या मांडणीतही विसंगती दिसून येते.

हे धोरण शिक्षणात आमूलाग्र बदल करू इच्छिते. त्यादृष्टीने शालेय शिक्षणात तीन ते सहा वयोगट जोडण्यात आलेला आहे. ५+३+३+४ मध्ये अनेक पायाभूत शैक्षणिक इत्यादी गोष्टी नव्याने साध्य करावयाच्या आहेत. उच्च शिक्षणात भविष्योन्मुखी दृष्टिकोन स्वीकारला आहे. संशोधनावर भर दिला आहे. तंत्रज्ञानाचा मोठ्या प्रमाणावर वापर होणार आहे. व्यावसायिक शिक्षण, प्रौढ शिक्षण, भाषासंवर्धन, ऑनलाईन, डिजिटल शिक्षण यांच्या प्रभावी अंमलबजावणीवर हे धोरण लक्ष केंद्रित करते. या सर्व गोष्टी लक्षात घेतल्या तर GDPच्या ६ : गुंतवणूकसुद्धा अपुरी पडेल.

◆

समारोप

'... भारतीय असल्याचा सखोल अभिमान विद्यार्थ्यांच्या केवळ विचारांमध्येच नव्हे तर त्यांच्या व्यवहारात, बुद्धीमध्ये आणि कृतीमध्येदेखील रुजवणे, तसेच मानवी हक्क, शाश्वत विकास आणि जीवनमान यांच्याशी जबाबदारीपूर्ण बांधीलकीचे समर्थन करणारे ज्ञान, कौशल्ये, मूल्ये आणि स्वभाव विकसित करणे, जेणेकरून ते खऱ्या अर्थाने एक वैश्विक नागरिक बनतील' या शब्दांत राष्ट्रीय शिक्षण धोरण, २०२० ची दूरदृष्टी स्पष्ट करण्यात आली आहे.

त्याचबरोबर २०३०-२०३२ च्या दरम्यान देश 'Ten Trillion Economy' बनण्यास पोषक शिक्षण धोरण निश्चित करण्यात आले आहे.

याचाच अर्थ असा आहे की, शिक्षण धोरण ठरवण्यापूर्वीच उद्दिष्टे ठरवली आणि ती प्रत्यक्षात यावीत यासाठी शिफारशी/तरतुदी करण्यात आल्या. हे पाहता या धोरणातील काही तरतुदी अशा आहेत की, त्याचे मन:पूर्वक स्वागत केले पाहिजे. तथापि, उचित ध्येय गाठण्याच्या मोहात या धोरणात काही त्रुटी राहून गेल्या आहेत. त्यावर खरे तर मुळातच डॉ. के. कस्तुरीरंगन आयोगाने सखोल विचार करावयास हवा होता. तसा विचार न झाल्याने धोरणात त्रुटी राहून गेल्या आहेत. आता धोरणाची अंमलबजावणीही सुरू झाली आहे. अशा वेळी धोरणातील त्रुटी दूर करण्याची संधी शासनास, अंमलबजावणी यंत्रणांस असते; परंतु या टप्प्यावरही काही त्रुटी दुर्लक्षित राहत आहेत. उदाहरणार्थ, या धोरणातील अनेक तरतुदी शैक्षणिक निर्णय प्रक्रियेचे केंद्रीकरणाकडे झुकलेल्या / एकांगी स्वरूपाच्या आहेत, तरीही त्यावर अंमल सुरू झाला आहे.

भारतासारख्या देशात कोणतेही धोरण तयार करताना / स्वीकृत करताना किंवा त्याची अंमलबजावणी करीत असताना ते धोरण भारताच्या संविधानात स्पष्टपणे

नमूद केलेल्या मूल्यप्रणालीशी सुसंगत असलेच पाहिजे. या संदर्भात केशवानंद विरुद्ध केरळ राज्य (१९७३) या खटल्याचा संदर्भ महत्त्वाचा ठरतो. हा खटला सर्वोच्च न्यायालयाच्या १३ न्यायमूर्तींच्या खंडपीठासमोर चालला. या खटल्यावर निर्णय देत असताना या खंडपीठाने संविधानाच्या गुणविशेषांना कोणताही धक्का पोहोचणार नाही याची काळजी संसदेने घेतली पाहिजे, असे नमूद करून संविधानाचे श्रेष्ठत्व स्पष्ट केले होते. ते गुणविशेष पुढीलप्रमाणे होत.

१. संविधानाची सर्वोच्चता
२. कायद्याचा अंमल
३. सत्ता विभाजनाचे तत्त्व
४. संविधानाच्या प्रास्ताविकात देण्यात आलेले उद्देश
५. न्यायालयीन पुनर्विलोकन-अनुच्छेद ३२
६. संघराज्य व्यवस्था
७. धर्मनिरपेक्षता
८. सार्वभौम, लोकसांघिक, गणराज्य संरचना
९. व्यक्तीचे स्वातंत्र्य आणि प्रतिष्ठा
१०. राष्ट्राची एकता आणि एकात्मता
११. समानतेचे तत्त्व आणि समान न्यायाची संकल्पना
१२. संविधानाच्या तिसऱ्या भागातील मूलभूत अधिकार
१३. लोककल्याणकारी राज्याच्या उभारणीसाठी संविधानाच्या चौथ्या भागातील सामाजिक आणि आर्थिक न्यायाच्या संकल्पनांचा अंमल
१४. मूलभूत अधिकार आणि मार्गदर्शक तत्त्वांमधील समतोल
१५. संसदीय शासनप्रणाली
१६. मुक्त आणि यथार्थ निवडणुकांचे तत्त्व
१७. अनुच्छेद ३६८ ने प्रदान केलेल्या संविधान दुरुस्ती करण्यावरील मर्यादांचे पालन
१८. न्यायालयांचे स्वातंत्र्य
१९. न्यायाची प्रभावी हाताळणी
२०. सर्वोच्च न्यायालयाचे अनुच्छेद ३२, १३६, १४१, १४२ खाली दिलेले अधिकार.

यावरून संविधानाचे श्रेष्ठत्व लक्षात येते.

म्हणूनच भारतासाठी कोणतेही धोरण निश्चित करीत असताना सदर गुणविशेषांना आपण हाती घेत असलेल्या धोरणाने छेद जाणार नाही, याची खबरदारी घेण्याची जबाबदारी शासनाची असते.

या पार्श्वभूमीवर या धोरणामधील तरतुदी लक्षात घेतल्या तर भारताच्या संविधानातील मूल्य व्यवस्थेस आणि न्यायालयाने स्पष्ट केलेल्या गुणविशेषांना छेद देणाऱ्या तरतुदी प्रत्यक्ष / अप्रत्यक्ष स्वरूपात धोरणात समाविष्ट झाल्या आहेत.

कोणतेही धोरण कितीही निर्दोष करावयाचे ठरवले तरी त्यामध्ये काही त्रुटी राहून जाणे शक्य असते; परंतु अशा त्रुटी निदर्शनास आल्यानंतर, धोरण तयार करताना धोरणाच्या अंमलबजावणीच्यावेळी त्या त्रुटी दूर करणे शक्य असते/ आवश्यक असते. शेवटी ज्या देशासाठी धोरणे बनवली जातात त्या देशाच्या मूलभूत वैचारिक बैठकीवर ती चपखल बसली पाहिजेत. आपल्या देशाची मूलभूत वैचारिक बैठक म्हणजे भारताचे संविधान होय. म्हणूनच राष्ट्रीय शिक्षण धोरण, २०२०ची अंमलबजावणी होत असताना ती कुठेही संविधानात्मक मूल्यव्यवस्थेस छेद देत नाही ना हे पाहणेही धोरणकर्त्यांची जबाबदारी आहे. तथापि, असे जेव्हा घडत नाही किंवा तसे घडू नये म्हणून त्याकडे हेतुत: दुर्लक्ष केले जाते त्यावेळी संविधानात्मक मूल्यव्यवस्थेबरहुकूम धोरण बनवणे / त्यांची अंमलबजावणी करणे, हे पाहण्याची / ते प्रत्यक्षात आणण्यासाठीचे टोकाचे प्रयत्न करण्याची जबाबदारी लोकशाहीतील सार्वभौम सत्तेची म्हणजेच पर्यायाने त्या देशातील सुज्ञ नागरिकांची असते; कारण या देशाच्या उज्ज्वल भवितव्यासाठी आवश्यक मार्गदर्शन करणारे, वैज्ञानिक दृष्टिकोन ज्याचे प्रमुख अधिष्ठान आहे, असे भारताचे संविधान 'आम्हा भारताच्या लोकांचे' आहे. म्हणूनच राष्ट्रीय शिक्षण धोरण, २०२०च्या नावाखाली संविधानिक मूल्यांना छेद देणारे कोणत्याही प्रकारचे शैक्षणिक उपक्रम हाती घेतले जाणार नाहीत / अमलात आणले जाणार नाहीत, हे पाहणे आणि दुर्दैवाने तसे काही घडत असेल तर ते सर्वशक्तिनिशी थांबण्यासाठी यशस्वी लढा देणे यातच लोकशाहीप्रेमी / संविधानप्रेमी नागरिकांची सत्त्वपरीक्षा आहे.

◆

संक्षेपाक्षरांची यादी

ABC	ॲकॅडमिक बँक ऑफ क्रेडिट
AI	आर्टिफिशिअल इंटेलिजन्स
AC	ऑटोनॉमस डिग्री-ग्रॅन्टिंग कॉलेज
AEC	ॲडल्ट एज्युकेशन सेंटर
API	ॲप्लिकेशन प्रोग्रॅमिंग इंटरफेस
AYUSH	आयुर्वेदा, योगा ॲन्ड नॅचरोपॅथी, युनानी, सिद्धा ॲन्ड होमिओपॅथी
B.Ed.	बॅचलर ऑफ एज्युकेशन
BEO	ब्लॉक एज्युकेशन ऑफिसर
BITE	ब्लॉक इन्स्टिट्यूट ऑफ टीचर एज्युकेशन
BoA	बोर्ड ऑफ असेसमेन्ट
BoG	बोर्ड ऑफ गव्हर्नर्स
BRC	ब्लॉक रिसोर्स सेंटर
B.Voc.	बॅचलर ऑफ व्होकेशनल एज्युकेशन
CABE	सेन्ट्रल ॲडव्हायझरी बोर्ड ऑफ एज्युकेशन
CBCS	चॉइस बेस्ड क्रेडिट सिस्टिम
CBSE	सेन्ट्रल बोर्ड ऑफ सेकंडरी एज्युकेशन
CIET	सेन्ट्रल इन्स्टिट्यूट ऑफ एज्युकेशनल टेक्नॉलॉजी
CMP	करिअर मॅनेजमेन्ट ॲन्ड प्रोग्रेशन
CoA	कौन्सिल ऑफ आर्किटेक्चर
CPD	कन्टिन्यूअस प्रोफेशनल डेव्हलपमेन्ट

CRC	क्लस्टर रिसोर्स सेंटर
CWSN	चिल्ड्रेन विथ स्पेशल एनर्जी
DAE	डिपार्टमेन्ट ऑफ अॅटॉमिक एनर्जी
DBT	डिपार्टमेन्ट ऑफ बायोटेक्नॉलॉजी
DEO	डिस्ट्रिक्ट एज्युकेशन ऑफिसर
DIET	डिस्ट्रिक्ट इन्स्टिटट्यूट ऑफ एज्युकेशन अॅन्ड ट्रेनिंग
DIKSHA	डिजिटल इन्फ्रास्ट्रक्चर फॉर नॉलेज शेअरिंग
DSE	डिरेक्टरेट ऑफ स्कूल एज्युकेशन
DST	डिपार्टमेन्ट ऑफ सायन्स अॅन्ड टेक्नॉलॉजी
ECCE	अर्ली चाईल्डहूड केअर अॅन्ड एज्युकेशन
EEC	एमिनन्ट एक्स्पर्ट कमिटी
GCED	ग्लोबल सिटीझनशिप एज्युकेशन
GDP	ग्रॉस डॉमेस्टिक प्रॉडक्ट
GEC	जनरल एज्युकेशन कौन्सिल
GER	ग्रॉस एनरोलमेन्ट रेशो
GFR	जनरल फिनान्शिअल रुल
HECI	हायर एज्युकेशन कमिशन ऑफ इंडिया
HEGC	हायर एज्युकेशन ग्रॅन्ट्स कौन्सिल
HEI	हायर एज्युकेशन इन्स्टिटट्यूशन्स
ICAR	इंडियन कौन्सिल ऑफ अॅग्रिकल्चरल रिसर्च
ICHR	इंडियन कौन्सिल ऑफ हिस्टॉरिकल रिसर्च
ICMR	इंडियन कौन्सिल ऑफ मेडिकल रिसर्च
ICT	इन्फॉर्मेशन अॅन्ड कम्युनिकेशन टेक्नॉलॉजी
IDP	इन्स्टिटट्यूशनल डेव्हलपमेन्ट प्लॅन
IGNOU	इंदिरा गांधी नॅशनल ओपन युनिव्हर्सिटी
IIM	इंडियन इन्स्टिटट्यूट ऑफ मॅनेजमेन्ट
IIT	इंडियन इन्स्टिटट्यूट ऑफ टेक्नॉलॉजी
IITI	इंडियन इन्स्टिटट्यूट ऑफ ट्रान्सलेशन अॅन्ड इंटरप्रिटेशन
ISL	इंडियन साईन लॅंग्वेज
ITI	इंडस्ट्रियल ट्रेनिंग इन्स्टिटट्यूट
M.Ed.	मास्टर ऑफ एज्युकेशन
MBBS	बॅचलर ऑफ मेडिसिन अॅन्ड बॅचलर ऑफ सर्जरी
MERU	मल्टिडिसिप्लिनरी एज्युकेशन अॅन्ड रिसर्च युनिव्हर्सिटीज

MHFW	मिनिस्ट्री ऑफ हेल्थ अॅन्ड फॅमिली वेल्फेअर
MHRD	मिनिस्ट्री ऑफ ह्यूमन रिसोर्स डेव्हलपमेन्ट
MoE	मिनिस्ट्री ऑफ एज्युकेशन
MOOC	मॅसिव ओपन ऑनलाईन कोर्स
MOU	मेमोरॅन्डम ऑफ अंडरस्टॅन्डिंग
M.Phil.	मास्टर ऑफ फिलॉसॉफी
MWCD	मिनिस्ट्री ऑफ वुमेन अॅन्ड चाइल्ड डेव्हलपमेन्ट
NAC	नॅशनल अॅक्रेडिटेशन कौन्सिल
NAS	नॅशनल अॅचिव्हमेन्ट सर्व्हे
NCC	नॅशनल कॅडेट कोअर
NCERT	नॅशनल कौन्सिल ऑफ एज्युकेशनल रिसर्च अॅन्ड ट्रेनिंग
NCF	नॅशनल करिक्युलम फ्रेमवर्क
NCFSE	नॅशनल करिक्युलम फ्रेमवर्क फॉर स्कूल एज्युकेशन
NCFTE	नॅशनल करिक्युलम फ्रेमवर्क फॉर टीचर एज्युकेशन
NCIVE	नॅशनल कमिटी फॉर द इंटिग्रेशन ऑफ व्होकेशनल एज्युकेशन
NCPFECCE	नॅशनल करिक्युलम आणि पेडॅगॉगिकल फ्रेमवर्क फॉर अर्ली चाइल्डहूड केअर अॅन्ड एज्युकेशन
NCTE	नॅशनल कौन्सिल फॉर टीचर एज्युकेशन
NCVET	नॅशनल कौन्सिल फॉर व्होकेशनल एज्युकेशन अॅन्ड ट्रेनिंग
NETF	नॅशनल एज्युकेशन टेक्नॉलॉजी फोरम
NGO	नॉन-गव्हर्नमेन्टल ऑर्गनायझेशन
NHEQF	नॅशनल हायर एज्युकेशन क्वालिफिकेशन फ्रेमवर्क
NHERC	नॅशनल हायर एज्युकेशन रेग्युलेटरी कौन्सिल
NIOS	नॅशनल इन्स्टिट्यूट ऑफ ओपन स्कूलिंग
NIT	नॅशनल इन्स्टिट्यूट ऑफ टेक्नॉलॉजी
NITI	नॅशनल इन्स्टिट्यूट फॉर ट्रान्सफॉर्मिंग इंडिया
NPE	नॅशनल पॉलिसी ऑन एज्युकेशन
NPST	नॅशनल प्रोफेशनल स्टॅन्डर्ड फॉर टीचर्स
NRF	नॅशनल रिसर्च फाउंडेशन
NSQF	नॅशनल स्किल्स क्वालिफिकेशन फ्रेमवर्क
NSSO	नॅशनल सॅम्पल सर्व्हे ऑफिस
NTA	नॅशनल टेस्टिंग एजन्सी
OBC	अदर बॅकवर्ड क्लासेस

ODL	ओपन अॅन्ड डिस्टन्स लर्निंग
PARAKH	परफॉर्मन्स असेसमेन्ट, रिव्ह्यू अॅनालिसिस ऑफ नॉलेज फॉर होलिस्टिक डेव्हलपमेन्ट
PCI	फार्मसी कौन्सिल ऑफ इंडिया
PFMS	पब्लिक फायनान्शिअल मॅनेजमेन्ट सिस्टिम
Ph.D.	डॉक्टर ऑफ फिलॉसॉफी
PSSB	प्रोफेशनल स्टॅन्डर्ड सेटिंग बॉडी
PTR	प्युपिल टीचर रेशो
R & I	रिसर्च अॅन्ड इनोव्हेशन
RCI	रिहॅबिलिटेशन कौन्सिल ऑफ इंडिया
RPWD	राइट ऑफ पर्सन्स विथ डिसॅबिलिटी
SAS	स्टेट अॅचिव्हमेन्ट सर्व्हे
SC	शेड्युल्ड कास्ट(स)
SCDP	स्कूल कॉम्प्लेक्स/क्लस्टर डेव्हलपमेन्ट प्लॅन
SCERT	स्कूल कौन्सिल ऑफ एज्युकेशनल रिसर्च अॅन्ड ट्रेनिंग
SCF	स्टेट करिक्युलम फ्रेमवर्क
SCMC	स्कूल कॉम्प्लेक्स मॅनेजमेन्ट कमिटी
SDG	सस्टेनेबल डेव्हलपमेन्ट गोल
SDP	स्कूल डेव्हलपमेन्ट प्लॅन
SEDG	सोशियो-इकोनॉमिकल डिसअॅडव्हान्टेज्ड ग्रूप
SEZ	स्पेशल एज्युकेशन झोन
SIOS	स्टेट इन्स्टिट्यूट्स ऑफ ओपन स्कूलिंग
SMC	स्कूल मॅनेजमेन्ट कमिटी
SQAAF	स्कूल क्वालिटी अॅसेसमेन्ट अॅन्ड अॅक्रेडिटेशन फ्रेमवर्क
SSA	सर्व शिक्षा अभियान
SSS	सिम्पल स्टॅन्डर्ड संस्कृत
SSSA	स्टेट स्कूल स्टॅन्डर्ड अॅथॉरिटी
ST	शेड्युल्ड ट्राइब (ब्स)
STEM	सायन्स, टेक्नॉलॉजी, इंजिनिअरिंग अॅन्ड मॅथ्स
STS	संस्कृत थ्रु संस्कृत
SWAYAM	स्टडी वेब्ज ऑफ अॅक्टिव्ह लर्निंग फॉर यंग अॅस्पायरिंग माइंड्स
TEI	टीचर एज्युकेशन इन्स्टिट्यूशन

TET	टीचर एलिजिबिलिटी टेस्ट
U-DISE	युनिफाइड डिस्ट्रिक्ट इन्फॉर्मेशन सिस्टिम फॉर एज्युकेशन
UGC	युनिव्हर्सिटी ग्रॅन्ट्स कमिशन
UNESCO	युनायटेड नेशन्स एज्युकेशन, सायन्टिफिक ॲन्ड कल्चरल ऑर्गनायझेशन
UT	युनियन टेरिटरी
VCI	व्हेटरनरी कौन्सिल ऑफ इंडिया

◆

संदर्भ साहित्य

1. University Education Commission Report, 1948-49, Govt. of India

2. Education Commission Report, 1964-66, Govt. of India

3. New Education Policy, 1986, Govt. of India

4. Draft National Education Policy, 2019, Govt. of India

5. National Education Policy, 2020, Govt. of India

6. Higher Education Quality Enhancement Report, 2013, Govt. of Maharashtra

7. Jandhyala B.G.Tilak – Promising but Perplexing Solutions : A Critique of the Draft National Policy, 2019, Social Change 2019

8. ताराराणी विद्यापीठ, कोल्हापूर, अमृतमहोत्सव स्मरणिका, २०२०-२१

◆